ഒളിത്താവളത്തിലെ കുറിപ്പുകൾ

olithavalathile kurippukal
novel

•

dostoevsky

•

translated
p sarathchandran

•

first chintha edition
february 2011

•

typesetting
megha graphics

•

published
chintha publishers, thiruvananthapuram

•

printed
repro india ltd, mumbai

•

cover
vinod

•

വിതരണം

ദേശാഭിമാനി ബുക്ക് ഹൗസ്

H O തിരുവനന്തപുരം–695 001

ബ്രാഞ്ചുകൾ

ഓവർബ്രിഡ്ജ് തിരുവനന്തപുരം • കെ എസ് ആർ ടി സി ബസ് സ്റ്റേഷൻ ആലപ്പുഴ • കെ എസ് ആർ ടി സി ബസ് സ്റ്റേഷൻ എറണാകുളം • ഐ ജി റോഡ് കോഴിക്കോട് • മാവൂർ റോഡ് കോഴിക്കോട് • എൻ ജി ഒ യൂണിയൻ ബിൽഡിങ് കണ്ണൂർ • സെൻട്രൽ ബസ് ടെർമിനൽ കോംപ്ലക്സ് താവക്കര കണ്ണൂർ • മച്ചിങ്ങൽ ലെയ്ൻ തൃശൂർ

CO -1551 / 2647

ഒളിത്താവളത്തിലെ കുറിപ്പുകൾ

നോവൽ

ദസ്തയേവ്സ്കി

പരിഭാഷ

പി ശരത്ച്ചന്ദ്രൻ

ചിന്ത പബ്ലിഷേഴ്സ്
തിരുവനന്തപുരം-695 001

പി ശരത്ചന്ദ്രൻ

1949 ൽ ആലപ്പുഴ ജില്ലയിൽ മുതുകുളത്ത് ജനിച്ചു. അച്ഛൻ മഹാകവി അഴകത്തു പത്മനാഭക്കുറുപ്പിന്റെ ചെറുമകൻ പരമേശ്വരനുണ്ണിത്താൻ. അമ്മ പ്രശസ്ത സാഹിത്യകാരനും ചലച്ചിത്രകാരനുമായ പി പത്മരാജന്റെ സഹോദരി പത്മിനിഅമ്മ.

എഞ്ചിനീയറിങ്ങിൽ ഡിഗ്രി.

ആനുകാലികങ്ങളിൽ ചെറുകഥകൾ പ്രസിദ്ധീകരിച്ചിട്ടുണ്ട്. *ഫിനിക്സിന്റെ ഇതിഹാസം* (വിയത്നാമിൽ നിന്നുള്ള കഥകൾ) നാഷണൽ ബുക്ക് ട്രസ്റ്റ്, ഇന്ത്യ പ്രസിദ്ധീകരിച്ചിട്ടുണ്ട്.

ഭാര്യ: ശിവലത

മകൻ: ഉണ്ണികൃഷ്ണൻ

ദസ്തയേവ്സ്കി (1821 – 1881)

ഒന്ന്
ഒളിത്താവളം

ഒന്ന്

ഞാനൊരു രോഗിയാണ്. ഞാൻ കുപിതനാണ്. ഞാൻ വിരൂപനാണ്. എന്റെ കരളിന് എന്തോ പ്രശ്നമുണ്ടെന്നാണ് ഞാൻ വിചാരിക്കുന്നത്. പക്ഷേ, എന്റെ അസുഖത്തെപ്പറ്റി ഒന്നുംതന്നെ എനിക്ക് അറിയില്ല. എന്റെ ഏതു ശരീരഭാഗത്തിനാണ് അസുഖം പിടിപ്പെട്ടിരിക്കുന്നതെന്ന് എനിക്ക് ഉറപ്പിച്ച് പറയാൻ കഴിയില്ല. മരുന്നുകളോടും ഡോക്ടർമാരോടും എനിക്ക് വളരെ ബഹുമാനം ഉണ്ടെങ്കിലും എന്റെ അസുഖത്തിന് ഞാൻ ഇപ്പോൾ ചികിത്സകളൊന്നും നടത്തുന്നില്ല. മുൻകാലത്തും ഞാൻ അങ്ങനെതന്നെയായിരുന്നു. മരുന്നുകളോടുള്ള ബഹുമാനം ഒഴിച്ചാൽ ഞാൻ അങ്ങേയറ്റം ഒരു അന്ധവിശ്വാസിയാണ് (അന്ധവിശ്വാസി ആകാതിരിക്കാനുള്ളതിലും കൂടുതൽ വിദ്യാഭ്യാസം എനിക്കു ലഭിച്ചിട്ടുണ്ടെങ്കിലും ഞാൻ അന്ധവിശ്വാസിയായിപ്പോയി). ഞാൻ വിദ്വേഷം കാരണമാണ് ചികിത്സ നിഷേധിക്കുന്നത്. അത് ഒരുപക്ഷേ നിങ്ങൾക്ക് മനസിലാകുന്നുണ്ടാവില്ല. എന്തായാലും എനിക്ക് അതു മനസിലാവുന്നുണ്ട്. ചികിത്സയുടെ കാര്യത്തിൽ ആരോടാണ് വിദ്വേഷമെന്ന് തീർച്ചയായും എനിക്ക് വിശദീകരിക്കാൻ കഴിയുകയില്ല. ഡോക്ടർമാരെ സമീപിക്കാതിരിക്കുന്നതുകൊണ്ട് അവരോട് പകരംവീട്ടാൻ സാധിക്കില്ലെന്ന് എനിക്ക് നന്നായി അറിയാം. എന്നെത്തന്നെയാണ് ഞാൻ ദ്രോഹിക്കുന്നതെന്ന് മറ്റാരേക്കാളും ഞാൻ ബോധവാനാണ്. അതുപോലെ എന്റെ കരളിന് കേടുപറ്റിയിട്ടുണ്ടോ? എങ്കിൽ അതുകൂടുതൽ മോശമായിക്കോട്ടെ!

വളരെക്കാലമായി ഞാൻ ഇങ്ങനെ ജീവിക്കുകയാണ്. ഏതാണ്ട് ഇരുപത് കൊല്ലമായി. ഇപ്പോൾ എനിക്ക് നാൽപ്പതുവയസ്സ്. ഒരിക്കൽ ഞാൻ ഗവൺമെന്റ് ജോലി ചെയ്തിരുന്നു. പക്ഷേ, ഇപ്പോഴില്ല. ഞാനൊരു മോശപ്പെട്ട സർക്കാർ ഉദ്യോഗസ്ഥനായിരുന്നു. പെരുമാറ്റത്തിൽ ഞാൻ പരുക്ക

നായിരുന്നു. സത്യത്തിൽ എന്റെ പെരുമാറ്റം ഞാൻ ശരിക്കും ആസ്വദിക്കുകയായിരുന്നു. എന്തായാലും ഞാൻ കൈക്കൂലി വാങ്ങാറില്ല. അതിനുപകരം എനിക്ക് എന്തെങ്കിലും വേണ്ടേ? (ഒരു നിറമില്ലാത്ത ഫലിതം. പക്ഷേ ഞാനതു തിരുത്തുന്നില്ല. ഇത് എഴുതുമ്പോൾ കുറിക്കുകൊള്ളുന്ന ഒരു ഫലിതം ആയിരിക്കുമെന്നാണ് ഞാൻ കരുതിയിരുന്നത്. പക്ഷേ ഇപ്പോൾ അതുവീണ്ടും നോക്കുമ്പോൾ ഞാൻ വെറുതെ ബുദ്ധിയും വിദ്വേഷവും കാണിക്കാൻ ശ്രമിക്കുകയായിരുന്നെന്ന് തോന്നുന്നു. അതുകൊണ്ട് അത് അങ്ങനെതന്നെ ഇരിക്കട്ടെ എന്നാണ് ഞാൻ വിചാരിക്കുന്നത്). ആളുകൾ വിവരങ്ങൾ അന്വേഷിച്ച് എന്റെ മേശയുടെ അടുത്തെത്തിയാൽ ഞാൻ അവരോട് മുറുമുറുക്കും. ആരുടെയെങ്കിലും വികാരങ്ങളെ മുറിപ്പെടുത്തുന്നതിൽ ഞാൻ വിജയിച്ചാൽ എനിക്ക് അത് ഭയങ്കര ആഹ്ലാദമായിരുന്നു. മിക്കപ്പോഴും ഞാൻ വിജയിച്ചു. അവരിൽ കൂടുതലും ഭീരുക്കളായിരുന്നു. സഹായം പ്രതീക്ഷിക്കുന്നവർ എങ്ങനെയായിരിക്കുമെന്ന് നിങ്ങൾക്ക് അറിയാമല്ലോ. പക്ഷേ വരുന്ന പൊങ്ങച്ചക്കാരുടെ കൂട്ടത്തിൽ ഒരു ഉദ്യോഗസ്ഥനെ എനിക്ക് സഹിക്കാൻ കഴിയില്ലായിരുന്നു. ഏതു ഭീഷണിയും അയാൾ പൂർണമായി നിരാകരിച്ചു. കൂടാതെ അയാൾ സ്വന്തം വാളുകൊണ്ട് അറപ്പുണ്ടാക്കുന്ന ഒരു ശബ്ദം സൃഷ്ടിക്കുകയും ചെയ്തു. ആ വാളിനെച്ചൊല്ലി അയാൾക്കെതിരായി പതിനെട്ടുമാസം നീണ്ടുനിന്ന ഒരു പ്രചരണം ഞാൻ നടത്തി. ഒടുവിൽ ഞാൻ വിജയിച്ചു. ഞാൻ ചെറുപ്പം ആയിരുന്നപ്പോഴാണ് ഇതൊക്കെ സംഭവിച്ചത്. പക്ഷേ എന്റെ വിദ്വേഷത്തിന്റെ യഥാർഥ കാരണം എന്താണെന്ന് നിങ്ങൾക്ക് അറിയാമോ? ഏറ്റവും അധികം കോപിക്കുന്ന നിമിഷങ്ങളിൽപ്പോലും ഞാൻ ദേഷ്യംകൊണ്ട് തിളച്ചുമറിഞ്ഞിരുന്നില്ലെന്ന് എനിക്ക് അറിയാമായിരുന്നു. എന്നു മാത്രമല്ല ഈ സമയത്തൊന്നും എനിക്ക് കോപംപോലും ഉണ്ടായിരുന്നില്ല എന്നതാണ് വൃത്തികെട്ട സത്യാവസ്ഥ. സത്യത്തിൽ എന്റെ സ്വന്തം നേരമ്പോക്കിനു വേണ്ടിയായിരുന്നു ഞാൻ ബഹളം ഉണ്ടാക്കിയിരുന്നത്. എന്റെ വായിൽനിന്ന് നുരയും പതയും വന്ന് കിടക്കുമ്പോൾ ഒരു മധുരമുള്ള ചായയോ എന്തെങ്കിലും ഒരു കളിപ്പാട്ടമോ എന്റെ അടുത്തുകൊണ്ടുവന്നാൽ അപ്പോൾത്തന്നെ ഞാൻ ശാന്തനാകും. എന്റെ മനസിന്റെ ആഴങ്ങളിൽവരെ അതു ചലനങ്ങൾ സൃഷ്ടിക്കും. എന്നാൽ അതിനുശേഷം വീണ്ടും ഞാൻ ഞാനായി മാറി. മാസങ്ങളോളം ഉറക്കമില്ലായ്മകൊണ്ട് കഷ്ടപ്പെടുമായിരുന്നു. എന്നും ഞാൻ അങ്ങനെയൊക്കെയായിരുന്നു.

തൊട്ടുമുൻപ് ഞാനൊരു നല്ല സർക്കാർ ഉദ്യോഗസ്ഥനല്ല എന്ന് ഞാൻ പറഞ്ഞ സമയത്ത് സത്യത്തിൽ ഞാൻ കള്ളം പറയുകയായിരുന്നു. ഞാൻ വിദ്വേഷം കാരണമാണ് കള്ളം പറഞ്ഞത്. ഞാൻ ആ ഉദ്യോഗസ്ഥനേയും എന്റെ മറ്റു സന്ദർശകരേയുംകൊണ്ട് ഒരു കളികളിക്കുമായിരുന്നു. എനിക്ക് ഒരിക്കലും മറ്റുള്ളവരെ ദ്രോഹിച്ച് സന്തോഷിക്കാൻ

കഴിയില്ല. അതിന് നേർവിപരീതമായ പല മൂല്യങ്ങളും എന്നും എന്റെ ഉള്ളിൽ ഉള്ളതായി എനിക്ക് അറിവുണ്ടായിരുന്നു. ഈ മൂല്യങ്ങൾ ഉറപ്പായും എന്റെയുള്ളിൽ തേനീച്ചകളെപ്പോലെ ഇരച്ചു തുടിക്കുന്നുണ്ടായിരുന്നു. പുറത്തേക്കു കടത്തിവിടാൻ ആവശ്യപ്പെട്ടുകൊണ്ട് എന്റെ ജീവിതകാലം മുഴുവൻ അവ അവിടെ ആർത്തലച്ച് ഇരമ്പിയിരുന്നെന്ന് എനിക്കറിയാം. പക്ഷേ ഞാൻ ഒരിക്കലും അവയെ പുറത്തുവിടില്ല. വിടില്ല. വിടില്ല. അവ എന്നെ നാണംകെട്ട രീതിയിൽ പീഡിപ്പിച്ച് പീഡിപ്പിച്ച് അപസ്മാരത്തിൽവരെ കൊണ്ടെത്തിച്ചു. പിന്നീട് ഒടുവിൽ അവ എനിക്ക് വിരസതമാത്രം സമ്മാനിച്ചു. എന്തൊരു വിരസത! നിങ്ങളോട് ക്ഷമ ചോദിച്ചുകൊണ്ട് ഞാൻ ഒരുതരം കുറ്റസമ്മതം നടത്തുകയാണെന്ന് നിങ്ങൾക്ക് ഇപ്പോൾ തോന്നുന്നുണ്ടാകും. ശരിയല്ലേ? തോന്നുന്നുണ്ടെന്ന് എനിക്ക് ഉറപ്പാണ്. പക്ഷേ നിങ്ങൾ അങ്ങനെ കരുതിയാലും ഞാൻ അതു കാര്യമാക്കുന്നില്ലെന്ന് ഉറപ്പുപറയുന്നു.

എനിക്ക് എന്നെ മറ്റുള്ളവരോട് വിദ്വേഷം ഉള്ളവനാക്കാൻ കഴിയില്ലെന്നുമാത്രമല്ല, എനിക്ക് എന്നെ സ്വയം നല്ലവനോ കെട്ടവനോ, ആഭാസനോ, സത്യസന്ധനോ, ധീരനോ, പുഴുവോ അങ്ങനെ ഒന്നും തന്നെയാക്കി മാറ്റാൻ കഴിയില്ല. ബുദ്ധിമാന്മാർ ഒന്നും ആയിതീരില്ലെന്നും വിഡ്ഢികൾക്ക് എന്തുവേണമെങ്കിലും ആയിത്തീരാൻ കഴിയുമെന്നുള്ള വിദ്വേഷം കലർന്ന സമാശ്വാസത്തിന്റെ ബലത്തിൽ എനിക്കുതന്നെ ചൊറിച്ചിലുണ്ടാക്കിക്കൊണ്ട് ഞാൻ എന്റെ രഹസ്യതാവളത്തിൽ ഇപ്പോൾ കഴിഞ്ഞുകൂടുകയാണ്. പത്തൊൻപതാംനൂറ്റാണ്ടിലെ ഒരു മനുഷ്യൻ തീർച്ചയായും വ്യക്തിത്വമില്ലാത്തവനായിരിക്കാൻ ധാർമികമായിതന്നെ കടപ്പെട്ടിരിക്കുന്നു. ഒരുവന് വ്യക്തിത്വമുള്ളവനും അത് അനുസരിച്ച് പ്രവർത്തിക്കുന്നവനും ആകാൻ തീർച്ചയായും പരിമിതികളുണ്ട്. നാൽപ്പതുവർഷം പഴക്കംചെന്ന എന്റെ വിശ്വാസം അതുതന്നെയാണ്. എനിക്ക് ഇപ്പോൾ നാൽപ്പതു വയസുണ്ട്. നാൽപ്പതുവർഷം ഒരുവന്റെ ജീവിത കാലഘട്ടമാണ്. നാൽപ്പത് അങ്ങേയറ്റം വാർധക്യം ബാധിച്ചു കഴിഞ്ഞ കാലയളവുതന്നെയാണ്. നാൽപ്പതു വയസു കഴിഞ്ഞും ജീവിക്കുന്നത് അധാർമികമാണ്. വെറുക്കപ്പെടേണ്ടതാണ്. നാൽപ്പതിനുശേഷം ആരാണ് ജീവിതം തുടരുന്നത്? ആത്മാർഥതയുള്ള സത്യസന്ധമായ മറുപടി വേണം എന്നോടു പറയാൻ. വിഡ്ഢികളും വഞ്ചകരുമായ നിങ്ങളോട് ഞാൻ പറയാം. വെള്ളിതലമുടിയുള്ള ബഹുമാന്യരായ സൗരഭ്യം പരത്തുന്ന എല്ലാ വൃദ്ധന്മാരുടേയും മുഖത്തുനോക്കി ഞാൻ പറയാം. എനിക്ക് ഇങ്ങനെ സംസാരിക്കാനുള്ള അവകാശം ഉണ്ട്. കാരണം ഞാൻ അറുപതോ എഴുപതോ എൺപതോ വയസുവരെ ജീവിക്കാൻ പോവുകയാണ്. ഒരുനിമിഷം ഞാൻ നിർത്തട്ടെ. എനിക്ക് എന്റെ ശ്വാസം തിരിച്ചുകിട്ടണം.

ഞാൻ നിങ്ങളെ വിസ്മയപ്പെടുത്തുവാൻ പോവുകയാണെന്ന് ഒരുപക്ഷേ നിങ്ങൾ വിചാരിക്കുന്നുണ്ടാവാം. അവിടെയും നിങ്ങൾക്ക് തെറ്റു

പറ്റി. നിങ്ങൾ വിചാരിക്കുന്നതുപോലെ, അല്ലെങ്കിൽ നിങ്ങൾ വിചാരിച്ചിരിക്കാൻ സാധ്യതയുള്ളതുപോലെ ഞാൻ അങ്ങനെ ഉല്ലാസവാനായ ഒരുവനല്ല. എന്റെ ഈ ജൽപ്പനങ്ങൾകൊണ്ട് നിങ്ങൾ പൊറുതിമുട്ടിയിട്ടുണ്ടെങ്കിൽ (പൊറുതിമുട്ടിയിട്ടുണ്ടെന്ന് എനിക്ക് മനസിലാവുന്നുണ്ട്) നിങ്ങൾക്ക് തീർച്ചയായും എന്നോട് ഞാൻ ആരാണെന്ന് ചോദിക്കാം.

ഞാൻ മറുപടി പറയും: ഞാൻ ഒരു കോളേജിയറ്റ് അസസർ ആണ്. ഞാൻ ഭരണവകുപ്പിൽ ജോലിക്ക് ചേർന്നത് ആഹാരത്തിനുള്ളവഴി എന്ന രീതിയിലായിരുന്നു. (മറ്റൊരു കാരണവും ഇല്ല) കഴിഞ്ഞവർഷം എന്റെ ഒരകന്ന ബന്ധു അയാളുടെ വിൽപ്പത്രത്തിൽ ആറായിരം റൂബിൾ എനിക്കായി നീക്കിവച്ചപ്പോൾ, താമസംവിനാ ഞാൻ ജോലിയിൽ നിന്നും വിരമിച്ച് എന്റെ പഴയ താവളത്തിൽ താമസമാക്കി. ഇതിനു മുൻപും ഞാൻ അവിടെ തന്നെയായിരുന്നു താമസം. പക്ഷേ ഇപ്പോഴാണ് അവിടെ ഞാൻ എന്റെ വേരുറപ്പിച്ചത്. നഗരത്തിന്റെ പ്രാന്തപ്രദേശത്തായുള്ള എന്റെ മുറി ദരിദ്രവും വൃത്തിഹീനവും ആയിരുന്നു. ഒരു മന്ദബുദ്ധിക്കിഴവിയായിരുന്നു എന്റെ ജോലിക്കാരി. അവർ അടുത്തുവന്നാൽ വല്ലാത്തൊരു ദുർഗന്ധം സഹിക്കേണ്ടിവരുമായിരുന്നു. സെന്റ് പീറ്റേഴ്സ് ബർഗിലെ കാലാവസ്ഥ എനിക്ക് നല്ലതല്ലെന്നും എന്റെ നാമമാത്രമായ വരുമാനംകൊണ്ട് അവിടെ ജീവിക്കാൻ കഴിയില്ലെന്നും നേരത്തേതന്നെ എനിക്ക് ഉപദേശം ലഭിച്ചിരുന്നു. അതെല്ലാം എനിക്ക് അറിയാവുന്ന കാര്യങ്ങൾ തന്നെയാണ്. അതിബുദ്ധിമാന്മാരും പരിചയസമ്പന്നരുമായ എന്റെ ഉപദേശകരേക്കാൾ നന്നായിട്ട് ഞാൻ ഈ കാര്യങ്ങൾ മനസിലാക്കിയിട്ടുണ്ട്. എന്തായാലും ഞാൻ ഇവിടെത്തന്നെ താമസിക്കും. ഞാൻ സെന്റ് പീറ്റേഴ്സ് ബർഗ് വിട്ടുപോവില്ല. എന്തുകൊണ്ട്? ഞാൻ അവിടെ താമസിച്ചാലും ഇല്ലെങ്കിലും അതുകൊണ്ട് സെന്റ് പീറ്റേഴ്സ് ബർഗിന് ഒരു വ്യത്യാസവും വരാൻ പോകുന്നില്ല എന്നതുതന്നെ കാരണം.

എന്തുതന്നെയായാലും ഒരു മാന്യനായ മനുഷ്യൻ ഏറ്റവും സന്തോഷത്തോടെ എന്തുകാര്യമാണ് സംസാരിക്കുന്നത്?

ഉത്തരം : അവനവനെപ്പറ്റി തന്നെ.

ശരിയാണ്. അപ്പോൾ ഞാനും എന്നെപ്പറ്റി സംസാരിക്കാം.

രണ്ട്

നിങ്ങൾക്ക് കേൾക്കാൻ താൽപ്പര്യം ഉണ്ടെങ്കിലും ഇല്ലെങ്കിലും, എനിക്ക് സ്വയം ഒരു പുഴുപോലും ആകാൻ കഴിയാതിരുന്നതിന്റെ കാരണം നിങ്ങളോടുപറയാൻ ഞാൻ ആഗ്രഹിക്കുന്നു. പലപ്പോഴും ഒരു പുഴുവെങ്കിലും ആകാൻ ഞാൻ ആഗ്രഹിച്ചിരുന്നു എന്ന് ഞാൻ ഉറപ്പിച്ചു പറയുന്നു. പക്ഷേ അതിൽപ്പോലും എനിക്ക് വിജയിക്കാൻ കഴിഞ്ഞില്ല. ഒരുപാട് ആലോചിക്കുന്നത് ഒരു രോഗമാണെന്ന് ഞാൻ നിങ്ങളോട് ആണ

യിട്ടു പറയുന്നു. സത്യവും വ്യക്തവുമായ ഒരു രോഗം. ഒരു സാധാരണ മനുഷ്യജീവിതം നയിക്കുന്നതിന് ബുദ്ധിയുപയോഗിച്ചുള്ള സർവസാധാരണമായ പ്രവൃത്തികൾതന്നെ ധാരാളമാണ്. അതായത് അസന്തുഷ്ടമായ പത്തൊൻപതാം നൂറ്റാണ്ടിൽ ലോകത്തിലെ തന്നെ വളരെ വ്യത്യസ്തതകളുള്ള നഗരമായ സെന്റ്പീറ്റേഴ്സ്ബർഗിൽ താമസിക്കാനുള്ള ദൗർഭാഗ്യംകൂടി ലഭിച്ച വിദ്യാഭ്യാസമുള്ള ഒരുവന്റെ പകുതി അല്ലെങ്കിൽ നാലിലൊന്ന് ബുദ്ധിമാത്രമാണ് സാധാരണജീവിതം നയിക്കാൻ ഒരുവന് ആവശ്യമായി വരുന്നത് (ലക്ഷ്യങ്ങൾ ഉള്ളതും ഇല്ലാത്തതുമായ നഗരങ്ങൾ ഉണ്ട്). നമ്മുടെ പൊതുവ്യക്തിത്വങ്ങളേയും പ്രവർത്തനനിരതരായ മനുഷ്യരേയും ഉദാഹരണമായെടുക്കാം. അവരുടെ പ്രബുദ്ധത തന്നെ ഉദാഹരണമാക്കാം. ഇതെല്ലാം എഴുതുമ്പോൾ ഞാനൊരു നാടകീയഭാവം കൈക്കൊണ്ട്, പ്രവർത്തനനിരതരായ മനുഷ്യരോട് പ്രതികാരം വീട്ടുകയാണെന്നോ അല്ലെങ്കിൽ എന്റെ മോശം മനഃസ്ഥിതിമൂലം ആ ഓഫീസറെപ്പോലെ എന്റെ വാളുകൊണ്ട് അറപ്പുണ്ടാക്കുന്ന ശബ്ദം ഉണ്ടാക്കിക്കൊണ്ടിരിക്കുകയാണെന്നോ നിങ്ങൾക്ക് വിചാരിക്കാം. നിങ്ങളെ അങ്ങനെ ചിന്തിക്കാൻ അനുവദിക്കാൻ ഞാൻ തയാറാണ്. പക്ഷേ ആരാണ് അവനവന്റെ രോഗത്തെപ്പറ്റി പൊങ്ങച്ചം പറയുന്നത്?

എന്നാലും ഞാൻ എന്താണ് അങ്ങനെ പറയാൻ കാരണം? എല്ലാവരും ചെയ്യുന്നകാര്യം തന്നെയാണ്. നമ്മുടെ രോഗങ്ങൾ നമ്മൾ എല്ലാവരും മറച്ചുവയ്ക്കും. ഞാൻ ഒരുപക്ഷേ അത് മറ്റുള്ളവരേക്കാൾ കൂടുതൽ ചെയ്യുന്നുണ്ടാവാം. നമുക്ക് തർക്കിക്കേണ്ട. ഞാൻ വിലക്ഷണമായി അതു പ്രകടിപ്പിച്ചു കഴിഞ്ഞു. പക്ഷേ ബുദ്ധിപരമായ പ്രവർത്തനങ്ങളിൽ ഒരു നല്ല പങ്ക് എന്നല്ല ബുദ്ധിപരമായ എല്ലാ പ്രവർത്തനങ്ങളും ഒരു തരം രോഗമാണെന്ന് എനിക്ക് വ്യക്തമായി ബോധ്യപ്പെട്ടിട്ടുണ്ട്. ഞാൻ അതിൽ ഉറച്ചുനിൽക്കുന്നു. നമുക്ക് തൽക്കാലത്തേക്ക് ആ കാര്യങ്ങൾ ഉപേക്ഷിക്കാം. എന്നോട് ഇതൊന്ന് പറയാമോ? എന്തുകൊണ്ടാണ് ഏതോ ലക്ഷ്യംവച്ച് വരുന്നതുപോലെ അത് എപ്പോഴും സംഭവിക്കുന്നത്? ആ നിമിഷങ്ങളിൽ, കൃത്യമായും അതേ നിമിഷങ്ങളിൽ, ഏറ്റവും ഉന്നതമായ നിഗൂഢ സൗന്ദര്യം തിരിച്ചറിയുവാൻ എനിക്ക് ഏറ്റവും കൂടുതൽ കഴിയുന്ന ആ നിമിഷങ്ങളിൽ ഞാൻ അവ തിരിച്ചറിഞ്ഞില്ലെന്നു മാത്രമല്ല, പല പല വൃത്തികെട്ട, അറപ്പുണ്ടാക്കുന്ന കാര്യങ്ങൾ ഞാൻ ചെയ്യുകയും ചെയ്തു. ശരി, ഇത്തരം കാര്യങ്ങൾ എല്ലാവരും ചെയ്യുമായിരിക്കാം. പക്ഷേ അത്തരം കാര്യങ്ങൾ ഒന്നും ചെയ്യാൻ പാടില്ലെന്ന് എനിക്ക് നല്ല ബോധ്യമുള്ളപ്പോഴാണ് എന്തോ പ്രത്യേക ഉദ്ദേശ്യത്തോടെ വരുന്നപോലെ അതു സംഭവിച്ചുകൊണ്ടിരുന്നത്. ഏറ്റവും ഉയർന്നതും മഹനീയവുമായ സൗന്ദര്യത്തെപ്പറ്റി എനിക്ക് കൂടുതൽ അവബോധം കിട്ടുന്നതിനനുസരിച്ച്, എന്റെ തന്നെ അഴുക്കിലേക്ക് ആഴ്ന്നിറങ്ങി അതിനുള്ളിൽ പൂർണമായും മുങ്ങിക്കിടക്കാൻ ഞാൻ കൂടുതൽ കഴിവുള്ളവനായി മാറി. ഇതൊന്നും തന്നെ

ആകസ്മികമായിരുന്നില്ല എന്നതാണ് ഏറ്റവും എടുത്തുപറയേണ്ട കാര്യം. അതെല്ലാം അങ്ങനെ തന്നെ ആയിരിക്കണം എന്ന മട്ടിലാണ് സംഭവിച്ചു കൊണ്ടിരുന്നത്. അതൊരു രോഗമാണെന്നോ എന്നിൽത്തന്നെ ചലം നിറഞ്ഞുനിൽക്കുന്ന ഒരു വ്രണമാണെന്നോ ഒരിക്കലും തോന്നിയില്ല. അതുകൊണ്ട് അതിനെതിരായി പോരാടാനുള്ള ആഗ്രഹംപോലും ഒടുവിൽ എനിക്ക് ഇല്ലാതായി. ജീവിതം മുഴുവൻ എനിക്കുമാത്രം അറിയാവുന്ന ഒരു രഹസ്യമായിരുന്നു അത്.

അവസാനം എന്റെ സ്വാഭാവിക അവസ്ഥ ഇതാണെന്നുള്ള ഒരു തോന്നലിൽ ഞാൻ എത്തിച്ചേർന്നു (ഒരുപക്ഷേ പൂർണമായും അത്തരം ഒരു വിശ്വാസത്തിലാണ് കാര്യങ്ങൾ അവസാനിച്ചത്). പക്ഷേ അതിനു മുൻപ് ഈ പോരാട്ടത്തിന്റെ തുടക്കത്തിൽ ഞാൻ എന്തുമാത്രം അനുഭവച്ചു? മറ്റൊരാൾക്ക് ഇങ്ങനെതന്നെ സംഭവിക്കുമെന്ന് ഞാൻ വിശ്വസിക്കുന്നില്ല. അതുകൊണ്ട് എന്റെ ജീവിതകാലം മുഴുവൻ ഈ രഹസ്യം ഞാൻ തന്നെ സൂക്ഷിക്കണം. നികൃഷ്ടമായ എന്തോ പ്രവൃത്തികൾക്കു ശേഷം ചെയ്തകാര്യങ്ങൾ വീണ്ടും ചെയ്യാതിരിക്കാൻ കഴിയില്ലെന്ന പൂർണമായ ബോധത്തോടെ സെന്റ് പീറ്റേഴ്സ് ബർഗിലെ നെറികെട്ട ഒരു രാത്രിയോടുവിട പറഞ്ഞ്, അസാധാരണവും മോശപ്പെട്ടതുമായ ഒരു രഹസ്യ ആനന്ദത്തിന്റെ ചലനങ്ങൾ മനസിൽ നടക്കുന്നത് അറിഞ്ഞു കൊണ്ട് ഞാൻ എന്റെ താവളത്തിലേക്ക് മടങ്ങുമ്പോൾ സത്യത്തിൽ എനിക്ക് ലജ്ജതോന്നുന്നുണ്ടായിരുന്നു (ഒരുപക്ഷേ എനിക്ക് ഇപ്പോഴും ലജ്ജയുണ്ട്). ആ കയ്പ്സ്വാദ് നാണംകെട്ട പൈശാചികമായ മധുരമായിമാറി. ഒടുവിൽ ശരിക്കും ആനന്ദമായി തീരുന്നതുവരെ ഞാൻ മനസിനുള്ളിലിട്ട് ആ ചവർപ്പുസ്വാദിനെ കരളുകയും ചവയ്ക്കുകയും പരിശോധിക്കുകയും സ്വയം വലിച്ചെടുത്ത് തുപ്പികളയുകയും ഒക്കെ ചെയ്തു കൊണ്ടിരിക്കും. ഒടുവിൽ ആനന്ദം! ആനന്ദം! ഞാൻ അതിനോടൊപ്പം നിൽക്കുന്നു. ഞാൻ അതിനെപ്പറ്റി പറയാൻ കാരണം മറ്റുള്ളവർ ഇത്തരത്തിലുള്ള ആനന്ദം അനുഭവിക്കുന്നുണ്ടോ എന്ന് എനിക്ക് അറിയണം. ഞാൻ വിവരിക്കാം. നിങ്ങൾ സ്വയം അധഃപതിക്കുന്നതിൽനിന്നും, നികൃഷ്ടമായ പ്രവർത്തികൾകൊണ്ട് പരമാവധി താഴേക്ക് പോയിക്കഴിഞ്ഞെന്ന തോന്നലിൽനിന്നും, ആ തോന്നൽ മറ്റൊന്നായി മാറാൻ സാധ്യതയില്ലാത്തതുകൊണ്ടും, നിങ്ങൾക്ക് ആ തോന്നലിൽനിന്ന് രക്ഷപ്പെടാൻ കഴിയാത്തതുകൊണ്ടും, നിങ്ങൾക്ക് ഒരിക്കലും മറ്റൊരാളായി മാറാൻ കഴിയാത്തതുകൊണ്ടും, നിങ്ങൾക്ക് നിങ്ങളെ സ്വയം മാറ്റിയെടുക്കാനുള്ള സമയവും ആത്മധൈര്യവും ലഭിച്ചാൽക്കൂടി ഒരുപക്ഷേ സ്വയം മാറാൻ നിങ്ങൾ ആഗ്രഹിക്കാത്തതുകൊണ്ടും, നിങ്ങൾ സ്വയംമാറാൻ ആഗ്രഹിച്ചാൽക്കൂടി ഒരുപക്ഷേ അത്തരത്തിൽ ഒരുമാറ്റം പ്രയോജനകരമല്ലാത്തതുകൊണ്ട് അതിനുള്ള ശ്രമം നിങ്ങൾ ഉപേക്ഷിച്ചതുകൊണ്ടും മറ്റുമാണ് ആനന്ദം ഉണ്ടാകുന്നതെന്നുള്ള കാര്യം ഉറപ്പാണ്. ബുദ്ധിപരമായ പ്രവർ

ത്തനങ്ങളുടെ അടിസ്ഥാനനിയമങ്ങളിൽനിന്നും, ആ നിയമങ്ങളുടെ ഫലമായുണ്ടാകുന്ന ആലസ്യത്തിൽനിന്നുമാണ് പ്രധാനമായും ആനന്ദം ഉരുത്തിരിഞ്ഞുവരുന്നത്. അതിന്റെ പരിണതഫലമായി നിങ്ങൾ സ്വയം മാറുകയില്ല എന്നുമാത്രമല്ല, എന്തെങ്കിലും പ്രവൃത്തിയിൽ ഏർപ്പെടാൻപോലും നിങ്ങൾ മുതിരില്ല. ഉദാഹരണമായി ഇതിന്റെയെല്ലാം അനന്തരഫലമായി ഒരു ആഭാസന് തീക്ഷ്ണമായ അവബോധം ലഭിച്ചിട്ട് ഇതെല്ലാംതന്നെ ഒരുതരം സാന്ത്വനമായി അനുഭവവേദ്യമാവുകയും താൻ ശരിക്കും ഒരു ആഭാസൻ തന്നെയാണെന്ന് പൂർണമായും അയാൾക്ക് ബോധ്യപ്പെടുകയും ചെയ്യും. പക്ഷേ അതുതന്നെ ധാരാളമാണ്. ഞാൻ ഒരുപാട് സംസാരിച്ചു. എങ്കിലും എന്താണ് ഞാൻ വിശദീകരിക്കുന്നത്? ഈ ആനന്ദത്തെ എങ്ങനെ അളക്കാൻ കഴിയും? ഞാൻ സ്വയം വിവരിക്കാം. അവസാനം വരെ ഞാൻ വിവരിക്കാം. അതിനാണ് ഞാൻ പേന എടുത്തത്......

ഉദാഹരണം പറയുകയാണെങ്കിൽ ഞാനൊരു തൊട്ടാവാടിയാണ്. ഒരു കൂനനേയോ കുള്ളനെയോപോലെ ലോലമനസ്കനായതുകൊണ്ട് ഞാൻ പെട്ടെന്നുതന്നെ പരിഭവത്തിന് അടിമപ്പെടും. ആരെങ്കിലും എന്റെ മുഖത്ത് അടിച്ചാൽ അതിൽ ഞാൻ സന്തോഷിക്കുന്ന അവസരങ്ങൾവരെ ഉണ്ടായിട്ടുണ്ട്. ഞാൻ പറയുന്നത് വളരെ ഗൗരവമുള്ള കാര്യങ്ങളാണ്. മുഖത്ത് കിട്ടിയ അടിയിൽനിന്ന് ആനന്ദം കണ്ടെത്തുന്നത് എങ്ങനെയെന്ന് എനിക്കറിവ് ഉണ്ടായിരുന്നിരിക്കണം. ആ ആനന്ദം തീർച്ചയായും നൈരാശ്യത്തിൽ നിന്നും ഉണ്ടായതാണ്. ഒരുവൻ അവന്റെതന്നെ ഒന്നും പ്രതീക്ഷിക്കാനില്ലാത്ത അവസ്ഥയെപ്പറ്റി വ്യക്തമായ ബോധം ഉള്ളവനായിക്കഴിയുമ്പോൾ ഏറ്റവും തീക്ഷ്ണമായ ആനന്ദംപോലും നൈരാശ്യത്തിന് അടിപ്പെട്ടുപോകും. നിങ്ങളുടെ മുഖത്ത് അടികിട്ടിയതോടെ നിങ്ങളിൽ എന്ത് അഴുക്കാണ് പുരണ്ടിട്ടുള്ളതെന്ന വസ്തുത നിങ്ങളിലേയ്ക്കുതന്നെ അടിച്ചേൽപ്പിക്കപ്പെടുകയായിരുന്നു. നിങ്ങൾ അതിനെ എങ്ങനെ നോക്കിക്കണ്ടാലും, മുഖ്യമായും അടികിട്ടിയതിന് നിങ്ങളെത്തന്നെയാണ് കുറ്റപ്പെടുത്തേണ്ടത് എന്ന നിഗമനത്തിലായിരിക്കും ഒടുവിൽ എത്തിച്ചേരുന്നത്. എനിക്കു ചുറ്റും ഉള്ളവരേക്കാൾ ഞാൻ ബുദ്ധിമാനായതുകൊണ്ടാണ് തുടക്കത്തിൽ തന്നെ എന്റെ നേർക്ക് കുറ്റം ചാർത്തപ്പെടുന്നത് (എനിക്ക് അറിയാവുന്ന എല്ലാവരേക്കാളും ബുദ്ധിമാൻ ഞാനാണെന്നായിരുന്നു എല്ലാക്കാലവും എന്റെ വിശ്വാസം. നിങ്ങൾക്ക് എന്നെ വിശ്വസിക്കാൻ കഴിയുമെങ്കിൽ ഞാൻ ഒരുകാര്യം പറയാം. ചിലസമയങ്ങളിൽ എനിക്ക് എന്റെ വിശ്വാസത്തിൽ ലജ്ജതോന്നിയിട്ടുണ്ട്. എന്തുതന്നെയായാലും ഞാൻ മുഖം തിരിക്കാറാണ് പതിവ്. ഒരാളുടെ മുഖത്തുപോലും നേരിട്ട് നോക്കാൻ എനിക്ക് ഒരിക്കലും കഴിഞ്ഞിട്ടില്ല). ഒരുപക്ഷേ എന്നിൽ എന്തെങ്കിലും മഹാമനസ്കതയോ ധൈര്യമോ ഉണ്ടെങ്കിൽ അതിന്റെ പരിപൂർണമായ ഉപയോഗശൂന്യത എനിക്കു തിരിച്ചറിയാവുന്നതുകൊണ്ട് എന്നെ സംബന്ധിച്ചിടത്തോളം അതും കൂടുതൽ വലിയ ഒരു പീഡന

മായി മാറുകയാണ് ചെയ്യുന്നത്. ഒടുവിൽ അതിനും എന്നെതന്നെയാണ് കുറ്റപ്പെടുത്തേണ്ടി വരുന്നത്. എന്റെ മനസിന്റെ മഹാമനസ്കതകൊണ്ട് ഒരുപക്ഷേ എനിക്ക് ഒന്നുംതന്നെ പ്രവർത്തിക്കാൻ കഴിയാതെ വന്നിരിക്കാം. പ്രകൃതിനിയമങ്ങൾ ഒരുവൻ പിൻതുടരുന്നതു കാരണമാണ് എന്നെ അയാൾ ദ്രോഹിക്കാൻ ഇടയായതെങ്കിലും അയാൾക്ക് മാപ്പ് കൊടുക്കാൻ എനിക്ക് കഴിയില്ല. നിങ്ങൾക്ക് പ്രകൃതിനിയമങ്ങളോടും ക്ഷമിക്കാൻ കഴിയില്ല. പ്രകൃതിനിയമങ്ങൾക്ക് അനുസരിച്ചാണ് അയാൾ നിങ്ങളെ ദ്രോഹിച്ചതെങ്കിലും, ആ ദ്രോഹം ഒരു അവഹേളനമായതുകൊണ്ട് നിങ്ങൾക്ക് അയാളോട് പൊറുക്കാനും അയാളെ മറക്കാനും കഴിയില്ല. ഒടുവിൽ മഹാമനസ്കത പ്രകടിപ്പിക്കാനൊന്നും തയാറാകാതെ അവഹേളത്തിനു പ്രതികാരം ചെയ്യാൻ ഞാൻ ആഗ്രഹിച്ചാൽ കൂടി, എന്റെ മനസിനെ അതിനുസജ്ജമാക്കാൻ കഴിയാതെ വരുന്നതുകൊണ്ട്, എനിക്ക് ഒരാളോടും ഒരു കാര്യത്തിനും പ്രതികാരം നടപ്പാക്കാൻ കഴിയാത്ത അവസ്ഥയാണ്. എന്തുകൊണ്ട്? ഇതിനെപ്പറ്റി ഒന്നുരണ്ടു വാക്ക് പ്രത്യേകം പറയാൻ ഞാൻ ആഗ്രഹിക്കുന്നു.

മൂന്ന്

ഉദാഹരണമായി സ്വന്തം തെറ്റുകളോട് പ്രതികാരം ചെയ്ത് സ്വയം നിലനിൽക്കാൻ കഴിയുന്ന മനുഷ്യരുടെ കാര്യമെടുക്കാം. എങ്ങനെയാണ് അവർക്ക് അതിനു കഴിയുന്നത്? ജീവിതത്തിൽ മറ്റൊരു വികാരവും ഇല്ലാത്തതുപോലെ പ്രതികാരത്തിനുള്ള ആഗ്രഹം അവരെ കീഴ്പ്പെടുത്തിയിരിക്കും. അങ്ങനെയുള്ള ഒരു മനുഷ്യൻ കൊമ്പുതാഴ്ത്തി കുത്താൻ വരുന്ന ഒരു ഭ്രാന്തൻ കാളയെപ്പോലെ അയാളുടെ ലക്ഷ്യത്തിലേക്ക് പാഞ്ഞടുക്കും. എങ്ങനെയെങ്കിലും അയാളെ തടയണമെന്നുണ്ടെങ്കിൽ അതിന് ഒരു കരിങ്കൽഭിത്തിതന്നെ വേണ്ടിവരും (അത്തരം മനുഷ്യർ ഒരു മതിൽ കാണുമ്പോൾ സത്യത്തിൽ അത് ഉപേക്ഷിച്ചുപോകും. അവർക്ക് ഒരു മതിൽ നമുക്കുതോന്നുംപോലെ ഒരു വെല്ലുവിളിയല്ല. ഉദാഹരണമായി ചിന്തിക്കുന്നതുകൊണ്ട് പ്രവർത്തനത്തിൽ ഏർപ്പെടാത്തവർക്ക്, ഈ ഒഴിഞ്ഞുമാറൽ പൊറുക്കാവുന്നതല്ല. നമ്മളെപ്പോലെയുള്ളവർ ഈ ഒഴിഞ്ഞുമാറലിൽ വിശ്വസിക്കുന്നില്ലെങ്കിൽപ്പോലും, നമുക്ക് ഇത് സന്തോഷം തരുന്ന ഒരു ക്ഷമാപണത്തിനു തുല്യമായ പ്രവർത്തിക്കാതിരിക്കാനുള്ള ഒരു ഒഴിവുകഴിവായിരിക്കും. അവർ അങ്ങനെയല്ല. അവർ ആത്മാർഥമായിത്തന്നെ മതിലിനെ ഉപേക്ഷിക്കുകയാണ്. അവരെ സംബന്ധിച്ചിടത്തോളം ഒരുമതിൽ നിർണായകവും അന്തിമവും ഒരുപക്ഷേ അതിലുപരി നിഗൂഢവുമായ ശാന്തതയുടെ പ്രതീകമാണ്....... മതിലിന്റെ കാര്യങ്ങളിലേക്ക് ഞാൻ പിന്നീട് വരാം). അതവിടെ നിൽക്കട്ടെ. എന്തുതരം സ്വാഭാവിക പ്രവർത്തനങ്ങൾ നടത്തുന്ന മനുഷ്യനാണ് ഒരു യഥാർഥ

മനുഷ്യൻ. സ്നേഹത്തോടെ ഈ ഭൂമിയിൽ അവനു ജന്മംകൊടുത്ത പ്രകൃതിമാതാവ് അവൻ എങ്ങനെയായിരിക്കണമെന്നാണ് ആഗ്രഹിക്കുന്നത്? അത്തരം മനുഷ്യരോടെല്ലാം എനിക്ക് അസൂയയാണ്. അവർ മഠയന്മാരാണെന്ന കാര്യം ഞാൻ നിഷേധിക്കുന്നില്ല. ഒരുപക്ഷേ ഒരു സാധാരണ മനുഷ്യൻ മഠയനായിരിക്കണമെന്ന് എനിക്കുതോന്നുന്നു. നമുക്ക് അത് ശരിക്കും അറിയില്ല എന്നത് ഒരുപക്ഷേ ഒരു നല്ലകാര്യം തന്നെയായിരിക്കാനിടയുണ്ട്. എന്റെ ഈ സംശയം സത്യമാണ്. എന്റെ ശരിയായ വിശ്വാസം തന്നെയാണത്. മനുഷ്യന്റെ വൈപരീത്യങ്ങൾ പരിശോധിച്ചാൽ പ്രകൃതിയുടെ ഗർഭപാത്രത്തിൽ നിന്നും ഉത്ഭവിക്കാത്ത മനുഷ്യൻ ഉയർന്ന അറിവുകളുടെ ഉടമയാണെന്നുകാണാം. അയാൾ ഒരു ടെസ്റ്റ് ട്യൂബിൽനിന്നും ആവിർഭവിച്ചവനായിരിക്കാം (ഇത് ഏറെക്കുറെ നിഗൂഢമാണ്. പക്ഷേ ഞാൻ അവിശ്വസിക്കുന്ന കാര്യങ്ങളിൽ ഒന്നാണത്). ഒരു ടെസ്റ്റ്ട്യൂബ് മനുഷ്യൻ സ്വന്തം വൈപരീത്യങ്ങളുമായി ഏറ്റുമുട്ടുമ്പോൾ അയാൾ എല്ലാം ഉപേക്ഷിച്ചിട്ട് തന്റെ മൂർച്ചകൂടിയ ബോധതലത്തിൽനിന്ന് സത്യസന്ധമായി തന്നിലേക്കുതന്നെ നോക്കിയെന്നുവരാം. ഒരു മനുഷ്യനെന്നപോലെയല്ലാതെ വളരെയധികം വിവരമുള്ള ഒരു ചുണ്ടെലിയെപ്പോലെയായിരിക്കാം അയാൾ അപ്പോൾ സ്വയം പരിശോധിക്കുന്നത്. വളരെയധികം വിവരം ഉള്ള ഒരു ചുണ്ടെലി എങ്കിലും ഒരു ചുണ്ടെലി ചുണ്ടെലിതന്നെയാണ്. മനുഷ്യനല്ല.

ആരും ആവശ്യപ്പെടാതെതന്നെ അയാൾ സ്വമേധയാ ഒരു ചുണ്ടെലിയായാണ് തന്നെക്കാണുന്നത് എന്നുള്ളതാണ് വസ്തുത. പ്രധാനപ്പെട്ട കാര്യവും അതുതന്നെയാണ്. നമുക്ക് പ്രവർത്തനത്തിൽ ഏർപ്പെട്ടിരിക്കുന്ന ചുണ്ടെലിയെ ഒന്നു പരിശോധിക്കാം. ഉദാഹരണത്തിന് ആ ചുണ്ടെലിയും അവഹേളിക്കപ്പെട്ട അവസ്ഥയിലാണെന്നു സങ്കൽപ്പിക്കുക (എല്ലാ സമയത്തും അത് അവഹേളിക്കപ്പെട്ട അവസ്ഥയിലായിരിക്കും). അതുകൊണ്ട് ഒരുപക്ഷേ അതിന്റെ ഉള്ളിൽ കൂടുതൽ കോപം അടിഞ്ഞുകൂടിയിട്ടുണ്ടാകാം. അതിനെ ദ്രോഹിച്ചവന് അതേ നാണയത്തിൽത്തന്നെ തിരിച്ചുകൊടുക്കാനുള്ള ആഗ്രഹം അതിന്റെയുള്ളിൽ കൂടുതൽ ദുഷ്ടതയോടെ അതിനെ കാർന്നുതിന്നുന്നുണ്ടാകും......... അതിന്റെ ജന്മനാലുള്ള മണ്ടത്തരം കാരണം അതിന്റെ പ്രതികാരം നീതിയുക്തമാണെന്നു തന്നെ കണക്കാക്കാവുന്നതാണ്. പക്ഷേ ചുണ്ടെലി അതിന്റെ ഉയർന്ന വിവരം കാരണം പ്രതികാരത്തിൽ യാതൊരു നീതിയും ഇല്ലെന്നുപറഞ്ഞ് അത് തള്ളിക്കളയും. പക്ഷേ ഒടുവിൽ പ്രതികാരം നടക്കുന്നു. ഈ സമയം കൊണ്ട് നികൃഷ്ടനായ ചുണ്ടെലിയുടെ ഉള്ളിൽ ജന്മനാലുള്ള വൃത്തികേടുകൾക്കൊപ്പം ചോദ്യങ്ങളുടേയും സംശയങ്ങളുടേയും രൂപത്തിൽ മറ്റു പല വൃത്തികേടുകളും കൂടി കുന്നുകൂടിയിരിക്കും. കൂടാതെ തുടക്കത്തിലുള്ള പ്രശ്നങ്ങൾക്കൊപ്പം പരിഹരിക്കപ്പെടാത്ത മറ്റു പല പ്രശ്നങ്ങളുംകൂടി കുന്നുകൂടിയിട്ടുണ്ടാകും. ചുണ്ടെലിക്കു ചുറ്റുമായി അതിന്റെ

തന്നെ സംശയങ്ങളും അസ്വസ്ഥതകളും ചേർന്ന്, അതിന്റെ ആഗ്രഹത്തിന് അനുസൃതമല്ലാതെ രൂപംകൊള്ളുന്ന ഒരു വിനാശകരമായ അവസ്ഥയുടെ ദുർഗന്ധംവമിക്കുന്ന ഒരു ചതുപ്പുസ്ഥലം സൃഷ്ടിക്കപ്പെടുന്നു. ചുണ്ടെലിക്കു ചുറ്റും വിധികർത്താക്കളും മധ്യസ്ഥരുമായി കൂടിനിന്ന് ആർത്തുചിരിക്കുന്ന മനുഷ്യരുടെ തുപ്പലും ഒടുവിൽ ആ ചതുപ്പിലെ അഴുക്കിനൊപ്പം ചേരും. പുറത്തുപുരണ്ട അഴുക്കെല്ലാം കുലുക്കിക്കളഞ്ഞ് സ്വയം വിശ്വസിക്കാത്ത നാണക്കേടിന്റെ വെറുപ്പ് മുഖത്തുവരുത്തിക്കൊണ്ട്, സ്വന്തം മാളത്തിലേക്ക് നുഴഞ്ഞു കയറുകയല്ലാതെ തീർച്ചയായും മറ്റൊന്നുംതന്നെ ചുണ്ടെലിക്ക് അപ്പോൾ ചെയ്യാനില്ല. നമ്മുടെ അപമാനിതനും ഭയചകിതനും നിന്ദിതനുമായ ചുണ്ടെലി അതിന്റെ ദുർഗന്ധപൂരിതമായ മാളത്തിനുള്ളിലെ വിഷലിപ്തമായ ചുറ്റുപാടിനേക്കാൾ കൂടുതൽ അതിന്റെ ഉള്ളിൽ രൂപംകൊണ്ട നശിക്കാത്ത അവജ്ഞയിലായിരിക്കും അപ്പോൾ കൂടുതൽ ആഴത്തിൽ മുങ്ങിത്താഴ്ന്നുപോയിരിക്കുന്നത്. അവഹേളനത്തിന്റെ ഏറ്റവും നാണംകെട്ട ചെറിയ വിശദാംശങ്ങൾക്കൊപ്പം പകയുടെ പീഡനങ്ങൾ നിറഞ്ഞതും സ്വന്തം ഭാവനമൂലം കൂടുതൽ അസ്വസ്ഥമാക്കപ്പെടുകയും ചെയ്യുന്ന കൂടുതൽ നാണംകെട്ട വിശദാംശങ്ങൾകൂടി കൂട്ടിച്ചേർത്ത് വീണ്ടുംവീണ്ടും ആ ഓർമകൾ മനസിൽ തികട്ടിയെടുത്തുകൊണ്ട് ചുണ്ടെലി നാൽപ്പതുവർഷം അവിടെത്തന്നെ ഇരിക്കും. അതിന്റെ മനോരാജ്യങ്ങളെപ്പറ്റി അതിന് നാണക്കേട് തോന്നുന്നുണ്ടാവും. എങ്കിലും ഒരിക്കലും സംഭവിച്ചിട്ടില്ലാത്ത സംഭവങ്ങൾ കണ്ടുപിടിച്ച്, അവയ്ക്കൊന്നും മാപ്പുകൊടുക്കാത്ത തന്റെ മനോഭാവങ്ങളെ മനസിലിട്ടുരുട്ടിക്കൊണ്ട് എപ്പോഴും ആ ഓർമകളിൽ മുഴുകി അത് കഴിഞ്ഞുകൂടും. പ്രതികാരത്തിനുള്ള സ്വന്തം അവകാശത്തിലും അതിന്റെ വിജയത്തിലും ചുണ്ടെലിക്ക് വിശ്വാസമില്ലെങ്കിലും അത് തന്റെ പ്രതികാരം ചെറിയതോതിൽ അൽപ്പാൽപ്പമായി ആരംഭിക്കും. താൻ പ്രതികാരം ചെയ്യാൻ ശ്രമിക്കുന്നവരിൽ നിന്നും നൂറുമടങ്ങ് ഉപദ്രവം തനിക്കുണ്ടാകുമെന്ന് അതിന് മുൻകൂട്ടിത്തന്നെ അറിയാം. ചുണ്ടെലി അതിന്റെ മരണശയ്യയിൽ ഈ കാര്യങ്ങൾ എല്ലാം, കൂട്ടുപലിശയുംകൂട്ടി, വീണ്ടും വീണ്ടും ഓർക്കും. പക്ഷേ പകുതിനിരാശയും പകുതി പ്രതീക്ഷയും നിറഞ്ഞ ഈ തണുത്ത അനുഭവം, വിദ്വേഷത്തോടെ നാൽപ്പതുവർഷക്കാലം ഒരുവൻ അറിഞ്ഞുകൊണ്ട് സ്വയം കുഴിച്ചുമൂടപ്പെടുന്ന അവസ്ഥ, നന്നായി മനസിലാക്കിക്കഴിഞ്ഞിട്ടും ഈ സാഹചര്യത്തിൽനിന്നും രക്ഷപ്പെടാൻ കഴിയാത്തതരത്തിലുള്ള അവിശ്വസനീയമായ ശക്തിഹീനത, നെഞ്ചിൽ അടിഞ്ഞുകൂടുന്ന വിഷലിപ്തമായ അതൃപ്തമോഹങ്ങൾ, ഇവയെല്ലാം ചേർന്ന് സൃഷ്ടിക്കുന്ന രോഗഗ്രസ്ഥമായ മനോഭാവങ്ങൾ, കാലാകാലങ്ങൾക്കുവേണ്ടി എടുത്തിട്ടും മിനുട്ടുകൾക്കകംതന്നെ പശ്ചാത്താപത്തിന് ഇടവരുത്തുന്ന തീരുമാനങ്ങൾ, ഇവയൊക്കെത്തന്നെയാണ് ഞാൻ മുൻപ് പറഞ്ഞ ആഹ്ലാദത്തെ സൃഷ്ടിക്കുകയും വളർത്തുകയും ചെയ്യു

ന്നത്. ഇത് അത്യന്തം നിഗൂഢമാണ്. ബോധമനസിന് പലപ്പോഴും ഇതി നെപ്പറ്റി ഒട്ടുംതന്നെ അറിവ് ഉണ്ടായിരിക്കുകയില്ല. കുറേ ആളുകൾക്ക് അല്ലെങ്കിൽ സുദൃഢമായ നാഡീവ്യൂഹം ഉള്ളവർക്ക് ഇതിനെ സംബ ന്ധിക്കുന്ന ഒരുകാര്യവും മനസിലാവില്ല. നിങ്ങൾക്ക് ഒരു ഇളിച്ച ചിരി യോടെ വേണമെങ്കിൽ ഇങ്ങനെ പറയാം. "ഒരുപക്ഷേ മുഖത്ത് അടികി ട്ടാത്ത ഒരുവനും ഇതു മനസിലാക്കാൻ കഴിഞ്ഞെന്നു വരില്ല." അങ്ങനെ ഒരുപക്ഷേ എനിക്ക് എന്നെങ്കിലും മുഖത്ത് ഒരു അടി കിട്ടിയിരിക്കാൻ സാധ്യതയുണ്ടെന്നും, സ്വന്തം ജീവിതപരിചയത്തിൽ നിന്നാണ് ഞാൻ സംസാരിക്കുന്നതെന്നും നിങ്ങൾക്ക് വിനയപൂർവം സൂചിപ്പിക്കാവുന്ന താണ്. അതുതന്നെയാണ് നിങ്ങൾ ഇപ്പോൾ ആലോചിക്കുന്നതെന്ന് പന്തയംവയ്ക്കാൻ ഞാൻ തയാറാണ്. പക്ഷേ അധികം ആലോചിച്ച് വിഷ മിക്കേണ്ട. എനിക്ക് അടി കിട്ടിയിട്ടില്ല. അതുസംബന്ധിച്ച് നിങ്ങൾ എന്തു തന്നെ വിചാരിച്ചാലും എനിക്ക് ഒരു വ്യത്യാസവും വരുന്നില്ല. ഒരുപക്ഷേ ഞാൻ സ്വയം വളരെക്കുറച്ച് അടിപിടികളേ കൈകാര്യം ചെയ്തിട്ടുള്ളൂ. അതിൽ എനിക്ക് ഇപ്പോൾ ചെറിയ വിഷമം തോന്നുന്നുണ്ട്. അതുമതി. ഈ കാര്യത്തെപ്പറ്റി ഇനിയും ഒരു വാക്കുകൂടി പറഞ്ഞാൽ നിങ്ങൾക്ക് അതിൽ അമിത താൽപ്പര്യം വന്നുപോകും.

ഞാൻ ആനന്ദം വ്യക്തമായി മനസിലാക്കാൻ കഴിയാത്ത തരത്തിൽ ശക്തമായ നാഡീവ്യൂഹം ഉള്ളവരെപ്പറ്റി പറയാം. ഈ മാന്യന്മാർക്ക് ധാരാളം അംഗീകാരങ്ങൾ ലഭിക്കാനുള്ള കാരണമായി ഞാൻ വിശ്വസി ക്കുന്നത്, അത് അവരുടെ തൊണ്ടയെടുത്ത്, കാളകളെപ്പോലെ മുക്രയി ടാനുള്ള കഴിവിനെയാണ്. അവർ അങ്ങനെ മുക്രയിടുമെങ്കിലും ഞാൻ നേരത്തേ പറഞ്ഞതുപോലെ ചില സന്ദർഭങ്ങളിൽ അസാധ്യമായ ഒന്നിനെ അഭിമുഖീകരിക്കേണ്ടിവരുമ്പോൾ അവർ പെട്ടെന്നുതന്നെ ശാന്തരാകും. ഈ അസാധ്യത ഒരു കരിങ്കൽ ഭിത്തിയാണ്. ഒരു കരിങ്കൽഭിത്തികൊണ്ട് നിങ്ങൾ എന്താ ഉദ്ദേശിക്കുന്നത്. തീർച്ചയായും പ്രകൃതിനിയമങ്ങൾ അല്ലെ ങ്കിൽ പ്രകൃതിശാസ്ത്രത്തിന്റെയും ഗണിതശാസ്ത്രത്തിന്റെയും അന്തി മതീരുമാനങ്ങൾ തന്നെയാണത്. ഉദാഹരണമായി ഒരു വാലില്ലാക്കുരങ്ങ നിൽനിന്നാണ് നിങ്ങളുടെ വംശപരമ്പര തുടങ്ങുന്നതെന്ന് തെളിയിക്ക പ്പെട്ടു കഴിഞ്ഞാൽ, അതിനെതിരെ മുഖം ചുളിക്കുന്നതിൽ ഒരു അർഥവും ഇല്ല. അതൊരു സത്യമായി നിങ്ങൾ അംഗീകരിക്കുകയാണ് വേണ്ടത്. നിങ്ങളുടെ സഹജീവികളുടെ നൂറായിരം ഔൺസ് ഇറച്ചിയേക്കാൾ നിങ്ങൾക്ക് പ്രിയപ്പെട്ടത് നിങ്ങളുടെ തന്നെ അര ഔൺസ് ഇറച്ചിയാ ണെന്ന് തെളിഞ്ഞുകഴിഞ്ഞാൽ, അതോടെ എല്ലാ സൽപ്രവൃത്തികളു ടേയും ചുമതലകളുടേയും ചിത്തഭ്രമങ്ങളുടേയും മുൻവിധികളുടേയും നിരാകരണം സംഭവിച്ചുകഴിഞ്ഞിരിക്കുന്നു. പിന്നീട് അതിൽ കൂടുതലായി ഒന്നും ചെയ്യാനില്ല. അതുകൊണ്ട് അതെല്ലാം അതുപോലെതന്നെ അംഗീ കരിക്കുക. എന്തുകൊണ്ടെന്നാൽ ഈരണ്ട് എന്നത് ഗണിതശാസ്ത്രമാണ്. വേണമെങ്കിൽ ഒന്ന് തർക്കിച്ചുനോക്ക്!

അവർ പറയും "ക്ഷമിക്കണം, നിങ്ങൾക്ക് അത് തിരുത്താൻ കഴിയുകയില്ല. ഈരണ്ട് നാലുതന്നെയാണ്." പ്രകൃതി നിങ്ങളോട് അത് അങ്ങനെയായിരിക്കണമെന്ന് ആവശ്യപ്പെട്ടിട്ടില്ല. നിങ്ങളുടെ ആഗ്രഹങ്ങളെപ്പറ്റിയും നിങ്ങൾ പ്രകൃതി നിയമങ്ങളെ ഇഷ്ടപ്പെടുന്നുണ്ടോ എന്നതിനെപ്പറ്റിയും അവൾക്ക് യാതൊരു ഉൽക്കണ്ഠയുമില്ല. പ്രകൃതിയേയും അവളുടെ മറുപടികളേയും അതുപോലെതന്നെ സ്വീകരിക്കാൻ മാത്രമേ നിങ്ങൾക്കു കഴിയുകയുള്ളൂ. ഞാൻ പറയാൻ ഉദ്ദേശിച്ചത് ഒരു മതിൽ, ഒരു മതിൽ തന്നെയാണ് എന്നൊക്കെയുള്ള കാര്യങ്ങളാണ്. ചില കാരണങ്ങൾകൊണ്ട് എനിക്ക് ആ നിയമങ്ങളോ ഈരണ്ട് നാല് എന്നതുതന്നെയും ഇഷ്ടമല്ലാത്തതുകൊണ്ട്, ഗണിതശാസ്ത്രത്തിന്റെയും പ്രകൃതിയുടെയും നിയമങ്ങൾക്ക് എന്റെയടുത്ത് ഏതെങ്കിലും കാര്യമുണ്ടോ? ഞാൻ ശരിക്കും ശക്തനാണെങ്കിൽ ആ മതിൽ തലകൊണ്ട് ഇടിച്ചുപൊളിച്ച് കടന്നുപോകില്ലേ? പക്ഷേ എന്റെ ശക്തിയില്ലായ്മകൊണ്ട്, പൊളിച്ചു കടക്കാൻ പറ്റാത്ത ഒരു കരിങ്കൽഭിത്തിയായി അത് മാറിയെങ്കിലും, ഞാൻ ഒരിക്കലും അതിനോട് അനുരഞ്ജനത്തിൽ ഏർപ്പെടുകയില്ല.

ഈരണ്ട് നാലായതുകൊണ്ടുമാത്രം ഒരു കരിങ്കൽഭിത്തി സമാധാനത്തിന്റെ സന്ദേശം വഹിക്കുകയോ, ശരിയായ സാന്ത്വനം നൽകുന്ന ഒരു സ്വാധീനമായി മാറുകയോ ചെയ്യുന്നുണ്ടോ? ആ ചിന്ത തീർത്തും യുക്തിഹീനമാണ്. എല്ലാം മനസിലാക്കുന്നതിലാണ് കാര്യം. എല്ലാംതിരിച്ചറിയണം. ഓരോ അസാധ്യതയും ഓരോ കരിങ്കൽമതിലും തിരിച്ചറിയണം. ഏതെങ്കിലും ഒരു അസാധ്യതയുമായോ കരിങ്കൽമതിലുമായോ നിങ്ങൾക്ക് അനുരഞ്ജനത്തിനുവേണ്ടിയുള്ള ഒരു മനംപുരട്ടൽ തോന്നിയാൽപ്പോലും നിങ്ങൾ ഒരിക്കലും അതിന് തയാറാകരുത്. ഏറ്റവും കൃത്യവും യുക്തിസഹവുമായ അനുമാനങ്ങളിലൂടെ, ഒരിക്കൽപ്പോലും നിങ്ങളെ ഒരു തരത്തിലും കുറ്റപ്പെടുത്താനുള്ള കാര്യങ്ങൾ ഇല്ലെന്ന് വ്യക്തമാണെങ്കിലും, കരിങ്കൽമതിലിന് കാരണക്കാരൻ നിങ്ങൾതന്നെയാണ് എന്ന അറപ്പുള്ളവാക്കുന്ന നിഗമനത്തിൽ നിങ്ങൾ എത്തിച്ചേരും. ഇതിന്റെയെല്ലാം ഫലമായി നിശ്ശബ്ദമായി ഷണ്ഡത്വം ബാധിച്ച്, കോപംമൂത്ത് പല്ലിറുമ്മിക്കൊണ്ട്, നിങ്ങൾക്ക് കോപിക്കാൻപോലും ഒരാൾ ഇല്ലെന്ന തിരിച്ചറിവോടെ, കോപിക്കാൻ പറ്റിയ ഒരു വസ്തുവിനെ കണ്ടെത്താൻ കഴിയില്ലെന്ന് അറിഞ്ഞുകൊണ്ട്, ഭാവിയിലും അതിനെ കണ്ടെത്താൻ പോകുന്നില്ലെന്ന് മനസിലാക്കിക്കൊണ്ട്, ഇതെല്ലാംതന്നെ മിഥ്യയാണെന്നും ഇത് വെറും ഇന്ദ്രജാലമാണെന്നും അതിസൂക്ഷ്മമായ ഒരു ശീലമാണെന്നും ഇതിൽ ആകെയുള്ളത് ഒരു കുഴഞ്ഞുമറിഞ്ഞ അവസ്ഥാവിശേഷം മാത്രമാണെന്നും, ആർക്കുംതന്നെ അത് എന്താണെന്നും ഏതാണെന്നും അറിയില്ലെന്നുള്ളകാര്യം അറിഞ്ഞുകൊണ്ടും നിങ്ങൾ മദാലസമായ ആലസ്യത്തിൽ മുങ്ങിപ്പോകും. എന്നാൽ ഈ നിഗൂഢതകളും മിഥ്യാദർശനങ്ങളുംമൂലം നിങ്ങൾ അപ്പോഴെല്ലാം വേദനിക്കുന്നുണ്ടാകും. നിഗൂഢതകൾ വർധിക്കുന്നതിനൊപ്പം നിങ്ങളുടെ വേദനയും വർധിച്ചുകൊണ്ടിരിക്കും.

നാല്

ചിരിച്ചുകൊണ്ട് നിങ്ങൾ ആക്ഷേപിക്കും. “ഹ–ഹ–ഹാ! അതിനു ശേഷം നിങ്ങൾ പല്ലുവേദനയിൽപ്പോലും ആനന്ദം അന്വേഷിക്കുമായിരിക്കും.”

ഞാൻ മറുപടി പറയും “എന്തുകൊണ്ട് പാടില്ല. പല്ലുവേദനയിലും ആനന്ദം ഉണ്ട്.” ഒരിക്കൽ ഒരുമാസം മുഴുവൻ എനിക്ക് പല്ലുവേദനയായിരുന്നു. അതുകൊണ്ട് ഞാൻ സംസാരിക്കുന്നതെന്താണെന്ന് എനിക്ക് നന്നായി അറിയാം. ആളുകൾ നിശ്ശബ്ദരായി പല്ലുവേദന സഹിക്കാറില്ല. അവർ ഞരങ്ങും. പക്ഷേ ആ ഞരങ്ങൽ സത്യസന്ധമല്ല. അത് വിദ്വേഷം നിറഞ്ഞ ഞരങ്ങലാണ്. വിദ്വേഷമാണ് അവരുടെ ഞരങ്ങലിനു നിദാനം. ക്ലേശിക്കുന്നവന്റെ ആനന്ദത്തിന്റെ ആവിഷ്കാരമാണ് ആ ഞരങ്ങൽ. അയാൾക്ക് അത് ആസ്വദിക്കാൻ കഴിയാതെ വന്നാൽ അയാൾ അത് അവസാനിപ്പിക്കും. ഇത് ഒരു നല്ല ഉദാഹരണമായതുകൊണ്ട് ഞാൻ അത് വിശദീകരിക്കാം. എല്ലാ അർഥശൂന്യതകളുടേയും ആവിഷ്കാരമാണ് ഞരങ്ങൽ. അത് പ്രകൃതിനിയമമാണ്. തീർച്ചയായും നിങ്ങൾക്ക് അതിനോട് അങ്ങേയറ്റം വെറുപ്പ് തോന്നുന്നുണ്ടാകും. എന്തുതന്നെയായാലും നിങ്ങൾ ആ വേദന അനുഭവിക്കും. എന്നാൽ പ്രകൃതി ഇത് അറിയുന്നില്ല. ബോധമനസിന് അങ്ങേയറ്റം അപമാനകരമായിത്തോന്നുന്ന വേദനയുടെ അർഥശൂന്യമായ ആവിഷ്കാരമാണ് നിങ്ങളുടെ ആ ഞരങ്ങൽ. വേദന നിങ്ങളിൽ ആരും അടിച്ചേൽപ്പിച്ചതല്ലെങ്കിലും, നിങ്ങൾ വേദന അറിയുന്നു എന്നുള്ളതിന്റെ ഒരു പ്രകടനമാണ് ആ ഞരങ്ങൽ. നിങ്ങളുടെ പല്ലിന്റെ ദയയിലായിരിക്കും നിങ്ങളുടെ അറിവുകളുടെ സ്ഥാനം. പല്ലുകൾക്ക് ആ ബോധം ഉണ്ടെങ്കിൽ വേദനിക്കുന്ന ശീലം അത് അവസാനിപ്പിക്കും. അതിന് അങ്ങനെ ആഗ്രഹം തോന്നിയില്ലെങ്കിൽ മൂന്നുമാസത്തേക്ക് വേദനതുടരും. ഒടുവിൽ നിങ്ങൾ എതിർക്കാൻ ശ്രമിച്ചാൽ നിങ്ങളുടെ പിൻഭാഗത്ത് ചമ്മട്ടിക്കൊണ്ടുള്ള അടിവീഴും. അപ്പോൾ നിങ്ങളുടെ ഭിത്തിയിൽ കൂടുതൽ തലയിട്ട് ഇടിക്കുക മാത്രമായിരിക്കും നിങ്ങൾക്ക് സംതൃപ്തി തരുന്ന കാര്യം. ഈ തികഞ്ഞ അന്യായങ്ങളിൽ നിന്നാണ് ഒടുവിൽ ആനന്ദം ഉരുത്തിരിഞ്ഞ് വരുന്നത്. ചിലസമയങ്ങളിൽ പരമാനന്ദംവരെയായി മാറുന്ന ആനന്ദം. രണ്ടുമൂന്നു ദിവസമായി പല്ലുവേദനകൊണ്ടു കഷ്ടപ്പെടുന്ന പത്തൊൻപതാം നൂറ്റാണ്ടിലെ സംസ്കാരസമ്പന്നനായ ഒരു മനുഷ്യന്റെ ഞരങ്ങൽ കേൾക്കാൻ ഞാൻ നിങ്ങളെ ക്ഷണിക്കുന്നു. ആദ്യ ദിവസങ്ങളിൽനിന്നും അയാളുടെ ഞരങ്ങലിന് വ്യത്യാസം വന്നു തുടങ്ങിയിട്ടുണ്ട്. അതായത് അയാൾ ഇപ്പോൾ നാഗരികനല്ലാത്ത ഒരു നാട്ടിൻ പുറത്തുകാരനെപ്പോലെയല്ല ഞരങ്ങുന്നത്. യൂറോപ്യൻ സംസ്കാരത്തിന്റെ ബോധോദയങ്ങളുടെ സ്പർശനമേറ്റ ഒരുവനെപ്പോലെ, അല്ലെ

ങ്കിൽ ഇന്നത്തെക്കാലത്ത് ആളുകൾ പറയുന്നതുപോലെ മനുഷ്യരുടെ ഇടയിൽനിന്നും മണ്ണിൽനിന്നും വേരുകൾ മുറിച്ചുമാറ്റിയ ഒരുവനെപ്പോലെയാണ് അയാൾ ഞരങ്ങുന്നത്. അയാളുടെ ഞരങ്ങൽ അങ്ങനെ വിഷലിപ്തവും അരോചകവുമായി മാറി. രാത്രിപകലെന്നില്ലാതെ അതു തുടർന്നു. എങ്കിലും തന്റെ ഞരങ്ങൽകൊണ്ട് ഒരു ഗുണവും ഉണ്ടാകാൻ പോകുന്നില്ലെന്ന് അയാൾക്ക് നന്നായി അറിയാം. ഒരു കാര്യവുമില്ലാതെ അയാളെത്തന്നെയും മറ്റുള്ളവരേയും താൻ വേദനിപ്പിക്കുകയും ശുണ്ഠി പിടിപ്പിക്കുകയുമാണ് ചെയ്തുകൊണ്ടിരിക്കുന്നതെന്ന് മറ്റാരേക്കാളും അയാൾക്ക് ബോധമുണ്ട്. അയാൾ ആർക്കുവേണ്ടിയാണോ ഈ പ്രകടനം നടത്തുന്നത് അവരെല്ലാവരുംതന്നെ അയാളുടെ വീട്ടുകാർ ഉൾപ്പെടെ തന്റെ ഞരങ്ങൽകേട്ട് മടുത്തിരിക്കുകയാണെന്ന് അയാൾ വ്യക്തമായി തിരിച്ചറിയുന്നുണ്ട്. അയാൾ പറയുന്ന ഒരുവാക്കുപോലും അവർ വിശ്വസിക്കുന്നില്ല. വിദ്വേഷത്തിലും വെറുപ്പിലും സ്വയം ആസക്തനാവാതെ കുറേക്കൂടി ലളിതമായ രീതിയിൽ അയാൾക്ക് ഞരങ്ങാൻ കഴിയുമെന്നും അവർക്ക് അറിവുണ്ട്. മനഃപൂർവമുള്ള ഈ നാണക്കേടാണ് ആനന്ദത്തിന്റെ ഉറവിടം. അയാൾ ഇങ്ങനെ പറയുന്നതായി തോന്നും.

'ഞാൻ നിങ്ങളെ ഉപദ്രവിക്കുകയാണ്. ഞാൻ നിങ്ങളുടെ വികാരങ്ങളെ ഛിന്നഭിന്നമാക്കുകയും വീട്ടിലുള്ളവരുടെയെല്ലാം ഉറക്കം തടസപ്പെടുത്തുകയും ചെയ്യുകയാണ്. ശരി അപ്പോൾ ഉറങ്ങാതിരിക്കുക. ഉറങ്ങാതിരിക്കുമ്പോൾ എപ്പോഴും നിങ്ങൾക്ക് എന്റെ പല്ലുവേദന അനുഭവിക്കാൻ കഴിയും. ഞാൻ മുൻകാലങ്ങളിൽ അറിയപ്പെടാൻ പരിശ്രമിച്ചിരുന്നതുപോലെ, നിങ്ങൾക്ക് ഞാൻ ഇപ്പോൾ ഒരുതരത്തിലും ഒരു നായകൻ അല്ല. ഒരു പ്രയോജനവുമില്ലാത്ത ഒന്നിനുംകൊള്ളാത്ത ഒരുവനായാണ് നിങ്ങൾ ഇപ്പോൾ എന്നെ കാണുന്നത്. ശരി. ഇപ്പോൾ നിങ്ങൾക്ക് എന്നിലൂടെ എന്നെ കാണാൻ കഴിയുന്നതിൽ എനിക്ക് സന്തോഷമുണ്ട്. എന്റെ അധമമായ ആവേശംനിറഞ്ഞ ആർത്തനാദം കേൾക്കാൻ നിങ്ങൾക്ക് താൽപ്പര്യമില്ലല്ലോ? ശരിയല്ലേ? അതിനെ നിങ്ങൾക്ക് വെറുക്കാം. ഇതിലും കൂടുതൽ വേദനാജനകമായ ഒരു പ്രകടനംകൊണ്ട് ഞാൻ നിങ്ങളെ സൽക്കരിക്കാം.' മാന്യന്മാർക്ക് മനസിലാകുന്നുണ്ടോ? മദാലസമായ ആ ആനന്ദത്തിന്റെ അകവും പുറവും മനസിലാകുന്നതിന് ഒരുവന് അവനവനെപ്പറ്റി ആഴത്തിലുള്ള അറിവ് ആവശ്യമാണ്. കൂടാതെ അയാൾക്ക് ഉന്നതമായ മാനസികാവസ്ഥയും ഉണ്ടായിരിക്കണം. നിങ്ങൾ ചിരിക്കുകയാണോ? എനിക്ക് സന്തോഷമായി. എന്റെ ഫലിതങ്ങൾ പരുക്കനും സമചിത്തത ഇല്ലാത്തതും മനസിലാക്കാൻ പ്രയാസമുള്ളതും മോശം അഭിരുചികൾ ധ്വനിപ്പിക്കുന്നതും ആത്മവിശ്വാസമില്ലായ്മ നിറഞ്ഞതുമാണ്. പക്ഷേ അത് ആത്മാഭിമാനത്തിന്റെ കുറവുകൊണ്ട് വരുന്നതാണെന്ന് നിങ്ങൾ മനസിലാക്കണം. ചിന്തിക്കുന്ന ഏതെങ്കിലും മനുഷ്യന് എന്തുകാരണം കൊണ്ടായാലും ആത്മാഭിമാനം ഉണ്ടാകാനിടയുണ്ടോ?

അഞ്ച്

ഇല്ല. അവനവന്റെ അധഃപതനത്തെ പറ്റിയുള്ള അറിവിൽ ആനന്ദം കണ്ടെത്താൻ ശ്രമിക്കുന്ന ഒരുവന് ആത്മാഭിമാനത്തിന്റെ കണികപോലും ഉണ്ടാവില്ല.

ഏതെങ്കിലും രീതിയിൽ പശ്ചാത്താപം അഭിനയിക്കുന്നതിന്റെ ഫലമാണ് ഇതെന്ന് ഞാൻ പറയുന്നില്ല. എനിക്ക് എന്തായാലും ഇങ്ങനെ പറയാൻ കഴിയില്ല. "പ്രിയപ്പെട്ട അച്ഛൻ എന്നോട് ക്ഷമിക്കണം. ഞാൻ ഇനിയും ഇത് ആവർത്തിക്കുകയില്ല." ഇതുപറയാൻ എനിക്ക് കഴിവില്ലാഞ്ഞിട്ടല്ല. എല്ലാ സന്ദർഭങ്ങളിലും ഇതുപറയാൻ ഒരുപക്ഷേ എനിക്ക് കൂടുതൽ കഴിവുതന്നെ ഉണ്ടായിരിക്കാം. ഞാൻ തികച്ചും നിരപരാധി ആയിരുന്ന സന്ദർഭങ്ങളിൽപ്പോലും, വിധിമൂലമായിരിക്കണം ഞാൻ ഈ വാക്കുകൾ പറഞ്ഞിട്ടുണ്ട്. അതാണ് അതിനെ സംബന്ധിച്ചുള്ള ഏറ്റവും ഹീനമായ കാര്യം. ഇത്തരം സന്ദർഭങ്ങളിൽ ഞാൻ വളരെ വികാരാധീനനായി കണ്ണുനീർ വാർക്കും. ഞാൻ അത് ബോധപൂർവം അഭിനയിക്കുകയായിരുന്നില്ലെങ്കിലും സത്യത്തിൽ ഞാൻ എന്നെത്തന്നെ വഞ്ചിക്കുകയായിരുന്നു. എന്റെ ഹൃദയം സ്വമേധയാ ശുദ്ധീകരണം നടത്തുകയാണെന്നു തോന്നി. ജീവിതത്തിൽ എല്ലാ സമയത്തും മറ്റെന്തിനേക്കാളും ഞാൻ പ്രകൃതിനിയമങ്ങളോട് നീരസം വച്ചുപുലർത്തിയിരുന്നു. എങ്കിലും മേൽപ്പറഞ്ഞകാര്യങ്ങളിൽ എനിക്ക് പ്രകൃതിനിയമങ്ങളെപ്പോലും കുറ്റപ്പെടുത്താൻ കഴിയില്ല. ഇതെല്ലാം ഓർക്കുന്നതുതന്നെ അപമാനകരമാണ്. നിശ്ചയമായും കുറച്ചു നിമിഷങ്ങൾക്കുശേഷം പ്രകൃതിവിരുദ്ധമായ അറപ്പുണ്ടാക്കുന്ന ഒരു കള്ളമായിരുന്നു അതെന്ന് ഞാൻ നിശ്ചയമായും ആലോചിക്കും. ഈ പശ്ചാത്താപവും വികാരപ്രകടനവും എല്ലാംതന്നെ കള്ളമായിരുന്നു എന്നാണ് ഞാൻ ഉദ്ദേശിച്ചത്. ഞാൻ സ്വയം പീഡിപ്പിക്കുന്നത് എന്തിനാണെന്ന് നിങ്ങൾ ചോദിച്ചോ? ഒന്നുംചെയ്യാതെ മടിപിടിച്ചുള്ള ഇരിപ്പ് അങ്ങേയറ്റം മടുപ്പിന് കാരണമാകും എന്നതാണ് അതിനുള്ള ഉത്തരം. അതുകൊണ്ട് ഞാൻ ഭ്രമകൽപ്പനകളെ താലോലിച്ചു. ഇത് പൂർണമായും സത്യമാണ്. നിങ്ങൾ നിങ്ങളെത്തന്നെ കഴിയുന്നത്ര അടുത്ത് പരിശോധിക്കുകയാണെങ്കിൽ ഈ സത്യം നിങ്ങൾക്കു ബോധ്യപ്പെടും. ഞാൻ സംഭവങ്ങൾ വിഭാവനം ചെയ്തു. ഏതുതരത്തിലും എനിക്കു ജീവിക്കാൻ കഴിയുന്ന ഒരു ജീവിതം ഞാൻ കണ്ടെത്തി. ഒരു കാരണവുംകൂടാതെ എത്രതവണ ഞാൻ പരിഭവം പ്രകടിപ്പിച്ചു. ഒരുവന് പരിഭവപ്പെടുന്നതിന് പ്രത്യേകിച്ച് കാരണങ്ങൾ ആവശ്യമില്ലെന്നും അയാൾ അതു വെറുതെ അഭിനയിക്കുകയാണന്ന് അയാൾക്കുതന്നെ അറിവുണ്ടെന്നുമുള്ളകാര്യം നിങ്ങൾക്കും അറിവുള്ളതാണ്. പക്ഷേ അതിലേക്കെല്ലാം കടന്നുചെല്ലുന്ന മനുഷ്യന് ഒടുവിൽ അവഹേളിക്കപ്പെട്ടതായ

തോന്നൽ ഉണ്ടാകും. ഈ രീതിയിൽ മറ്റുള്ളവരെ പറ്റിക്കാനുള്ള വാസന എനിക്ക് എന്റെ ജീവിതകാലം മുഴുവൻ ഉണ്ടായിരുന്നു. അങ്ങനെ ചെയ്തുചെയ്ത് എനിക്ക് എന്റെ മേലുള്ള എല്ലാ നിയന്ത്രണങ്ങളും നഷ്ടപ്പെട്ടു.

എനിക്ക് വെറുതെ പ്രേമിക്കാൻ തോന്നിയ ഒന്നോ രണ്ടോ സന്ദർഭങ്ങൾ ഉണ്ടായിട്ടുണ്ട്. മാന്യരേ! ഞാൻ ശരിക്കും അനുഭവിച്ചു എന്നതിന് നിങ്ങൾക്ക് ഉറപ്പുതരാം. എന്റെ മനസിന്റെ അടിത്തട്ടിലെ വിഷമങ്ങൾ എനിക്കുതന്നെ വിശ്വസിക്കാൻ കഴിഞ്ഞില്ല. എന്റെയുള്ളിൽ അവഹേളനത്തിന്റെ ചലനങ്ങൾ ഞാൻ അറിഞ്ഞു. അതേസമയംതന്നെ ഞാൻ സത്യസന്ധവും നിയതവുമായ വിഷമവും അനുഭവിക്കുന്നുണ്ടായിരുന്നു. എനിക്ക് അസൂയയായിരുന്നു. ഞാൻ കോപംകൊണ്ട് ജ്വലിച്ചു. ഇതെല്ലാം വിരസതയിൽ നിന്ന് ഉണ്ടായതാണെന്ന് മാന്യന്മാർ മനസിലാക്കണം. ഞാൻ മടുപ്പുകൊണ്ട് ചതഞ്ഞുടഞ്ഞുപോയി. എന്തുതന്നെയായാലും ഉന്നതമായ ബോധത്തിന്റെ യുക്തിയുക്തവും ഉടനടി ലഭിക്കുന്നതുമായ ഫലം ആലസ്യമാണല്ലൊ. അതായത് എല്ലാ പ്രവൃത്തികൾക്കും എതിരായുള്ള കരുതിക്കൂട്ടിയുള്ള നിഷേധം. ഇതു ഞാൻ മുൻപ് സൂചിപ്പിച്ചിട്ടുണ്ട്. ഞാനിപ്പോൾ അത് വീണ്ടുംവീണ്ടും ഊന്നിപ്പറയുന്നു. സ്വാഭാവികമായി പ്രവർത്തിക്കുന്ന മനുഷ്യരെല്ലാംന്നെ കർമോത്സുകരാകുന്നത് അവർ പരിമിതികളുള്ളവരും മണ്ടന്മാരും ആയതുകൊണ്ടാണ്. ഇത് ഇങ്ങനെ വിശദീകരിക്കാൻ കഴിയും? ഇങ്ങനെ പറയാം. അവർ സ്വന്തം പരിമിതികളുടെ പരിണതഫലമായി പ്രാഥമികകാര്യങ്ങൾക്കുപകരം രണ്ടാംതരം കാര്യങ്ങൾക്ക് പ്രാധാന്യം കൊടുക്കും. അതുകൊണ്ട് മറ്റുള്ളവരേക്കാൾ എളുപ്പത്തിൽ തങ്ങളുടെ പ്രവൃത്തികൾക്ക് അനിഷേധ്യമായ തലങ്ങൾ കണ്ടെത്തിയതായി അവർക്ക് ബോധ്യപ്പെടും. അവരുടെ മനസ്സ് സ്വസ്ഥമായിരിക്കും. അതാണു പ്രധാനകാര്യമെന്ന് നിങ്ങൾക്ക് അറിവുള്ളതാണ്. കർമനിരതനാവുന്നതിന് ഒരാൾക്ക് അവനവനെപ്പറ്റി നല്ല വിശ്വാസം ഉണ്ടായിരിക്കണം. എവിടെയും ഒരു സംശയവും അവശേഷിക്കാൻ പാടില്ല. പക്ഷേ ഉദാഹരണത്തിന് എനിക്ക് എന്നെപ്പറ്റി എന്തുവിശ്വാസമാണ് ഉള്ളത്? എനിക്ക് എന്തെങ്കിലും ഒരു നിലപാട് സ്വീകരിക്കാൻ കഴിയുന്ന തരത്തിലുള്ള പ്രാഥമികകാരണങ്ങൾ എന്തുണ്ട്? എന്റെ അടിസ്ഥാനം എവിടെയാണ്? എന്റെ അടിസ്ഥാനങ്ങൾ ഞാൻ എവിടെനിന്നാണ് സ്വീകരിക്കേണ്ടത്? ഞാൻ ആലോചന ശീലമാക്കിയിട്ടുണ്ട്. അതുകൊണ്ട് എന്റെ ഓരോ മൗലികമായ കാരണങ്ങളും അതിലും കൂടുതൽ മൗലികമായ കാരണങ്ങളെ ഉത്സാഹത്തോടെ വലിച്ചു പുറത്തുകൊണ്ടുവരും. അതുകൊണ്ട് അതിന് അവസാനമില്ല. സത്യത്തിൽ എല്ലാ ചിന്തകളുടേയും ആത്മബോധത്തിന്റേയും അടിസ്ഥാനം ഇതുതന്നെയാണ്. ഒരുപക്ഷേ ഇത് വീണ്ടും ഒരു പ്രകൃതിനിയമം തന്നെ ആയിരിക്കാം. ഒടുവിൽ എന്താണ് ഫലം? വീണ്ടും അതേകാര്യംതന്നെ. പ്രതികാരത്തെപ്പറ്റി ഞാൻ ഇപ്പോൾ

സംസാരിച്ചത് നിങ്ങൾ ഓർക്കുന്നുണ്ടോ? (നിങ്ങൾക്ക് ഒരുപക്ഷേ എന്നെ മനസിലാകുന്നുണ്ടാവില്ല). ഞാൻ പറഞ്ഞത് ഒരു മനുഷ്യൻ പ്രതികാരം ചെയ്യുന്നത് അയാൾ അതിൽ നീതി കാണുന്നതുകൊണ്ടാണ്. അതിന്റെ അർഥം അയാൾ അയാളുടെ മൗലികകാരണമായ നീതി കണ്ടെത്തിയിരിക്കുന്നു. അതുകൊണ്ട് ഏതുരീതിയിൽ ചിന്തിച്ചാലും അയാൾക്ക് ആശ്വാസം ലഭിച്ചു കഴിഞ്ഞു. അതിന്റെ ഫലമായി താൻ ആദരണീയവും നീതിപൂർവവുമായുള്ള ഒരു പ്രവൃത്തിയിൽ ഏർപ്പെടുകയാണെന്നുള്ള ഉറച്ചവിശ്വാസത്തോടെ അയാൾ ശാന്തവും വിജയകരവുമായ രീതിയിൽ തന്റെ പ്രതികാരം നിർവഹിക്കുന്നു. പക്ഷേ സത്യത്തിൽ അതിൽ എന്തെങ്കിലും നന്മയോ നീതിയോ എനിക്ക് കാണാൻ കഴിയുന്നില്ല. അതുകൊണ്ട് ഞാൻ എന്റെ പ്രതികാരം ചെയ്യുന്നത് വെറുപ്പ് തോന്നുന്നതുകൊണ്ടായിരിക്കണം. എന്റെ എല്ലാ സംശയങ്ങളേയും വെറുപ്പിന് മറികടക്കാൻ കഴിയും. വെറുപ്പുതന്നെ ഒരു കാരണമായതുകൊണ്ട്, മറ്റൊരു മൗലികകാരണത്തിനുപകരമുള്ള തികച്ചും വിജയകരമായ ഒരു ബദലായി വെറുപ്പിന് മാറാൻ കഴിയും. പക്ഷേ ഈ വെറുപ്പുകൂടി അനുഭവപ്പെടുന്നില്ലെങ്കിൽ എനിക്ക് പിന്നീട് എന്തുചെയ്യാൻ കഴിയും? (ഇവിടെനിന്നാണ് ഞാൻ അൽപ്പംമുൻപ് ആരംഭം ഇട്ടത്). അറിവിനെ സംബന്ധിക്കുന്ന നശിച്ച നിയമങ്ങൾ അനുസരിച്ച് എന്റെ കോപം രാസവിയോജനങ്ങളുടെ ഫലമാണ്. നിങ്ങൾ നോക്കിനിൽക്കുമ്പോൾ തന്നെ കോപത്തിന്റെ വിഷയം അന്തരീക്ഷത്തിൽ അപ്രത്യക്ഷമാകും. അതിന്റെ കാരണങ്ങൾ ആവിയായിപോകും. നിങ്ങളെ ഉപദ്രവിച്ചവനെ എവിടെയും കാണാൻ കഴിയില്ല. അവഹേളനം കുറ്റമല്ലാതാവുകയും പകരം വിധിയായി മാറുകയും ചെയ്യും. പ്രത്യേകിച്ച് ആരേയും കുറ്റപ്പെടുത്താൻ കഴിയാത്ത പല്ലുവേദനപോലെയാകും അതിന്റെ അവസ്ഥ. അതുകൊണ്ട് ഒരുവന്റെ തല കഴിയുന്നത്ര ശക്തിയിൽ കൽമതിലിൽ ഇടിക്കുക എന്ന ഒരേയൊരു പരിണതഫലം മാത്രമേ പിന്നീട് അവശേഷിക്കുന്നുള്ളൂ. ശരി. ഒരു മൗലികമായ കാരണം കണ്ടെത്താൻ കഴിയാത്തതുകൊണ്ട് നിങ്ങൾക്ക് അതു തള്ളിക്കളയാം. പക്ഷേ വികാരങ്ങൾക്കൊപ്പം കണ്ണടച്ച് സഞ്ചരിക്കുവാനുള്ള ശ്രമം നിങ്ങൾ നടത്തണം. നിങ്ങളുടെ കാരണം വെറുപ്പോ വഞ്ചനയോ എന്തുതന്നെ ആയിരുന്നാലും നിമിഷനേരത്തേക്ക് അതു മറന്നുകളയുക. അങ്ങേയറ്റം മറ്റന്നാൾ ആകുമ്പോഴേക്കും ബോധപൂർവമുള്ള ആത്മവഞ്ചനയെപ്പറ്റി നിങ്ങൾ അവജ്ഞയോടെ വീക്ഷിച്ചുതുടങ്ങും. ഇതിന്റെ ഫലം ഒരു സോപ്പുകുമിളയാണ്. ഒരു ആലസ്യം. മാന്യരേ, ഞാൻ എന്നെപ്പറ്റി ഒരു ബുദ്ധിമാനാണെന്നു വിചാരിക്കുന്നതിനുള്ള ഏകകാരണം, ജീവിതത്തിൽ ഒരിക്കൽപ്പോലും എനിക്ക് എന്തെങ്കിലും ആരംഭിക്കുവാനോ അവസാനിപ്പിക്കുവാനോ കഴിഞ്ഞിട്ടില്ല എന്നതാണ്. എല്ലാവരേയുംപോലെ ഞാനും നിഷ്പ്രയോജനമായ ചൊറിച്ചിലുണ്ടാക്കുന്ന ഒരു വെറും വായാടി ആയിരിക്കാം. പക്ഷേ ബുദ്ധിമാനായ ഓരോ മനുഷ്യ

ന്റെയും ശരിയായ ജോലി അർഥശൂന്യമായ സംസാരം അതായത് അറിഞ്ഞുകൊണ്ട് ശൂന്യതയെ പുറത്തേക്ക് ഒഴുക്കിക്കളയുക എന്നതുമാത്രമാണെങ്കിൽ ഒരുവന് എന്തു പ്രവൃത്തിയാണ് ചെയ്യാൻ കഴിയുക?

ആറ്

മടികൊണ്ട് മാത്രമാണ് ഞാൻ ഒന്നും പ്രവർത്തിക്കാതിരിക്കുന്നതെങ്കിൽ, ദൈവമേ! ഞാൻ എന്നെത്തന്നെ അപ്പോൾ എന്തുമാത്രം ബഹുമാനിക്കണം. എന്തെങ്കിലും ചിലത്, അതു മടിയാണെങ്കിൽപ്പോലും എന്റെയുള്ളിൽ ഉള്ളതിന് ഞാൻ തീർച്ചയായും എന്നെ ബഹുമാനിക്കണം. എന്തുതന്നെയായാലും ക്രിയാത്മകമായ ഒരുഗുണം എനിക്കുണ്ടെന്ന് ഉറപ്പാക്കാൻ കഴിയുന്നുണ്ടല്ലോ.

ചോദ്യം : അവൻ എന്താണ്?

ഉത്തരം : ഒരു മടിയനായ മനുഷ്യൻ.

എന്നോട് ആരെങ്കിലും ഇതുപറയുന്നത് വളരെ സന്തോഷമുള്ള കാര്യമാണ്. വസ്തുനിഷ്ഠമായി നിർവചിക്കുകയാണെങ്കിൽ എന്നെപ്പറ്റി മടിയൻ എന്നു പറയാൻ പാകത്തിൽ എന്നിൽത്തന്നെ എന്തോ ഉണ്ട് എന്നാണ് അതിന്റെ അർഥം. മടിയൻ ഒരു വിളിപ്പേര് ആണ്. യഥാർഥത്തിൽ അത് ഒരു തൊഴിലാണ്. ചിരിക്കരുത്, സത്യം അതാണ്. അപ്പോൾ സ്വന്തം ആത്മാഭിമാനത്തെ താലോലിക്കുക എന്നതിലുപരി മറ്റൊരു തൊഴിലും ഇല്ലാത്തവരുടെ സംഘത്തിൽച്ചേരാൻ അവകാശം ലഭിച്ചിട്ടുള്ള ഒരംഗമായി ഞാൻ മാറും. അഭിരുചികളുടെ വിധികർത്താവായിരുന്നതിൽ ജീവിതകാലം മുഴുവൻ അഹങ്കരിച്ചിരുന്ന ഒരു മാന്യനെ ഒരിക്കൽ എനിക്ക് പരിചയം ഉണ്ടായിരുന്നു. തന്റെ മാത്രം സ്പഷ്ടമായ യോഗ്യതയുടെ തെളിവായി അദ്ദേഹം ഈ ജോലിയെ കരുതിയിരുന്നു. ഒരിക്കലും അദ്ദേഹത്തിന് അദ്ദേഹത്തെപ്പറ്റി സംശയം ഉണ്ടായിരുന്നില്ല. വിജയിയുടെ മനസാക്ഷിയുമായി അയാൾ ജീവിച്ചു. വിജയിയുടെ മനഃസാക്ഷിയുമായി അയാൾ മരിച്ചു. അയാൾ ചെയ്തത് ശരിയായിരുന്നു. എന്റെ തൊഴിൽ ഞാൻ തന്നെയാണ് തെരഞ്ഞെടുക്കേണ്ടത്. ഞാൻ ഒരു മടിയനോ ശാപ്പാടുരാമനോ ആയിരിക്കാം. പക്ഷേ വെറും ശുദ്ധാത്മാവല്ല. ലോകത്തെ ഏറ്റവും നല്ലതും മഹനീയവുമായ എല്ലാകാര്യങ്ങളോടും ഞാൻ സഹതാപംഉള്ള ആളായിരിക്കാം. ഈ ആശയം നിങ്ങൾക്ക് ഇഷ്ടപ്പെട്ടോ? എന്റെ മനസിലൂടെ ഈ ആശയം പലപ്പോഴും കടന്നുപോയിട്ടുണ്ട്. ഈ നാൽപ്പതാംവയസിൽ ഏറ്റവും നല്ലതും മഹനീയവുമായ കാര്യങ്ങൾ എനിക്ക് തലവേദനയാണ്. പക്ഷേ അത് എനിക്കിപ്പോൾ നാൽപ്പത് ആയതുകൊണ്ടാണ്. പണ്ട് ഇതേകാര്യങ്ങൾക്ക് വ്യത്യാസം ഉണ്ടായിരുന്നിരിക്കാം. ഉടൻതന്നെ എനിക്കു പറ്റിയ ഒരു പ്രവർത്തനമേഖല ഞാൻ കണ്ടെത്തണമായിരുന്നു. ഉദാഹരണമായി ഏറ്റവും നല്ലതിനും മഹനീയമായ

തിനും വേണ്ടി എനിക്ക് മദ്യപിക്കാവുന്നതാണ്. ഒരു തുള്ളി കണ്ണുനീർ എന്റെ ഗ്ലാസിൽ വീഴ്ത്തിയതിനുശേഷം ഏറ്റവും നല്ലതും മഹനീയവുമായ കാര്യങ്ങളുടെ ബഹുമാനാർഥം ഗ്ലാസു കാലിയാക്കാൻ കിട്ടുന്ന എല്ലാ അവസരങ്ങളും ഞാൻ കൈക്കലാക്കണം. ഏറ്റവും വൃത്തികെട്ട അഴുക്കിൽനിന്ന് ഏറ്റവും ഉന്നതവും മഹനീയവുമായത് തേടിപ്പിടിക്കണം. ഒരു നനഞ്ഞ സ്പോഞ്ചുപോലെ ഞാൻ കണ്ണുനീരിൽ കുതിർന്നുപോയിരിക്കാം. ഉദാഹരണത്തിന് ഒരു കലാകാരൻ പീഡിപ്പിക്കപ്പെടുന്ന പ്രകൃതിയുടെ ചിത്രം വരയ്ക്കുന്നു. ഞാൻ ഏറ്റവും നല്ലതും മഹനീയവുമായ എന്തിനേയും സ്നേഹിക്കുന്നവനായതുകൊണ്ട് ഈ വൃത്തികെട്ട ചിത്രം വരച്ച ചിത്രകാരന്റെ ആരോഗ്യത്തിനുവേണ്ടി ഉടൻതന്നെ മദ്യം കഴിക്കുന്നു. ഒരു എഴുത്തുകാരൻ ഒരു 'ആസ് യൂ ലൈക്ക് ഇറ്റ്' എഴുതി. ഏറ്റവും നല്ലതും മഹനീയവുമായതിനെ ഞാൻ സ്നേഹിക്കുന്നതുകൊണ്ട്, അതിഷ്ടപ്പെട്ട എല്ലാവരുടേയും ആരോഗ്യത്തിനുവേണ്ടി ഞാൻ അപ്പോൾത്തന്നെ മദ്യം കഴിക്കുന്നു. പകരം സാമാന്യബഹുമാനം ഞാൻ ആവശ്യപ്പെടുന്നു. അതു തരാത്തവരെയെല്ലാം ഞാൻ ശപിക്കുന്നു. ഞാൻ സമാധാനത്തോടെ ജീവിച്ച് വിജയിയായി മരിക്കുന്നു. എത്ര അനിർവചനീയമായ ആനന്ദം. നിങ്ങൾക്ക് മനസിലാകുന്നുണ്ടല്ലോ? സമ്പൂർണമായ ആനന്ദം. അത്തരത്തിലുള്ളവരുടെ വിപുലമായ ഒരു സംഘം ഞാൻ രൂപീകരിക്കണം. പിന്നീട്, എന്റെ പ്രവർത്തനങ്ങളിലൂടെ പരമാധികാരം സ്ഫുരിക്കുന്ന രക്തവർണമുള്ള ഒരു മൂക്കിന് ഞാൻ ഉടമയായിക്കഴിഞ്ഞാൽ, എന്നെ കാണുന്നവരെല്ലാം ആശ്ചര്യപ്പെടും. 'അവനിപ്പോൾ എന്തൊക്കെയോ ആണ്. സംശയരഹിതമായും എന്തൊക്കെയോ സ്വന്തമായുള്ള ഒരുവൻ.' മാന്യന്മാരായ നിങ്ങൾക്ക് ഇഷ്ടമുള്ളതെന്തും പറയാം. നമ്മുടെ ഈ വിഫലമായ പ്രായത്തിൽ ഇത്തരം ആശ്ചര്യങ്ങൾ കേൾക്കുന്നത് ആനന്ദമാണ്.

ഏഴ്

പക്ഷേ അതെല്ലാംതന്നെ സ്വർണം പൂശിയ പകൽക്കിനാവുകൾ മാത്രമാണ്. ഒരു മനുഷ്യന് അവന്റെ യഥാർഥ വാസനകൾ മനസിലാവാത്തതുകൊണ്ടാണ് അവൻ തിന്മകൾ പ്രവർത്തിക്കുന്നതെന്നും, അവന്റെ ഉത്തമമായ താൽപ്പര്യങ്ങളുടെ നേർക്ക് കണ്ണുതുറന്നുപിടിച്ച് അവനെ അറിവുള്ളവനാക്കി മാറ്റിയാൽ, അപ്പോൾത്തന്നെ അവൻ തിന്മകളുടെ അന്ത്യം കുറിച്ച് നന്മനിറഞ്ഞവനും കുലീനനുമായി മാറുമെന്ന് ഈ ലോകത്തോട് ആദ്യം പറഞ്ഞത് ആരാണെന്ന് പറയാമോ? മനുഷ്യന് ബോധോദയം ഉണ്ടായി, തനിക്ക് പ്രയോജനപ്പെടാൻ പോകുന്നത് എന്താണെന്ന് അറിവുലഭിച്ചുകഴിയുമ്പോൾ, നന്മയിലാണ് തന്റെ താൽപ്പര്യങ്ങളുടെ ഉറവിടമെന്ന് അവന് തിരിച്ചറിയാൻ കഴിയും. ഒരു മനുഷ്യനും അവന്റെ ഉത്തമ

താൽപ്പര്യങ്ങൾക്ക് എതിരായി പ്രവർത്തിക്കാൻ കഴിയില്ലെന്നുള്ളതു കൊണ്ട് അവൻ അനിവാര്യമായും സൽപ്രവൃത്തികൾ ചെയ്തുതുടങ്ങും.

ഓ എന്തൊരു കൂത്ത്! എന്തുനിഷ്കളങ്കനാണിവൻ! കഴിഞ്ഞുപോയ ആയിരക്കണക്കിന് വർഷങ്ങളായി മനുഷ്യർ അവരുടെ സ്വന്തം താൽപ്പര്യങ്ങൾക്ക് അനുസൃതമായാണോ പൂർണമായും പ്രവർത്തിച്ചിട്ടുള്ളത്? അതായത് മനുഷ്യർ അവരുടെ താൽപ്പര്യങ്ങൾ എന്തെന്നുള്ള പൂർണമായ അറിവ് ലഭിച്ചതിനുശേഷവും, ആ താൽപ്പര്യങ്ങളെ പിന്നിലേക്കു തള്ളിമാറ്റി പകരം അപകടകരവും അനിശ്ചിതവുമായ മാർഗങ്ങൾ സ്വീകരിച്ചിട്ടുണ്ട്. ആരുടെയെങ്കിലും അല്ലെങ്കിൽ എന്തിന്റെയെങ്കിലും സമ്മർദത്തിനു വഴങ്ങിയല്ല അവർ അത്തരം മാർഗങ്ങൾ സ്വീകരിച്ചത്. മുൻകൂട്ടി തീരുമാനിച്ച പാതയിലൂടെ സഞ്ചരിക്കാൻ അവർക്ക് പ്രാഥമികമായും പൂർണമായും താൽപ്പര്യം ഇല്ലാത്തതുകൊണ്ടുമാത്രമാണ് അവർ അതു സ്വീകരിക്കാതിരുന്നത്. നിർബന്ധബുദ്ധിയോടെ മനപ്പൂർവം ഇരുട്ടുമൂടിയതും വഴിപിഴച്ചതും പ്രയാസകരവുമായ ഒരു വഴിയിലൂടെ അവർ യാത്ര തുടർന്നിരുന്നു എന്നതിന് സാക്ഷ്യംപറയുന്ന കോടിക്കണക്കിനുള്ള ആകസ്മികസംഭവങ്ങളെപ്പറ്റി എന്തുപറയാൻ കഴിയും? എന്തുതരം പ്രയോജനങ്ങളേക്കാളും അവനവന്റെ നിർബന്ധങ്ങളും ആത്മമോഹങ്ങളുമാണ് മനുഷ്യന് കൂടുതൽ അർഥവത്തായി തോന്നിയിരുന്നത് എന്ന സത്യമാണ് ഇതിൽനിന്ന് മനസിലാകുന്നത്.

പ്രയോജനം! എന്താണീ പ്രയോജനം? ഒരു മനുഷ്യന്റെ പ്രയോജനം കൃത്യമായി എവിടെയാണെന്ന് നിർവചിക്കുവാനുള്ള ജോലി സ്വീകരിക്കാൻ നിങ്ങൾ തയാറുണ്ടോ? ചില സംഭവങ്ങളിൽ അവനവന് നന്മയല്ല തിന്മവരുന്ന കാര്യങ്ങളും ഒരു മനുഷ്യന്റെ പ്രയോജനങ്ങളായി മാറുന്നത് എന്തുകൊണ്ടാണ്? അങ്ങനെ ആലോചിച്ചാൽ നിയമങ്ങൾ മുഴുവനും പൂർണമായും തകർത്തുകളയുന്ന സംഭവങ്ങളും വന്നുചേരാവുന്നതാണ്. അത്തരം സംഭവങ്ങൾ ഉണ്ടാവുന്നുണ്ടെന്ന് നിങ്ങൾ വിശ്വസിക്കുന്നുണ്ടോ? നിങ്ങൾ ചിരിക്കുന്നു. പക്ഷേ ഇതിന് ഉത്തരം പറയണം. മനുഷ്യന്റെ താൽപ്പര്യങ്ങൾ കൃത്യമായി നിർണയിക്കാൻ കഴിയുമോ? തരംതിരിക്കപ്പെടാത്ത ചില താൽപ്പര്യങ്ങൾ ഉണ്ടെന്നുമാത്രമല്ല തരംതിരിവുതന്നെ അസാധ്യമായ താൽപ്പര്യങ്ങളും ഉണ്ട്. ഞാൻ മനസിലാക്കിയിരിക്കുന്നത് നിങ്ങൾ സ്ഥിതിവിവരക്കണക്കുകളുടേയും ശാസ്ത്രീയസാമ്പത്തിക സൂത്രവാക്യങ്ങളുടേയും ശരാശരി കണക്കുകൂട്ടിയാണ് മനുഷ്യന്റെ സംതൃപ്തിയെ പറ്റിയുള്ള നിഗമനത്തിൽ എത്തിച്ചേരുന്നത്. സ്വത്ത്, സ്വാതന്ത്ര്യം, സുഖസൗകര്യം, ഐശ്വര്യം തുടങ്ങിയവ നല്ല കാര്യങ്ങളാണെന്ന് നിങ്ങൾ തിരിച്ചറിയുന്നു. നിങ്ങളുടെ അഭിപ്രായത്തിൽ ഈ പട്ടികയ്ക്ക് എതിരായി ചിന്തിക്കുന്ന മനുഷ്യൻ ഒരു വിജ്ഞാനവിരോധിയോ അല്ലെങ്കിൽ ഒരു പരിപൂർണഭ്രാന്തനോ ആയിരിക്കണം എന്നല്ലേ? എന്റെ അഭിപ്രായവും അതുതന്നെയാണ്.

പക്ഷേ ഇതിനിടയിൽ വളരെ കുഴഞ്ഞുമറിഞ്ഞ ഒരു സംഗതിയുണ്ട്. എല്ലാ സ്ഥിതിവിവര വിദഗ്ധരും മനുഷ്യസ്നേഹികളും ജീവിതത്തിലെ നല്ലകാര്യങ്ങളുടെ കണക്കെടുക്കുമ്പോൾ ഒരു പ്രത്യേകകാര്യം വിട്ടുപോയതിന് കാരണം എന്താണ്? എല്ലാ കണക്കുകൂട്ടലുകളും അതിനെ ആശ്രയിച്ചിരുന്നിട്ടും അവർ അക്കാര്യം കണക്കിലെടുത്തതേയില്ല. നല്ല കാര്യങ്ങളുടെ പട്ടികയിൽ ഇതുകൂടി ഉൾപ്പെടുത്തിയിരുന്നെങ്കിലും പ്രത്യേകിച്ച് കുഴപ്പം ഒന്നും സംഭവിക്കുകയില്ല. പക്ഷേ അതിനുള്ള തടസം ഇതാണ്. ഈ അജ്ഞാതമായ നല്ലകാര്യം ഒരു തരംതിരിക്കലിനോടൊപ്പവും യോജിക്കില്ല. നല്ല കാര്യങ്ങളുടെ ഒരു പട്ടികക്കൊപ്പവും ചേർത്തുവയ്ക്കാൻ കഴിയില്ല. ഉദാഹരണം പറയാം. എനിക്ക് ഒരു സുഹൃത്ത് ഉണ്ടായിരുന്നു. അയാൾ നിങ്ങളുടേയും സുഹൃത്താണ്. നിശ്ചയമായും സ്വന്തം സുഹൃത്തുക്കൾക്കിടയിൽ അയാളെ സുഹൃത്തായിക്കിട്ടാത്ത ആരും തന്നെ ഉണ്ടാവില്ല. അയാൾ എന്തെങ്കിലും ചെയ്യാൻ ഉദ്ദേശിക്കുമ്പോൾത്തന്നെ, സത്യത്തിന്റെയും ന്യായത്തിന്റെയും നിയമങ്ങൾക്ക് അനുസൃതമായി എങ്ങനെയാണ് പ്രവർത്തിക്കാൻ പോകുന്നതെന്ന് നിങ്ങളോട് സ്പഷ്ടമായി പദാനുപദം അയാൾ വിശദീകരിക്കും. മാനവരാശിയുടെ സത്യസന്ധവും സ്വാഭാവികവുമായ താൽപ്പര്യങ്ങളെപ്പറ്റി അത്യുത്സാഹത്തോടെ, അഭിനിവേശത്തോടെ അയാൾ സംസാരിക്കും. സ്വന്തം താൽപ്പര്യങ്ങളോ നന്മയുടെ യഥാർഥ അർഥമോ മനസിലാക്കാൻ കഴിയാത്ത, ദീർഘവീക്ഷണം ഇല്ലാത്ത വിഡ്ഢികളെ പുഛത്തോടെ അയാൾ കുറ്റപ്പെടുത്തും. പിന്നീട് അരമണിക്കൂറിനുശേഷം പുറത്തുനിന്നുള്ള ഒരു ബാഹ്യശക്തിയുടേയും ഇടപെടൽ ഇല്ലാതെതന്നെ, സ്വന്തം താൽപ്പര്യങ്ങളേക്കാൾ കൂടുതൽ ശക്തമായ ഏതോ ഉൾപ്രേരണകൊണ്ട് അയാൾ പറഞ്ഞിരുന്ന കാര്യങ്ങൾക്ക് കടകവിരുദ്ധമായ ഒരു പുതിയ പ്രവർത്തനപദ്ധതിയുമായി അയാൾ മുന്നേറാൻ തുടങ്ങും. ചുരുക്കത്തിൽ അയാളുടെ എല്ലാ നല്ല താൽപ്പര്യങ്ങൾക്കും ന്യായവാദങ്ങൾക്കും എതിരായ രീതിയിലാവും അയാളുടെ പ്രവർത്തനം. ഈ സുഹൃത്ത് ഒരു സാമാന്യവൽക്കരണം മാത്രമാണെന്ന് ഞാൻ നിങ്ങളെ ഓർമപ്പെടുത്തുന്നു. അതുകൊണ്ട് എല്ലാത്തിനും അയാളെമാത്രം കുറ്റപ്പെടുത്തുന്നത് ശരിയാവില്ല. സത്യത്തിൽ എല്ലാ മനുഷ്യരിലും അവനവന്റെ ഏറ്റവും നല്ല താൽപ്പര്യങ്ങളെക്കാൾ കൂടുതൽ താൽപ്പര്യമുള്ള എന്തോ മറ്റു ചില സംഗതികൾ നിലനിൽക്കുന്നുണ്ട് എന്നുള്ള ആശയത്തിനാണ് പ്രാധാന്യം. അല്ലെങ്കിൽ യുക്തിലംഘനം നടക്കാതിരിക്കാൻവേണ്ടി ഇങ്ങനെ പറയാം. ഏറ്റവും നന്മ നിറഞ്ഞ ഒരു കാര്യം ഇപ്പോൾ നമ്മൾ പറഞ്ഞുകൊണ്ടിരിക്കുന്ന പട്ടികകളിൽ നിന്ന് ഒഴിവാക്കപ്പെട്ടിരിക്കുന്നെങ്കിലും പട്ടികയ്ക്കുള്ളിൽ പറയുന്ന എല്ലാ നല്ല കാര്യങ്ങളേക്കാളും പ്രാധാന്യമുള്ള ഒരു കാര്യം നമ്മുടെ എല്ലാവരുടെ ഉള്ളിലും ഉണ്ട്. ഈ കാര്യത്തിനുവേണ്ടി നീതി, സമാധാനം, കുലീനത, ഐശ്വര്യം, ശാന്തത ഇവയ്ക്കെല്ലാം എതിരായി മാറാൻ മനുഷ്യൻ തയാ

റാണ്. ചുരുക്കിപ്പറഞ്ഞാൽ എല്ലാനിയമങ്ങൾക്കും എതിരായി മാറാൻ മനുഷ്യനുകഴിയും. മറ്റെന്തിനെക്കാളും പ്രിയപ്പെട്ടതും പ്രാഥമികവുമായ ഏറ്റവും വലിയ നന്മ ലഭിക്കുന്നതിനുവേണ്ടി, മറ്റു നന്മനിറഞ്ഞതും പ്രയോജനകരവുമായ കാര്യങ്ങൾ എല്ലാംതന്നെ ഉപേക്ഷിക്കാൻ തക്കതായ എന്തെങ്കിലും കാരണങ്ങൾ നിലനിൽക്കുന്നുണ്ടോ? ഈ ആശയമാണ് ഏറ്റവും പ്രാധാന്യമുള്ള കാര്യം.

നിങ്ങൾ തടസപ്പെടുത്തുന്നു. 'ശരി, എങ്കിലും അത് ഇപ്പോഴും നല്ല കാര്യമായി നിലനിൽക്കുന്നുണ്ടോ?' നിങ്ങളുടെ അനുമതിയോടെ ഞാൻ അത് കൂടുതൽ വിശദീകരിക്കാം. വാക്കുകളുടെ കളിയിലല്ല ആശയം നിലനിൽക്കുന്നത്. മാനവരാശിയുടെ സന്തോഷത്തിനുവേണ്ടി മനുഷ്യസ്നേഹികൾ നടത്തിയ പദ്ധതികളെയെല്ലാം നശിപ്പിച്ചുകൊണ്ട് നമ്മുടെ എല്ലാത്തരം തരംതിരിവുകളേയും അവതാളത്തിലാക്കിയതിലൂടെയാണ് ഈ നന്മയെ നമ്മൾ സൂക്ഷ്മമായി വേർതിരിച്ചറിയേണ്ടത്. ചുരുക്കത്തിൽ ഇത് എല്ലാ നല്ല കാര്യങ്ങളിലും ഇടപെടുന്നു. ഈ നല്ലകാര്യത്തിൽ ഒരു പേരു നൽകുന്നതിനു മുൻപ് വ്യക്തിപരമായി ഒരു ഒത്തുതീർപ്പിൽ എത്താൻ ഞാൻ ആഗ്രഹിക്കുന്നു. മനുഷ്യൻ അവന്റെ ഏറ്റവും നല്ല താൽപ്പര്യങ്ങൾ നേടിയെടുക്കുന്നതിനുവേണ്ടിയുള്ള ഒഴിച്ചുകൂടാൻ കഴിയാത്ത അധ്വാനത്തിനിടയിലും, അവന്റെ ഏറ്റവും നല്ല താൽപ്പര്യങ്ങളെപ്പറ്റി വിശദീകരിക്കുന്ന സിദ്ധാന്തങ്ങൾ അനുസരിച്ച് അവൻ പെട്ടെന്നു തന്നെ കുലീനനും നന്മനിറഞ്ഞവനും ആയി മാറിയിരിക്കും. എന്റെ അഭിപ്രായത്തിൽ ഈ സിദ്ധാന്തം ഒരു കള്ളന്യായമാണ്. മനുഷ്യന്റെ നല്ല താൽപ്പര്യങ്ങളുടെ പട്ടികകളിലൂടെ മനുഷ്യരാശിയെ മുഴുവൻ പുനരുജ്ജീവിപ്പിക്കുവാനുള്ള സിദ്ധാന്തങ്ങളെ നിലനിർത്തുവാനുള്ള ശ്രമവും എന്റെ അഭിപ്രായത്തിൽ ഒരുതരം കള്ളന്യായമാണ്. സംസ്കാരം മനുഷ്യനെ കൂടുതൽ സൗമ്യനാക്കും. അങ്ങനെ യുദ്ധങ്ങൾക്ക് അടിമപ്പെടുന്ന അവന്റെ ശീലം കുറയും. അതുകൊണ്ട് അവന്റെ രക്തദാഹം കുറയും എന്ന് തറപ്പിച്ച് പറയാൻ കഴിയും. അതുതന്നെയായിരിക്കണം അതിന്റെ ഫലമെന്ന് യുക്തിയുക്തമായി ചിന്തിച്ചാൽ തോന്നാൻ ഇടയുണ്ട്. പക്ഷേ മനുഷ്യൻ അവന്റെ ന്യായവാദത്തെ ന്യായീകരിക്കാൻവേണ്ടി, അറിഞ്ഞുകൊണ്ടുതന്നെ സത്യത്തെ വളച്ചൊടിക്കാൻ തയാറാണ്. അതുകൊണ്ടാണ് ഞാൻ ഇത് ഉദാഹരണമായി എടുത്തത്. വളരെ വ്യക്തതയുള്ള ഒരു ഉദാഹരണമാണിത്. നിങ്ങൾ ചുറ്റും ഒന്നു കണ്ണോടിച്ചാൽ സന്തോഷത്തിന്റെ ഷാംപെയിൻ ആണെന്നമട്ടിൽ രക്തം കുത്തിയൊഴുകുന്നതു കാണാം. നമ്മുടെ പത്തൊൻപതാം നൂറ്റാണ്ട്. ഇത് ബക്കിളിന്റെ നൂറ്റാണ്ടുകൂടിയായിരുന്നു. നിങ്ങളുടെ നെപ്പോളിയൻ അവിടെയുണ്ട്. മഹാനായ നെപ്പോളിയനും ഇന്നത്തെ നെപ്പോളിയനും രണ്ടും അവിടെയുണ്ട്. നിങ്ങളുടെ വടക്കേഅമേരിക്ക അവിടെയുണ്ട്. ഏറ്റവും ഒടുവിലായി നിങ്ങളുടെ അവലക്ഷണംപിടിച്ച ഷെഡ്വിഗ് ഹോസ്റ്റിനും അവിടെയുണ്ട്. സംസ്കാ

രത്തിന് അവരുടെ മുകളിൽ എന്തു സൗമ്യതയാണ് വരുത്താൻ കഴിഞ്ഞത്. വൈകാരികതയോട് പലവശങ്ങളുള്ള ഒരു സംവേദനക്ഷമത സംസ്കാരംമൂലം മനുഷ്യന്റെയുള്ളിൽ രൂപപ്പെടും. അതിൽ കൂടുതലായി ഒന്നുംതന്നെ സംഭവിക്കുന്നില്ല. പല തരത്തിലുള്ള പുരോഗതിയുടെ ഫലമായി മനുഷ്യൻ ഒരുപക്ഷേ രക്തം കാണുമ്പോൾ ആഹ്ലാദിക്കുന്ന അവസ്ഥയിലേക്ക് പുരോഗമിക്കാൻ സാധ്യതയുണ്ട്. സത്യത്തിൽ ഇത് നേരത്തേതന്നെ സംഭവിച്ചു കഴിഞ്ഞിട്ടുണ്ട്. ഏറ്റവും പ്രബുദ്ധരായ രക്തച്ചൊരിച്ചിലുകാർ എപ്പോഴും വളരെ സംസ്കാരസമ്പന്നരായ മാന്യന്മാരായിരുന്നു എന്ന കാര്യം നിങ്ങൾ ശ്രദ്ധിച്ചിട്ടുണ്ടോ? സംസ്കാരം മനുഷ്യനെ കൂടുതൽ രക്തദാഹികൾ ആക്കിയിട്ടില്ലെങ്കിൽ കുറഞ്ഞപക്ഷം രക്തദാഹത്തിന്റെ കാര്യത്തിൽ അവനെ മുൻകാലത്തെക്കാൾ കൂടുതൽ അധഃപതനത്തിൽ എത്തിച്ചിട്ടുണ്ട്. സ്വസ്ഥമായ മനഃസാക്ഷിയോടെ ആലോചിച്ചാൽ പണ്ട് രക്തച്ചൊരിച്ചിലിലും കൂട്ടക്കൊലയിലും മനുഷ്യൻ നീതി കണ്ടിരുന്നു. നമ്മൾ രക്തച്ചൊരിച്ചിലിനെ കുത്സിതമായി കരുതിയിട്ടുണ്ടെങ്കിലും എന്നത്തേക്കാളും കൂടുതൽ നാം ഇന്ന് അതിൽ ഇടപെടുന്നുണ്ട്. ഏതാണ് കൂടുതൽ മോശമെന്ന് നിങ്ങൾ തീരുമാനിക്കുക. ക്ലിയോപാട്ര (റോമൻ ചരിത്രത്തിൽനിന്ന് ഒരു ഉദാഹരണം കണ്ടെത്തിയതിന് എന്നോട് ക്ഷമിക്കണം) അവരുടെ അടിമകളുടെ മാറിൽ സ്വർണസൂചികൾ കുത്തിയിറക്കി അവരുടെ കരച്ചിലും പിടച്ചിലും കണ്ട് സന്തോഷിച്ചിരുന്നതായി കേട്ടിട്ടുണ്ട്. അത് അപരിഷ്കൃത കാലഘട്ടത്തിലായിരുന്നെന്ന് നിങ്ങൾ പറയും. പക്ഷേ താരതമ്യേന നോക്കിയാൽ ഇന്നത്തെ കാലഘട്ടവും അപരിഷ്കൃതം തന്നെയാണെന്ന് കാണാം. ഇന്നും സൂചികൾ മനുഷ്യശരീരത്തിൽ തറയ്ക്കുന്നുണ്ട്. അപരിഷ്കൃതകാലഘട്ടത്തിനേക്കാൾ ഭേദപ്പെട്ട രീതിയിൽ മനുഷ്യന് ഇന്ന് കാര്യങ്ങൾ കാണാൻ കഴിയുന്നുണ്ടെങ്കിലും ശാസ്ത്രത്തിന്റെ നേരിട്ടുള്ള ഇടപെടലുകളെപറ്റി അവൻ പരിചിതനല്ല. ചില പഴയ മോശപ്പെട്ട ശീലങ്ങൾ പൂർണമായി നശിച്ചു കഴിയുമ്പോൾ മനുഷ്യൻ തീർച്ചയായും പുതിയ ശീലങ്ങൾ നേടുമെന്ന് നിങ്ങൾക്ക് ഉറപ്പുണ്ട്. അപ്പോൾ സാമാന്യബുദ്ധിയും ശാസ്ത്രവും മനുഷ്യസ്വഭാവത്തെ നേരിട്ട് സ്വാധീനിക്കുമെന്നും നിങ്ങൾക്ക് അറിവുള്ള കാര്യമാണ്. അന്ന് മനുഷ്യൻ സ്വമേധയാ തെറ്റുകൾ ചെയ്യാതാകുമെന്ന് നിങ്ങൾക്ക് ബോധ്യമുണ്ട്. മനുഷ്യന്റെ സങ്കൽപ്പങ്ങളും താൽപ്പര്യങ്ങളും തമ്മിൽ വ്യത്യാസം ഇല്ല എന്ന് അവൻ സ്വമേധയാ തീരുമാനിക്കും. കൂടാതെ നിങ്ങൾ പറയുന്നത് അവർക്ക് സത്യത്തിൽ ആഗ്രഹങ്ങളോ സങ്കൽപ്പങ്ങളോ ഒരിക്കലും ഉണ്ടായിരുന്നില്ലെന്ന് ശാസ്ത്രം അവരെ പഠിപ്പിക്കണമെന്നാണ്. അവൻ വെറും ഒരു പിയാനോയുടെ കീബോർഡുപോലെയോ ഒരു സംഗീതോപകരണത്തിന്റെ കുഴൽപോലെയോ ആണെന്ന് ശാസ്ത്രം അവനെ പഠിപ്പിക്കുമെന്നാണ് നിങ്ങൾ പറയുന്നത്. കൂടാതെ പ്രകൃതിനിയമങ്ങൾ നിലനിൽക്കുന്നതുകൊണ്ട് മനുഷ്യൻ എന്തെങ്കിലും പ്രവർത്തിക്കുന്നത്

സ്വന്തം താൽപ്പര്യങ്ങൾക്ക് അനുസരിച്ചല്ലെന്നും പ്രകൃതിനിയമങ്ങൾക്ക് അനുസരിച്ചാണെന്നും ശാസ്ത്രം അവരെ പഠിപ്പിക്കുമെന്നാണ് നിങ്ങൾ പറയുന്നത്. ഇതിന്റെയെല്ലാം ഫലമായി ഈ പ്രകൃതിനിയമങ്ങൾ കണ്ടെത്തിക്കഴിഞ്ഞാൽ മനുഷ്യന്റെ പ്രവർത്തികൾക്ക് അവന് ചുമതലയില്ലാതാകും. അങ്ങനെ തന്റെ ജീവിതം നയിക്കാൻ മനുഷ്യന് വളരെ എളുപ്പമായിത്തീരും. മനുഷ്യന്റെ എല്ലാ പ്രവർത്തികളും ഈ നിയമങ്ങൾ അനുസരിച്ച് ലോഗരിതം ടേബിൾപോലെ ഗണിതശാസ്ത്രത്തിന്റെ അടിസ്ഥാനത്തിൽ കണക്കുകൂട്ടിയെടുത്ത് ഒരു പഞ്ചാംഗരൂപത്തിലാക്കാൻ കഴിയും. അല്ലെങ്കിൽ അതിലും ഭേദപ്പെട്ട രീതിയിൽ സർവവിജ്ഞാനകോശ തുല്യമായ നിഘണ്ടു കണക്കെ പ്രസിദ്ധീകരിക്കാവുന്നതാണ്. അതിൽ എല്ലാക്കാര്യങ്ങളും കൃത്യമായി കണക്കുകൂട്ടി മുറതെറ്റാതെ സ്ഥാനങ്ങൾ അടയാളപ്പെടുത്തിയെടുത്തുകഴിഞ്ഞാൽ ഈ ലോകത്ത്, പിന്നീട് വ്യക്തിഗതമായ കാര്യങ്ങളോ സാഹസികപ്രവർത്തികളോ ഒന്നുംതന്നെ അവശേഷിക്കുകയില്ല.

അപ്പോൾ (നിങ്ങൾ പറയുന്നത് ഈ കാര്യമാണ്) പൂർണവും ഗണിതശാസ്ത്രത്തിന്റെ സൂക്ഷ്മതയോടെ കണക്കുകൂട്ടി എടുത്തിട്ടുള്ളതുമായ ഒരു പുതിയ സമ്പദ്ഘടന നിലവിൽവരും. അങ്ങനെ എല്ലാപ്രശ്നങ്ങൾക്കും ലഭിക്കാൻകഴിയുന്ന ഉത്തരങ്ങൾ കണ്ടെത്തിക്കൊണ്ട്, കണ്ണടച്ചുതുറക്കുന്ന സമയംകൊണ്ടുതന്നെ പ്രശ്നങ്ങൾ അപ്രത്യക്ഷമാകും. പിന്നീട് കണ്ണാടിമാളിക ഉയർന്നുവരും..... ശരി. ചുരുക്കത്തിൽ സുവർണകാലഘട്ടം വീണ്ടും വന്നുചേരും. തീർച്ചയായും ഇത് ഭയങ്കര മുഷിപ്പ് ഉണ്ടാക്കുന്ന കുര്യമല്ലെന്ന് ഉറപ്പു നൽകാൻ കഴിയില്ല. (എല്ലാ ക്കാര്യങ്ങളും സ്ഥാനനിർണയം ചെയ്ത് പട്ടികരൂപത്തിൽ ആക്കിക്കഴിഞ്ഞാൽ പിന്നീട് ഒരുവന് എന്താണ് പ്രവർത്തിക്കുവാനുള്ളത്?) തീർച്ചയായും ഇത് സംഭവിക്കുന്ന കാര്യമല്ല (ഇവിടെ ഞാൻ സ്വയം പറയുകയാണ്). എന്നാൽ തിരിച്ചുചിന്തിച്ചാൽ എല്ലാക്കാര്യങ്ങളും അത്യന്തം ബുദ്ധിപൂർവമാണെന്നുകാണാം. നിശ്ചയമായും മുഷിപ്പ് സംഭവ്യമായ എല്ലാത്തരം വൈഭവങ്ങളിലേക്കും നൈപുണ്യങ്ങളിലേക്കും മനുഷ്യനെ നയിക്കും. സ്വർണസൂചികൾ മനുഷ്യശരീരത്തിൽ തുളഞ്ഞിറങ്ങുന്നതുപോലും മുഷിപ്പിന്റെ അനന്തരഫലമായിട്ടാണ്. എന്താണ് തിന്മ? (വീണ്ടും ഞാൻ തന്നെയാണ് ഇപ്പോൾ സംസാരിക്കുന്നത്). മനുഷ്യൻ സ്വർണസൂചികളിലും ആഹ്ലാദം കണ്ടെത്തും എന്നുള്ള എന്റെ അറിവാണോ തിന്മ? മനുഷ്യൻ ഇങ്ങനെയൊക്കെയാണെങ്കിലും പ്രകൃത്യാ മഠയനാണ്. അതായത് അവൻ ഒട്ടും തന്നെ മഠയനല്ലെന്നു കരുതിയാലും അവനിൽനിന്നും ഒന്നും പ്രതീക്ഷിക്കാൻ കഴിയാത്ത തരത്തിൽ അവൻ തീർച്ചയായും നന്ദികെട്ടവനാണ്. ഉദാഹരണത്തിന് ഭാവിയിലെ പൊതുനന്മയുടെ മധ്യത്തിൽനിന്ന്, പിന്തിരിപ്പനായ ഒരു നാണംകെട്ട മാന്യൻ എവിടെനിന്നോ ഇടുപ്പിൽ കൈയും കുത്തിക്കൊണ്ട് നമ്മളോട് പറയും: 'മാന്യന്മാരേ, നമുക്ക് ഒരു ചവിട്ടു

കൊടുത്ത് ഈ ന്യായങ്ങളെ എല്ലാം ഒഴിവാക്കിക്കൂടെ? ഈ ലോഗരിതം കണക്കുകളെ അങ്ങനെ നമുക്ക് ചെകുത്താന്റെ അടുത്തേക്ക് അയയ്ക്കാം. അപ്പോൾ നമുക്ക് നമ്മുടെ ഇഷ്ടപ്രകാരം ജീവിക്കാൻ കഴിയും. ഇതിൽ വലിയ കാര്യമൊന്നുമില്ല.' പക്ഷേ അയാൾക്കും ഉറപ്പായി അനുയായികൾ ഉണ്ടാവും എന്നതാണ് നാണക്കേട് ഉണ്ടാക്കുന്ന കാര്യം. മനുഷ്യർ അങ്ങനെയൊക്കെയാണ്. ആലോചിച്ചുനോക്കിയാൽ ഇതെല്ലാം സംഭവിക്കുന്നത് സൂചിപ്പിക്കപ്പെടാൻ പോലും അർഹതയില്ലാത്ത ബാലിശമായ കാരണങ്ങൾകൊണ്ടാണ്. എപ്പോഴും മനുഷ്യൻ അവന്റെ തീരുമാനത്തിന് അനുസരിച്ച് പ്രവർത്തി ക്കാനാണ് ഇഷ്ടപ്പെടുന്നത്. കാര്യകാരണങ്ങളുടേയും സ്വന്തം താൽപ്പര്യങ്ങളുടെയും ആജ്ഞയ്ക്ക് അനുസൃതമായല്ല അവൻ പ്രവർത്തിക്കുന്നത്. ഒരുവന് അവന്റെ ഏറ്റവും നല്ല താൽപ്പര്യങ്ങൾക്ക് വിരുദ്ധമായി പ്രവർത്തിക്കാൻ തീർച്ചയായും കഴിയും. ചിലപ്പോൾ ഇങ്ങനെയുള്ള പ്രവർത്തനം അത്യാവശ്യമുള്ള കാര്യം തന്നെയാണ് (ഇത് എന്റെ കാഴ്ചപ്പാടാണ്). ഒരുവന്റെ വിലക്കുകൾ ഇല്ലാത്ത സ്വാതന്ത്ര്യവും വന്യസങ്കൽപ്പങ്ങളും ചാപല്യങ്ങളും ചിലസമയം ഭ്രാന്തുതന്നെയായിരിക്കും. അതാണ് ഏറ്റവും നന്മനിറഞ്ഞതും മഹനീയവുമായ നന്മ. ഒരു തരംതിരിക്കലിനോടൊപ്പവും ചേർത്തുവയ്ക്കാൻ കഴിയാത്തതുകൊണ്ട് ഈ നന്മയെ ആരും കണക്കിലെടുക്കില്ല. ഈ നന്മയെ ഉപേക്ഷിക്കുന്നതുകാരണം എല്ലാ പദ്ധതികളും സിദ്ധാന്തങ്ങളും ചെകുത്താന്റെ അടുത്താണ് എത്തി ച്ചേരുന്നത്. മനുഷ്യന്റെ ആഗ്രഹങ്ങൾ സ്വാഭാവികവും നന്മനിറഞ്ഞതും ആയിരിക്കണമെന്ന ആശയം ജ്ഞാനികൾക്ക് എവിടെ നിന്നാണ് കിട്ടിയത്? മനുഷ്യന്റെ ആഗ്രഹങ്ങൾ അനിവാര്യമായും യുക്തിപൂർവവും പ്രയോജനപ്രദവുമായ രീതിയിൽ തന്നെ ആയിരിക്കണമെന്ന് ജ്ഞാനികൾ എന്തിനാണ് ഭാവനയിൽ കണ്ടത്? സ്വതന്ത്രസങ്കൽപ്പങ്ങൾക്ക് എന്തുവിലകൊടുക്കേണ്ടിവന്നാലും അവ മനുഷ്യനെ എവിടേക്കൊക്കെ നയിച്ചാലും ശരി ആ സങ്കൽപ്പങ്ങൾ ഒന്നുമാത്രമാണ് മനുഷ്യന് ആവശ്യമുള്ള കാര്യം. പക്ഷേ ഈ സങ്കൽപ്പങ്ങൾ എന്താണെന്ന് ചെകുത്താനു മാത്രമേ അറിവുള്ളൂ......

എട്ട്

നിങ്ങൾ ചിരിച്ചുകൊണ്ട് എന്നെ തടസപ്പെടുത്തുന്നു. ഹ, ഹ, ഹാ....... സങ്കൽപ്പങ്ങൾ സത്യത്തിൽ നിലനിൽക്കുന്നില്ല. മനുഷ്യന്റെ ശരീരശാസ്ത്രപഠനം ഇപ്പോൾത്തന്നെ വളരെ മുൻപോട്ടുപോയിരിക്കുന്നു. സ്വതന്ത്രസങ്കൽപ്പം എന്നുപറയുന്നത്....... ഇങ്ങനെയായിരുന്നു ഞാൻ തുടങ്ങാൻ ഉദ്ദേശിച്ചിരുന്നത്.

മാന്യരേ, ഒരു മിനിട്ട് ക്ഷമിക്കണം ഇപ്പോൾ അതു വേണ്ടെന്നു വെച്ചെന്ന് ഞാനിതാ ഏറ്റുപറയുന്നു. സങ്കൽപ്പങ്ങൾ എന്തിനെ ആശ്രയി

ച്ചാണിരിക്കുന്നതെന്ന് ചെകുത്താനുമാത്രമേ അറിയൂ എന്ന് ഞാൻ പറയാൻ തുടങ്ങുകയായിരുന്നു. പക്ഷേ പെട്ടെന്ന് ശാസ്ത്രത്തെപ്പറ്റി ഓർത്ത് ഞാൻ അതു വേണ്ടെന്നുവച്ചു. ആ സന്ദർഭത്തിലാണ് നിങ്ങൾ കടന്നുവന്നത്. നമ്മുടെ ആഗ്രഹങ്ങളും വ്യാമോഹങ്ങളും സംബന്ധിച്ച് എന്നെങ്കിലും ഒരു ഫോർമുല കണ്ടുപിടിക്കപ്പെടുകയാണെങ്കിൽ എന്തു സംഭവിക്കും? എന്തിനെ ആശ്രയിച്ചാണ് വ്യാമോഹങ്ങളും ആഗ്രഹങ്ങളും നിലനിൽക്കുന്നതെന്നും, എന്തു നിയമങ്ങളുടെ ഫലമായാണ് അവ സൃഷ്ടിക്കപ്പെടുന്നതെന്നും എങ്ങനെയാണ് അവയുടെ വിത്തു പാകുന്നതെന്നും ഒരു പ്രത്യേക സന്ദർഭത്തിൽ എന്തു നന്മയാണ് അവയിൽ നിന്ന് പ്രതീക്ഷിക്കുന്നതെന്നും, അങ്ങനെയങ്ങനെ പലതും ഉൾക്കൊള്ളുന്ന ഒരു യഥാർഥ ഗണിതശാസ്ത്ര ഫോർമുല ഉണ്ടാവുകയാണെങ്കിൽ ആ നിമിഷത്തിൽ തന്നെ മനുഷ്യൻ എന്തെങ്കിലും ആഗ്രഹിക്കുന്ന സ്വഭാവം ഉടൻതന്നെ ഉപേക്ഷിച്ചിരിക്കുമെന്നാണ് എന്റെ വിശ്വാസം. അവന്റെ നിലനിൽപ്പുതന്നെ കഴിയുന്നതും അതോടെ അവസാനിക്കുമെന്നാണ് ഞാൻ കരുതുന്നത്. കൂടാതെ അപ്പോൾത്തന്നെ മനുഷ്യൻ ഒരു ബാരൽ ഓർഗനായിമാറും. ആഗ്രഹങ്ങളില്ലാത്ത, സങ്കൽപ്പങ്ങളില്ലാത്ത ഒരു സംഗീതോപകരണത്തിന്റെ കുഴലായി അവൻ മാറും? നിങ്ങൾ എന്തുവിചാരിക്കുന്നു? നമുക്ക് അതിന്റെ സാധ്യതകൾ എന്തെല്ലാമാണെന്ന് നോക്കാം. ഇതു സംഭവ്യമാണോ അല്ലയോ എന്ന് നമുക്ക് പരിശോധിക്കാം.

നമ്മുടെ താൽപ്പര്യങ്ങളെപ്പറ്റിയുള്ള തെറ്റായ തോന്നലുകൾമൂലം നമ്മുടെ ആഗ്രഹങ്ങൾ പലപ്പോഴും തെറ്റിദ്ധരിക്കപ്പെടും. നമ്മൾ ചിലപ്പോൾ ഒട്ടുംതന്നെ അർഥമില്ലാത്ത കാര്യങ്ങൾ ആഗ്രഹിക്കുന്നതിനുകാരണം നമ്മുടെ മണ്ടത്തരംമൂലം നമുക്കുവേണ്ടി നേരത്തേതന്നെ പരിഗണനയിലുള്ള പ്രയോജനകരമായ ഏതോ കാര്യങ്ങൾ സാധിക്കാനുള്ള എളുപ്പവഴിയായി ഈ അർഥശൂന്യമായ കാര്യങ്ങളെ നമ്മൾ കാണുന്നതുകൊണ്ടാണ്. ശരി. ഇതെല്ലാം കണക്കുകൂട്ടി പേപ്പറിൽ പട്ടിക രൂപത്തിലായിക്കഴിയുമ്പോൾ, പിന്നീട് സങ്കൽപ്പം എന്നൊന്ന് ഉണ്ടാവില്ല (ഇതു സംഭവിക്കാവുന്ന കാര്യമാണ്. എന്തുകൊണ്ടെന്നാൽ മനുഷ്യന് ഒരിക്കലും കണ്ടെത്താൻ കഴിയാത്ത ചില പ്രകൃതിനിയമങ്ങൾ ഉണ്ട് എന്നു വിശ്വസിക്കുന്നത് ബാലിശവും അധാർമികവുമാണ്). അതിനുശേഷം സങ്കൽപ്പം ഉണ്ടാവില്ല. സങ്കൽപ്പങ്ങളെ സാമാന്യബുദ്ധികൊണ്ട് തിരിച്ചറിഞ്ഞുകഴിഞ്ഞാൽ അർഥശൂന്യമായ കാര്യങ്ങൾ ആഗ്രഹിക്കാൻ കഴിയാത്തതുകൊണ്ട് നമ്മൾ ആഗ്രഹങ്ങൾ അവസാനിപ്പിക്കും. അഭിപ്രായവ്യത്യാസങ്ങൾ പ്രകടിപ്പിച്ചുകൊണ്ടും ഒരുവന് ഏതെല്ലാം കാര്യങ്ങൾ ഉപദ്രവമാകുമെന്ന് മനസിലാക്കിക്കൊണ്ടും നമ്മൾ നമ്മുടെ സാമാന്യബുദ്ധിയെ സംരക്ഷിക്കും. എല്ലാ സങ്കൽപ്പങ്ങളും അനുമാനങ്ങളും പട്ടികരൂപത്തിലാക്കാൻ നമുക്ക് കഴിയും. എന്തുകൊണ്ടെന്നാൽ നമ്മുടെ സ്വതന്ത്രമോഹങ്ങളുടെ നിയമങ്ങൾ തീർച്ചയായും കണ്ടെത്താൻ കഴിയും.

അവയെ ഏതെങ്കിലും തരത്തിലുള്ള ഒരു പട്ടികരൂപത്തിൽ ആക്കി കഴിഞ്ഞാൽ നമ്മുടെ ആഗ്രഹങ്ങളെ ആ പട്ടികയിൽനിന്നും സ്ഥിരീകരിക്കാൻ കഴിയും.

ഏതെങ്കിലും ഒരു സന്ദർഭത്തിൽ ഒരുവനെ നോക്കി എന്റെ മൂക്കിൽ വിരലിട്ട് ഒരു ഗോഷ്ഠിയിലൂടെ എന്റെ വെറുപ്പ് പ്രകടിപ്പിച്ചിരിക്കണം എന്നു വന്നാൽ പിന്നീട് എനിക്ക് എന്തു സ്വാതന്ത്ര്യമാണ് കിട്ടിയിട്ടുള്ളത്. എന്റെ മുപ്പതുവർഷത്തെ ജീവിതം മുൻകൂട്ടി കണക്കുകൂട്ടിയെടുക്കാൻ കഴിയുമ്പോൾ പിന്നീട് എനിക്ക് ചെയ്യാനായി ഒന്നും അവശേഷിച്ചിട്ടുണ്ടാവില്ല. പക്ഷേ ചിലസമയത്ത് ചില സന്ദർഭങ്ങളിൽ പ്രകൃതി നമ്മളോട് കൂടിയാലോചിക്കാറില്ലെന്ന് അനിവാര്യമായി നാം സ്വയം പറയുന്നുണ്ടാകും. പ്രകൃതിയെ അതിന്റെ രീതിയിൽത്തന്നെ നമുക്ക് സ്വീകരിക്കേണ്ടി വരുമെന്നും, നമ്മൾ സങ്കൽപ്പിക്കുന്ന രീതിയിലുള്ള സ്വീകരണത്തിന് പ്രകൃതിയെ കിട്ടില്ലെന്നും നാം സ്വയം മനസിലാക്കണം. തീവ്രവേഗതയിൽ നമ്മൾ കലണ്ടറുകളുടേയും പട്ടികകളുടേയും അടുത്തേക്ക് നീങ്ങിയാൽ നമുക്ക് ഒടുവിൽ ടെസ്റ്റ്ട്യൂബിനെ അംഗീകരിക്കേണ്ടിവരും. അങ്ങനെ ചെയ്തില്ലെങ്കിൽ നമുക്കുവേണ്ടി അവയെ മറ്റുള്ളവർ അംഗീകരിക്കും.

പക്ഷേ അവിടെ എനിക്ക് ഒരു പ്രതിബന്ധം അനുഭവപ്പെടുന്നു. ഇത്രമാത്രം അസംബന്ധമായ ദൈർഘ്യങ്ങളിലേക്ക് തത്വജ്ഞാനി ചമയുന്നതിന് മാന്യന്മാർ എന്നോട് ക്ഷമിക്കണം. ഒന്നുമില്ലെങ്കിലും നാൽപ്പതു വർഷം ഒളിത്താവളത്തിൽ കഴിഞ്ഞതല്ലേ, ഞാൻ കടിഞ്ഞാണിടട്ടെ? തർക്കിക്കാൻ കഴിയാത്ത ഒന്നാണ് കാരണമെന്ന് നിങ്ങൾ മനസിലാക്കണം. പക്ഷേ, കാരണം കാരണംമാത്രമാണ്. അത് മനുഷ്യന്റെ ബുദ്ധിപരമായ കഴിവുകളെ മാത്രമാണ് തൃപ്തിപ്പെടുത്തുന്നത്. അതേസമയം ഭാവന ജീവിതത്തിന്റെ മൊത്തത്തിലുള്ള ആവിഷ്കാരമാണ്. കാരണങ്ങളും അനുമാനങ്ങളും ഉൾപ്പെടെ മൊത്തം മനുഷ്യജീവിതവും ഭാവനയിൽ പ്രകടമാവുന്നു എന്നാണ് ഞാൻ ഉദ്ദേശിച്ചത്. ഈ ആവിഷ്കാരത്തിൽ പലപ്പോഴും ജീവിതത്തിനുതന്നെ വിലയില്ലാതാകുന്നു. എന്നാലും അതു ജീവിതം തന്നെയാണ്, അല്ലാതെ വർഗമൂലം കണ്ടുപിടിക്കലല്ല. ഉദാഹരണമായി ഞാൻ ജീവിക്കാനുള്ള എന്റെ മുഴുവൻ കഴിവുകളും പ്രയോജനപ്പെടുത്തി ജീവിക്കണമെന്ന് ആഗ്രഹിക്കുന്നു. എന്റെ ബുദ്ധിപരമായ കഴിവുകളുടെ തൃപ്തിക്കുവേണ്ടിമാത്രം ജീവിക്കണമെന്നല്ല ഞാൻ ആഗ്രഹിക്കുന്നത്. ബുദ്ധിപരമായ കഴിവുകളെ തൃപ്തിപ്പെടുത്തുന്നതിന് എന്റെ മൊത്തം കഴിവുകളുടെ ഇരുപതിൽ ഒന്നുഭാഗം മതിയാകും. യുക്തിയുടെ അറിവ് എന്തിലാണ്? കണ്ടെത്തി വിജയിച്ച കാര്യങ്ങൾ മാത്രമാണ് യുക്തിക്ക് അറിവുള്ളത് (ഒരുപക്ഷേ യുക്തിക്ക് ഒരിക്കലും കണ്ടെത്താൻ കഴിയാത്ത കാര്യങ്ങളും ഉണ്ടായിരിക്കാം. ഈ ആശയത്തെ തള്ളിക്കളയാൻ കഴിയില്ല. അതിനെപറ്റി പറയാതിരിക്കുന്നത് എന്തിനാണ്?) പക്ഷേ മൊത്തത്തിൽ ബോധപൂർവവും അബോധപൂർവവുമായ കാര്യ

ങ്ങൾ ഏകോപിപ്പിച്ചാണ് മനുഷ്യപ്രകൃതിയുടെ പ്രവർത്തനം. നിങ്ങൾ മാന്യന്മാർക്ക് എന്നെപ്പറ്റി സങ്കടം ഉണ്ടെന്ന് ഞാൻ സംശയിക്കുന്നു. ഭാവിയിലെ മനുഷ്യനെപ്പോലെ പൂർണവികാസം പ്രാപിച്ച ഒരു മനുഷ്യന് സ്വയം തിന്മവരുന്ന എന്തെങ്കിലും കാര്യം ആഗ്രഹിക്കാൻ കഴിയുമെന്ന് തോന്നുന്നില്ല. ഇത് ഗണിതശാസ്ത്രമാണ്. ഗണിതശാസ്ത്രസംബന്ധിയായ ഒരു വസ്തുതയാണെന്ന കാര്യത്തിൽ ഞാൻ യോജിക്കുന്നു. പക്ഷേ ഉപദ്രവകരവും വിവേകശൂന്യവുമാണെങ്കിലും സ്വമനസാലെ ബോധപൂർവം മനുഷ്യൻ ആഗ്രഹിക്കുന്ന ഒരുകാര്യം ഉണ്ടെന്ന് ഞാൻ നൂറുപ്രാവശ്യം ആവർത്തിക്കുന്നു. യുക്തിപൂർവമായ കാര്യങ്ങൾ ആഗ്രഹിക്കുക എന്ന ബാധ്യത ഒഴിവാക്കി മൂഢത്വത്തിന്റെ ഔന്നത്യം ആഗ്രഹിക്കാനുള്ള അവകാശം തനിക്ക് ഉണ്ടെന്നു പ്രഖ്യാപിച്ചുകൊണ്ടുപോലും മനുഷ്യൻ ഈ ഒരേയൊരുകാര്യം ആഗ്രഹിക്കും. ഈ മൂഢത്വത്തിന്റെ ഔന്നത്യം എന്ന ആശയം ചില പ്രത്യേകസന്ദർഭങ്ങളിലെങ്കിലും ഈ ലോകത്ത് നമുക്കു ലഭിക്കുന്ന ഏറ്റവും വലിയ പ്രയോജനം ആയിരിക്കും. നമുക്ക് സ്പഷ്ടമായും ഹാനികരമായിരിക്കുകയും അതേസമയം നമുക്ക് എന്തൊക്കെ കാര്യങ്ങൾ പ്രയോജനകരമാണ് എന്നതിനെപ്പറ്റിയുള്ള യുക്തിചിന്തയുടെ ഏറ്റവും തെളിമയാർന്ന നിഗമനങ്ങൾക്ക് എതിരായിരിക്കുകയും ചെയ്യുന്ന ഈ മൂഢത്വത്തിന്റെ ഔന്നത്യം നമുക്കു ലഭിക്കുന്ന ഏറ്റവും വലിയ പ്രയോജനമായിരിക്കും. എന്തുകൊണ്ടെന്നാൽ, നമുക്ക് ഏറ്റവും പ്രിയങ്കരവും അത്യധികം പ്രാധാന്യം ഉള്ളതുമായ നമ്മുടെ സ്വത്വവും വ്യക്തിത്വവും ഇതുകൊണ്ട് സംരക്ഷിക്കപ്പെടും. ഇതുതന്നെയാണ് നമുക്ക് ഏറ്റവും പ്രിയപ്പെട്ടതെന്ന് ചിലർ പ്രഖ്യാപിക്കുകയും ചെയ്യും. തീർച്ചയായും മിതമായ യുക്തിക്ക് സങ്കൽപ്പങ്ങളുമായി യോജിച്ചുപോകാൻ കഴിയും. ഈ അവസ്ഥ സുഖകരവും ചിലപ്പോൾ പ്രശംസനീയവുമാണ്. പക്ഷേ പലപ്പോഴും യുക്തിയും സങ്കൽപ്പങ്ങളും തമ്മിൽ നേരിട്ട് ഏറ്റുമുട്ടുന്നതു കാണാൻ കഴിയും. ഈ ഏറ്റുമുട്ടൽ പലപ്പോഴും സുഖകരവും പ്രശംസനീയവുമാണെന്ന് നിങ്ങൾക്ക് അറിവുണ്ടോ? മാന്യരേ നമുക്ക് മനുഷ്യൻ മഠയനല്ലെന്ന് സങ്കൽപ്പിക്കാം (അവൻ മഠയനാണെന്ന് പറയാൻ കഴിയില്ലെന്ന് നിങ്ങൾക്ക് അറിയാം. അവൻ മഠയനാണെങ്കിൽ പിന്നെ ആരാണ് ബുദ്ധിമാൻ?). അവൻ മഠയനല്ലെങ്കിലും രാക്ഷസീയമായ തോതിൽ നന്ദികെട്ടവനാണ്. എല്ലാം ഒന്നുതന്നെ. അവൻ ആശ്ചര്യകരമായ രീതിയിൽ നന്ദിയില്ലാത്തവൻ ആണ്. മനുഷ്യനു കൊടുക്കാവുന്ന ഏറ്റവും നല്ല നിർവചനം ഒട്ടും നന്ദിയില്ലാത്ത രണ്ടുകാലുള്ള ഏകമൃഗം എന്നാണെന്ന് ഞാൻ പലപ്പോഴും ചിന്തിച്ചിട്ടുണ്ട്. പക്ഷേ ഇതല്ല അവന്റെ ഏറ്റവും വലിയ പോരായ്മ. അവൻ തുടർന്നുപോരുന്ന പെരുമാറ്റദൂഷ്യമാണ് അവന്റെ ഏറ്റവും വലിയ പോരായ്മ. സ്വലസ്വിഗ് ഹോൾസ്റ്റീനിന്റെ കാലത്തുള്ള വെള്ളപ്പൊക്കം മുതൽ അവൻ മര്യാദയില്ലാതെ പെരുമാറിക്കൊണ്ടിരിക്കുന്നു. തെറ്റായ പെരുമാറ്റത്തിൽനിന്ന് തെറ്റായ

യുക്തി ഉയർന്നുവരും എന്നുള്ളത് പണ്ടുമുതൽ പ്രസിദ്ധിനേടിയിട്ടുണ്ട്. അതുവേണമെങ്കിൽ പരീക്ഷിച്ചുനോക്കാവുന്നതാണ്. നമുക്ക് മനുഷ്യന്റെ ചരിത്രം ഒന്ന് പരിശോധിക്കാം. നിങ്ങൾ എന്താണ് കാണുന്നത്? ഉദാത്തം? റോഡസിലെ കോളോസിസിനുമാത്രം എന്തുമാത്രം മൂല്യം ഉണ്ട്? ചിലർ അതു മനുഷ്യനിർമിതിയാണെന്നും മറ്റുചിലർ അതു പ്രകൃതി സ്വയം നിർമിച്ചതാണെന്നും വിശ്വസിക്കുന്നുണ്ടെന്ന് മിസ്റ്റർ അനവ്സ്കി സാക്ഷ്യപ്പെടുത്തുന്നത് വെറുതെയല്ല. വൈവിധ്യം? ഒരുപക്ഷേ എല്ലാ കാലഘട്ടങ്ങളിലേയും എല്ലാ രാഷ്ട്രങ്ങളിലേയും പട്ടാളക്കാരുടെയും സാധാരണ പൗരന്മാരുടെയും ഐകരൂപ്യമുള്ള വേഷങ്ങളുടെ വൈവിധ്യത്തെപ്പറ്റി പഠനം നടന്നിരിക്കാം. പക്ഷേ അതുകൊണ്ട് മാത്രം എന്ത് കാര്യമാണുള്ളത്. വേഷങ്ങൾ അഴിച്ചെടുത്താൽ എണ്ണിത്തിട്ടപ്പെടുത്താൻ കഴിയാത്തത്ര മനുഷ്യരില്ലേ? ഒരു ചരിത്രകാരനും അതു കൈകാര്യം ചെയ്യാൻ കഴിയില്ല. വിരസത? വിരസത സംബന്ധിച്ചും എല്ലാ കാലത്തും വഴക്ക് നടന്നുകൊണ്ടിരുന്നു. മുൻകാലത്തും വഴക്കു നടന്നിരുന്നു. വരും കാലത്തും അതുതുടരും. അത് വിരസതയുടെ ആധിക്യം മൂലമാണെന്ന് ഒരുവന് സമ്മതിക്കേണ്ടിവരും. ചുരുക്കത്തിൽ അങ്ങേയറ്റം താറുമാറായ ഭാവനയ്ക്ക് ആവിഷ്കരിക്കാൻ കഴിയുന്ന കാര്യങ്ങൾപോലും ലോകചരിത്രത്തിന്റെ ഭാഗമായി പറയാവുന്നതാണ്. ലോകചരിത്രത്തിന് യുക്തിയുമായി എന്തെങ്കിലും ബന്ധമുണ്ടോ എന്നുള്ളതുമാത്രം നിങ്ങൾക്ക് പറയാൻ കഴിയില്ല. ആദ്യത്തെ വാക്കുതന്നെ നിങ്ങളെ വീർപ്പുമുട്ടിക്കും. എപ്പോഴും പെട്ടെന്നു തെളിഞ്ഞുവരുന്ന ഒരുകാര്യം ഉണ്ട്. മനുഷ്യർ എപ്പോഴും വിവേകമുള്ളവരും സദാചാരമുള്ളവരുമായി കാണപ്പെടുന്നു. അവർ അങ്ങേയറ്റം ജ്ഞാനികളും മനുഷ്യസമൂഹത്തെ സ്നേഹിക്കുന്നതിനുവേണ്ടി സ്വന്തം ജീവിതം ഉഴിഞ്ഞുവച്ചവരുമാണെന്ന് കാണാം. അവരുടെ ജീവിതത്തിന്റെ ലക്ഷ്യംതന്നെ ഇതാണെന്ന് വ്യക്തമാണ്. ഒരുവന് യുക്തിഭദ്രമായി നന്മയോടെ ഈ ലോകത്ത് ജീവിക്കാൻ കഴിയുമെന്ന് അയൽവാസികളെ ധരിപ്പിക്കാൻവേണ്ടി, കുലീനവും ന്യായവുമായ രീതിയിലുള്ള തന്റെ ജീവിതത്തിന്റെ തിളക്കം കാണാൻ അയൽവാസികളെ അനുവദിച്ചുകൊണ്ടാണ് മനുഷ്യർ ജീവിക്കുന്നതെന്ന് കാണാൻ കഴിയും. പിന്നീട് എന്താണ് സംഭവിക്കുന്നത്? പല മനുഷ്യസ്നേഹികളും അവരുടെ അവസാനകാലത്ത് സ്വന്തം സ്വഭാവത്തിലെ മാറ്റങ്ങൾ കാരണം രസകരമായ പല കഥകൾക്കും അവസരമൊരുക്കി എന്നത് കുപ്രസിദ്ധമായ കാര്യമാണ്. ചില സമയങ്ങളിൽ അവ ഏറ്റവും വലിയ അപവാദങ്ങൾക്ക് ഇടവരുത്തുന്നവയായിരുന്നു. ഇത്തരം വിചിത്രമായ സ്വഭാവവിശേഷങ്ങൾ വരദാനമായിക്കിട്ടിയ ജീവി എന്ന നിലയ്ക്ക് മനുഷ്യനിൽ നിന്ന് എന്ത് പ്രതീക്ഷിക്കാനുണ്ട് എന്നാണ് ഞാൻ നിങ്ങളോട് ചോദിക്കുന്നത്? ലൗകികമായ എല്ലാ അനുഗ്രഹങ്ങളും മനുഷ്യനു നൽകി, സന്തോഷത്തിന്റെ ഉപരിതലത്തിലേക്ക് ഉയർന്നുവരുന്ന കുമിളകളല്ലാതെ മറ്റൊ

ന്നുംതന്നെ കാണാൻ കഴിയാത്ത അവസ്ഥയിൽ എത്തുംവരെ അവനെ സന്തോഷത്തിന്റെ ആഴങ്ങളിലേക്ക് കൂട്ടിക്കൊണ്ടുപോവുക. ഉറക്കമല്ലാതെ മറ്റൊരു പ്രവർത്തനത്തിന്റേയും ആവശ്യമില്ലാത്ത തോതിലുള്ള സാമ്പത്തിക ഐശ്വര്യം അവനു നൽകുക. ഈ അവസ്ഥയിലും കേക്ക് കഴിച്ച് ലോകചരിത്രത്തിന്റെ തുടർച്ചയെപ്പറ്റി അവൻ വേവലാതിപ്പെട്ടുകൊണ്ടിരിക്കും. ഈ പരിതഃസ്ഥിതിയിലും മനുഷ്യൻ അവന്റെ പൈശാചികമായ നന്ദികേടുകൊണ്ട് ജുഗുപ്സാവഹമായ ഏതെങ്കിലും പ്രവർത്തിചെയ്തിരിക്കും. അവന്റെ ഓരോ കേക്കും അവൻ ചീത്തയാക്കും. അങ്ങേയറ്റം ഹാനികരമായ അസംബന്ധങ്ങൾ സംഭവിക്കണമെന്ന് മനസിൽ ആഗ്രഹിക്കും. മനുഷ്യൻ അവന്റെ ചീത്ത സങ്കൽപ്പങ്ങളുടെ സഹായത്തോടെ വസ്തുനിഷ്ഠമായ സ്വന്തം വിവേചനശക്തിയിൽ മായം ചേർക്കും. അവന്റെ ഏറ്റവും വിശിഷ്ടമായ പകൽക്കിനാവ് ഇതാണ്. അവന്റെ ഏറ്റവും വൃത്തികെട്ട വിഡ്ഢിത്തവും ഇതാണ്. അങ്ങനെ നമ്മൾ ഇപ്പോഴും മനുഷ്യരാണെന്നും പിയാനോ കട്ടകൾ അല്ലെന്നും പ്രഖ്യാപിക്കാൻ സാധിക്കുന്നതുകൊണ്ട് ഈ വിഡ്ഢിത്തം അത്യാവശ്യമാണെന്ന രീതിയിൽ മനുഷ്യൻ അവയെ പുണരുന്നു. പ്രകൃതിനിയമങ്ങൾക്ക് അനുസരിച്ചാണെങ്കിലും മനുഷ്യന് സ്വന്തംകൈകൊണ്ട് പിയാനോക്കട്ടകൾ അമർത്തേണ്ടിവരും എന്നുള്ള ഭയം കാരണം അവൻ പട്ടികതിരിച്ച് കലണ്ടറിൽ രേഖപ്പെടുത്തിയ കാര്യങ്ങൾ മാത്രമേ ഇഷ്ടപ്പെടുകയുള്ളൂ. കലണ്ടറിൽ പട്ടികരൂപത്തിലാകാത്ത ഒന്നിനോടും അവന് കൂടുതൽ ആഗ്രഹം ഉണ്ടാവില്ല. കൂടാതെ മനുഷ്യർ ശരിക്കും പിയാനോക്കട്ടകളായി മാറിക്കഴിഞ്ഞെന്ന് ശാസ്ത്രവും ഗണിതശാസ്ത്രവും അവർക്ക് തെളിയിച്ചുകൊടുത്താലും അതിൽ അവർ യുക്തി കാണില്ല. സ്വന്തം വഴി കണ്ടെത്തുന്നതിനുവേണ്ടി നന്ദികെട്ട എന്തെങ്കിലും പ്രവൃത്തി മനഃപൂർവം അവർ ചെയ്തിരിക്കും. ഇതു ചെയ്യാനുള്ള മാർഗം അവർക്ക് ലഭിച്ചില്ലെങ്കിൽ നശീകരണവും കലാപവും സൃഷ്ടിക്കാനുള്ള കൗശലങ്ങൾ അവർ കണ്ടെത്തും. അവരുടെ സ്വന്തംരീതിയിൽ പലതരം യാതനകൾ അവർ കണ്ടുപിടിക്കും. മനുഷ്യനു മാത്രമാണ് ശപിക്കാനുള്ള കഴിവുള്ളത് (ഇത് മനുഷ്യനുമാത്രം ലഭിച്ചിട്ടുള്ള ഒരു പ്രത്യേക ആനുകൂല്യമാണ്. മറ്റു മൃഗങ്ങളിൽനിന്ന് അവനെ വ്യത്യസ്തനാക്കുന്ന ഒരു മുഖ്യഘടകം കൂടിയാണിത്). ഒരുപക്ഷേ ശാപം ചൊരിയുന്നതിൽ കൂടിമാത്രം മനുഷ്യന് അവന്റെ അന്ത്യത്തിൽ എത്താൻ കഴിയുമായിരിക്കാം. അങ്ങനെ താനൊരു പിയാനോക്കട്ട ആയിരുന്നില്ലെന്നും ഒരു മനുഷ്യൻതന്നെ ആയിരുന്നെന്നും അവന് സ്വയം ബോധ്യപ്പെടാൻ സാധിക്കുമായിരിക്കും. ഈ കുഴപ്പങ്ങളും ഇരുട്ടും ശാപങ്ങളും ഒക്കെത്തന്നെ പട്ടികരൂപത്തിലാക്കിയാൽ ഇവയെപ്പറ്റിയൊക്കെ മുൻകൂട്ടി ആലോചിക്കുന്നതിനുള്ള സാധ്യത അവസാനിക്കുകയും പകരം യുക്തിചിന്ത പ്രാബല്യത്തിൽവരുകയും ചെയ്യും. അങ്ങനെ വരുമ്പോൾ മനുഷ്യൻ സ്വന്തം അറിവോടുകൂടിത്തന്നെ ഭ്രാന്തനാകും. അങ്ങനെ മനുഷ്യന് യുക്തിചിന്തതന്നെ ഇല്ലാതാകും. അങ്ങനെ

അവൻ അവന്റേതായ വഴി കണ്ടെത്തും. എന്റെ വിശ്വാസം ഇതുതന്നെയാണ്. മനുഷ്യപ്രകൃതിയുടെ മൊത്തം ഇടപാടുകളും ഇതിൽ ഒതുങ്ങിയിരിക്കുന്നതായി എനിക്കു തോന്നുന്നതുകൊണ്ട് ഇതുസംബന്ധിച്ച് എന്ത് ഉത്തരവും നൽകാൻ ഞാൻ തയാറാണ്. ഒരു മനുഷ്യന് തുടർച്ചയായി അയാൾ ഒരു വാദ്യോപകരണത്തിന്റെ കുഴലല്ലെന്നും താൻ ഒരു മനുഷ്യനാണെന്നും തെളിയിക്കേണ്ടിവരും. ആത്മപീഡനം നടത്തിയിട്ടു പോലും ചിലപ്പോൾ ഇതു തെളിയിക്കേണ്ടിവരും. അതിനുശേഷം പ്രകൃതി നിയമങ്ങൾക്കെതിരായി എനിക്ക് എങ്ങനെ നിൽക്കാൻ കഴിയും. ഇതൊന്നും ഇതുവരെ സംഭവിക്കാത്തതിലുള്ള എന്റെ സംതൃപ്തി പ്രകടിപ്പിക്കുന്നതിൽനിന്നും ഞാൻ എങ്ങനെ വിട്ടുനിൽക്കും. ഇതിനിടയിൽ ഇഛാശക്തി എന്താണെന്നും എന്തിനെ ആശ്രയിച്ചാണ് അതിന്റെ നിലനിൽപ്പെന്നും എനിക്കറിയില്ല. പിശാചിന് അത് അറിയാം.

എന്റെ ഇഛാശക്തിയിൽ നിന്ന് എന്നെ വേർപെടുത്തുവാൻ ആരും ശ്രമിക്കുന്നില്ലെന്ന് നിങ്ങൾ ആശ്ചര്യപ്പെടും. ആരെങ്കിലും എന്റെ ഇച്ഛാശക്തിയെ ക്രമീകരിക്കാൻ ശ്രമിക്കുകയാണെങ്കിൽ എന്റെ സങ്കൽപ്പങ്ങൾ സ്വയം എന്റെ താൽപ്പര്യങ്ങൾക്കും പ്രകൃതിനിയമങ്ങൾക്കും ഗണിതശാസ്ത്രത്തിനും അനുസൃതമായി മാറും. മാന്യരേ, ഈരണ്ട് നാല് എന്നതിനുമാത്രം സാധ്യത തെളിയുമ്പോൾ, എല്ലാക്കാര്യങ്ങളും ഗ്രാഫും ഗണിതശാസ്ത്രവും ആയി കഴിയുമ്പോൾ നമ്മുടെ ഇഛാശക്തിക്ക് എന്തു സംഭവിക്കും? എന്റെ ഇഛാശക്തിയില്ലാതെ തന്നെ ഈരണ്ട് നാലാകും. മനുഷ്യന്റെ ഇഛാശക്തിയുടെ അർഥം ഇതുതന്നെയാണോ?

ഒൻപത്

മാന്യരേ, ഞാൻ ഫലിതം പറയുകയാണ്. വിജയകരമായി എനിക്ക് അതു ചെയ്യാൻ കഴിയുന്നില്ലെന്ന് എനിക്ക് അറിയാം. പക്ഷേ ഞാൻ പറയുന്നതെല്ലാം ഫലിതമാണെന്ന് നിങ്ങൾ കരുതരുത്. പല്ലിറുമ്മിക്കൊണ്ടായിരിക്കും ഒരുപക്ഷേ ഞാൻ ഫലിതം പറയുന്നത്. എന്നെ പീഡിപ്പിക്കുന്ന ചില ചോദ്യങ്ങൾ ഉണ്ട്. എനിക്കുവേണ്ടി മാന്യന്മാർ അതിനു മറുപടി പറയണം. ഉദാഹരണമായി മനുഷ്യനെ അവന്റെ പഴയ ശീലങ്ങളിൽ നിന്നും അകറ്റി അവന്റെ മനോഗതിയെ ശാസ്ത്രത്തിന്റേയും സാമാന്യബുദ്ധിയുടേയും താൽപ്പര്യങ്ങൾക്ക് അനുസൃതമായി മാറ്റിയെടുക്കാൻ നിങ്ങൾ ആഗ്രഹിക്കുന്നു. പക്ഷേ മനുഷ്യനെ ആ രീതിയിൽ മാറ്റിയെടുക്കാൻ കഴിയുമെന്ന് നിങ്ങൾക്ക് എങ്ങനെ അറിയാൻകഴിയും? മനുഷ്യന്റെ ഭാവനയെ അങ്ങനെ മാറ്റിയെടുക്കേണ്ടത് അത്യന്താപേക്ഷിതമായ സംഗതിയാണെന്ന് നിങ്ങൾക്ക് എങ്ങനെ തീരുമാനിക്കാൻ കഴിഞ്ഞു? ചുരുക്കത്തിൽ അത്തരത്തിലുള്ള ഒരു തിരുത്തൽ മനുഷ്യനു നന്മവരുത്തുമെന്ന് നിങ്ങൾക്ക് എങ്ങനെ മനസിലാക്കാൻ കഴിഞ്ഞു? യുക്തിചി

ന്തയും ഗണിതശാസ്ത്രവും സാക്ഷ്യപ്പെടുത്തുന്ന മനുഷ്യന്റെ സാധാരണതാൽപ്പര്യങ്ങൾക്ക് വിരുദ്ധമല്ലാത്തതെല്ലാം എപ്പോഴും അവന്റെ നന്മയ്ക്ക് അനുകൂലമായിരിക്കുമെന്ന് എങ്ങനെ നിങ്ങൾക്ക് ഉറപ്പിക്കാൻ കഴിയും? അവയെല്ലാം മനുഷ്യവർഗത്തിന്റെ നിയമങ്ങളാണെന്നതിന് എന്താണ് ഉറപ്പ്? എന്തുതന്നെയായാലും ഇതെല്ലാം നിങ്ങളുടെ ഊഹം മാത്രമാണ്. ഇതിനെ ന്യായവാദത്തിന്റെ നിയമമായി നമ്മൾ കണക്കാക്കിയാലും ഒരിക്കലും ഇത് മനുഷ്യരാശിയുടെ ഒരു നിയമമായി തീരുന്നില്ല. നിങ്ങൾ മാന്യന്മാർ എനിക്ക് ഭ്രാന്താണെന്ന് വിചാരിക്കുന്നുണ്ടാവാം. ഞാനൊരു കാര്യം പ്രത്യേകം എടുത്തുപറയട്ടെ. മനുഷ്യൻ സൃഷ്ടിപരമായ കാര്യങ്ങൾക്ക് പ്രാമുഖ്യം കൊടുക്കുന്ന ഒരു ജീവിയാണ്. അവന്റെ ലക്ഷ്യത്തിലെത്താൻ ബോധപൂർവം അവൻ പരിശ്രമം തുടരുന്നു. നിർമാണകലയിൽ അവൻ സ്വയം വ്യാപരിക്കുന്നു. എന്നും നിർമാണം നടന്നുകൊണ്ടിരിക്കുന്ന ഒരിക്കലും അവസാനിക്കാത്ത ഒരു പാത അവൻ നിർമിച്ചുകൊണ്ടിരിക്കുന്നു. ആ പാത എവിടേക്ക് പോകുന്നെന്ന് അവൻ ശ്രദ്ധിക്കുന്നില്ല. അത് എവിടേക്ക് പോകുന്നു എന്നതിന് പ്രാധാന്യമില്ല. അത് എവിടേക്കെങ്കിലും പോകുന്നുണ്ട് എന്നതാണ് പ്രധാനപ്പെട്ട കാര്യം. നിർമാണപ്രവർത്തനത്തിൽ താൽപ്പര്യമില്ലെങ്കിലും എല്ലാതിന്മകളുടേയും അമ്മ എന്നറിയപ്പെടുന്ന വിനാശകരമായ വിരസതയ്ക്ക് മനുഷ്യൻ അടിമപ്പെടാൻ പാടില്ല. മനുഷ്യന് പാതനിർമാണം ഉൾപ്പെടെയുള്ള നിർമാണപ്രവർത്തനങ്ങളിൽ താൽപ്പര്യം ഉണ്ടെന്നുള്ളകാര്യം അവിതർക്കിതമാണ്. പക്ഷേ അവന് നശീകരണത്തോടും കുഴപ്പങ്ങളോടും ഉൽക്കടമായ താൽപ്പര്യം ഉണ്ടാകുന്നുണ്ട്. അതെങ്ങനെയാണെന്ന് പറയാൻ കഴിയുമോ? പക്ഷേ ഇതിനെപ്പറ്റി രണ്ടുവാക്കു പറയാൻ ഞാൻ ആഗ്രഹിക്കുന്നു. മനുഷ്യന്റെ നശീകരണത്തോടും കുഴപ്പങ്ങളോടുമുള്ള ഈ ഉൽക്കടമായ താൽപ്പര്യം അവൻ നിർമിച്ചുകൊണ്ടിരിക്കുന്ന കെട്ടിടത്തിന്റെ പണി പൂർത്തിയായി ലക്ഷ്യപ്രാപ്തിയിൽ എത്തിക്കഴിയുമ്പോൾ ഉണ്ടാകാൻപോകുന്ന അരക്ഷിതബോധം സൃഷ്ടിക്കുന്ന ഭയത്തിൽനിന്ന് ആവിർഭവിക്കുന്നതാണ്. നമുക്ക് അറിയാവുന്ന ഏകകാര്യം അകലെനിന്നു നോക്കുമ്പോൾ ആ കെട്ടിടം അവന് ഇഷ്ടമാണ് എന്നതു മാത്രമാണ്. വളരെ അടുത്ത് പരിശോധിച്ചാൽ ആ കെട്ടിടം അവന് തീരെ ഇഷ്ടമല്ല എന്ന് മനസിലാകും. ഒരുപക്ഷേ അവന്റെ താൽപ്പര്യം അതുപണിയുന്നതിലായിരിക്കാം. അതിനുള്ളിൽ ജീവിക്കുന്നതിൽ ആയിരിക്കുകയില്ല. പണിതീർത്തതിനുശേഷം ചിതലുകളെപ്പോലെ അവൻ അത് ഉപേക്ഷിക്കും. ചിതലുകളുടെ ഇഷ്ടങ്ങളും അനിഷ്ടങ്ങളും വളരെ വ്യത്യസ്തമാണ്. ഇതുപോലെ ശ്രദ്ധേയമായ നിർമിതികൾ ചിതലുകളും നടത്താറുണ്ട്; ചിതൽപ്പുറ്റുകൾ അവ നശിക്കാതെ അവശേഷിക്കുകയും ചെയ്യും.

എല്ലാ ബഹുമാന്യരായ ചിതലുകളും ഒരു ചിതൽപ്പുറ്റിലാണ് ആരംഭം കുറിക്കുന്നത്. അവർ ഒരുപക്ഷേ ആ ചിതൽപ്പുറ്റിൽത്തന്നെ അവസാനി

ച്ചെന്നും വരും. അവരുടെ നിഷ്കർഷയുള്ള സ്വഭാവത്തിനും മനസുറപ്പിനും അവയുടെ ഈ ജീവിതരീതി അംഗീകാരമായി മാറുന്നുണ്ട്. പക്ഷേ മനുഷ്യർ മാന്യനല്ലാത്ത മനസുറപ്പില്ലാത്ത ഒരു ജീവിയാണ്. ഒരുപക്ഷേ ഒരു ചെസ്കളിക്കാരനെപ്പോലെ ലക്ഷ്യം പ്രാപിക്കുന്നതിനുള്ള പ്രക്രിയയിലായിരിക്കും ലക്ഷ്യത്തേക്കാൾ അവനു താൽപ്പര്യം. ഒരുപക്ഷേ ഈ ലോകത്തെ മനുഷ്യജീവിതത്തിന്റെ ഉദ്ദേശ്യംതന്നെ ലക്ഷ്യങ്ങൾ നേടുവാനുള്ള അവിരാമമായ ഈ പരിശ്രമത്തിൽ അടങ്ങിയിട്ടുണ്ട്. മറ്റുവാക്കുകളിൽ പറഞ്ഞാൽ ജീവിക്കുന്നതിൽ തന്നെ ജീവിതത്തിന്റെ ഉദ്ദേശ്യം അടങ്ങിയിരിക്കുന്നു. അന്തിമമായ ലക്ഷ്യത്തിലല്ല ജീവിതത്തിന്റെ ഉദ്ദേശ്യം അടങ്ങിയിട്ടുള്ളത്. ഇത് തീർച്ചയായും ഈരണ്ട് നാല് എന്നു പറയും പോലുള്ള ഒരു ഫോർമുലയാണ്. എന്നാൽ ഈരണ്ട് നാല് ജീവിതമല്ല. അത് മരണത്തിന്റെ തുടക്കമാണ്. മനുഷ്യൻ എന്നും 2 X 2 =4 എന്ന ഫോർമുലയെ ഭയപ്പെട്ടിരുന്നു. എനിക്ക് അതിനോട് ഇന്നും ഭയമാണ്. മനുഷ്യർ സമുദ്രങ്ങൾ കടന്ന് ഇത്തരം സമവാക്യങ്ങൾ കണ്ടുപിടിക്കുന്നതിൽമാത്രം മുഴുകിക്കഴിയുമായിരിക്കും. ഒടുവിൽ അവ കണ്ടെത്തി വിജയിച്ചു കഴിയുമ്പോൾ അവന് അതിനോട് ഭയം ആയിരിക്കുമെന്ന് ഞാൻ ആണയിട്ടുപറയാം. അവ കണ്ടെത്തിക്കഴിഞ്ഞാൽ മറ്റൊന്നും അന്വേഷിക്കാനായി അവശേഷിക്കുന്നില്ല എന്നൊരു തോന്നൽ അവനെ പിടികൂടും. പണിക്കാർക്ക് പണി പൂർത്തിയാകുമ്പോൾ പണം കിട്ടും. അവർ അതു മദ്യശാലകളിൽ ചിലവാക്കും. പിന്നീട് ആ പണം അവരെ പൊലീസ് സ്റ്റേഷനിലെത്തിക്കും. അതിനുശേഷം ഒരാഴ്ചത്തേക്ക് അവർക്ക് അവിടെ തിരക്കായിരിക്കും. പക്ഷേ മനുഷ്യരാശിക്ക് ഇത്തരം ലക്ഷ്യങ്ങൾ പ്രാപിക്കുന്നതിനിടയിൽ അസുഖകരമായ കാര്യങ്ങൾ ഉണ്ടാകുന്നതായി കാണാം. ലക്ഷ്യത്തിലേക്കുള്ള പ്രയാണം മനുഷ്യന് ഇഷ്ടമാണ്. പക്ഷേ ലക്ഷ്യപ്രാപ്തിയെപ്പറ്റി അവൻ പൂർണമായും ശ്രദ്ധാലുവല്ല. തീർച്ചയായും ഇതു പരിഹാസ്യമാണ്. ചുരുക്കത്തിൽ മനുഷ്യരാശിതന്നെ ഹാസ്യജനകമായാണ് സൃഷ്ടിക്കപ്പെട്ടിരിക്കുന്നത്. ഇതെല്ലാം കൂടി ഒരു തമാശയായി മാറും. പക്ഷേ ഈരണ്ട് നാല് എന്നത് എന്തായാലും സഹിക്കാൻ കഴിയാത്ത ഒരു കാര്യമാണ്. ഈരണ്ട് നാല് എന്റെ അഭിപ്രായത്തിൽ മര്യാദകേടാണ്. ഈരണ്ട് നാലാകുന്നത് ഒരു ചെറുപ്പക്കാരനായ പിശാച് ഇടുപ്പിൽ കൈകുത്തി ആത്മവിശ്വാസത്തോടെ നിങ്ങളുടെ വഴിക്ക് കുറുകെനിൽക്കുന്നതിന് തുല്യമാണ്. ഈരണ്ട് നാല് എന്നത് വളരെ ഉൽക്കൃഷ്ടമായ ഒരു സംഗതിയാണെന്നതിനോട് ഞാൻ യോജിക്കുന്നു. പക്ഷേ എല്ലാം ചിന്തിച്ചാൽ ഈരണ്ട് അഞ്ച് എന്നതും വളരെ മെച്ചപ്പെട്ട ഒരു സംഗതിതന്നെയാണ്.

സാധാരണവും വ്യക്തവും ആയ കാര്യങ്ങൾ അതായത് ചുരുക്കിപ്പറഞ്ഞാൽ ക്ഷേമകരമായ കാര്യങ്ങൾ മാത്രമാണ് മനുഷ്യന് നല്ലതെന്ന് നിങ്ങൾക്ക് ഇത്രയും ഉറപ്പു തോന്നുന്നത് എന്തുകൊണ്ടാണ്? നല്ല കാര്യങ്ങൾ എന്തൊക്കെയാണെന്നതിൽ യുക്തിക്ക് തെറ്റുപറ്റിയിട്ടുണ്ടോ? ഒരു

പക്ഷേ മനുഷ്യരാശിക്ക് തൃപ്തിനൽകുന്ന കാര്യം ഐശ്വര്യം മാത്രം ആയിരിക്കില്ല. കഷ്ടപ്പാടുകളോടും അവന് താൽപ്പര്യമുണ്ടെന്നുള്ളത് സത്യം തന്നെയാണ്. ഇതു മനസിലാകുന്നതിന് പ്രപഞ്ചചരിത്രം തിരയേണ്ട കാര്യം ഇല്ല. നിങ്ങൾ കുറച്ചുകാലമെങ്കിലും ജീവിച്ചിട്ടുള്ള മനുഷ്യനാണെങ്കിൽ സ്വയം ഒന്നുചോദിച്ചുനോക്കിയാൽ മതിയാകും. എന്റെ സ്വന്തം അഭിപ്രായം പറയുകയാണെങ്കിൽ ക്ഷേമകരമായ കാര്യങ്ങൾമാത്രം ഇഷ്ടപ്പെടുന്നത് യോഗ്യതയുള്ള ഒരുകാര്യമായി എനിക്ക് തോന്നിയിട്ടില്ല. നല്ലതോ ചീത്തയോ എന്നല്ല ചില സന്ദർഭങ്ങളിൽ നാശംവരുന്ന കാര്യങ്ങൾപോലും വളരെ ആനന്ദദായകമായിരിക്കും. ഞാൻ ഇവിടെ കഷ്ടപ്പാടുകൾക്കുവേണ്ടിയോ അസുഖകരമായ കാര്യങ്ങൾക്കുവേണ്ടിയോ വാദിക്കുകയല്ല. എന്റെ സ്വന്തം മനസിന്റെ ചാപല്യങ്ങൾക്കുവേണ്ടിയാണ് ഞാൻ വാദിക്കുന്നത്. ഉദാഹരണത്തിന് കഷ്ടപ്പാടുകളിൽ കാപട്യം ഉണ്ടാവില്ല. എനിക്ക് അതു നന്നായി അറിയാം. ഒരുവന് ഒരു സംശയങ്ങളും ഇല്ലാത്ത ആയിരം വർഷങ്ങൾ എന്തുതരം ആയിരംവർഷങ്ങൾ ആയിരിക്കും? ആയിരം വർഷങ്ങളുടെ അത്തരത്തിലുള്ള ഒരു കാലയളവ് സങ്കൽപ്പിക്കാൻപോലും കഴിയില്ല. അതേസമയം മനുഷ്യൻ നശീകരണവും കുഴപ്പങ്ങളും ഒരുകാലത്തും ഉപേക്ഷിക്കില്ലെന്ന് എനിക്ക് ഉറപ്പുണ്ട്. ബോധം ഉണ്ടാകുന്നതിന്റെ ഏകകാരണം കഷ്ടപ്പാടാണ്. എന്റെ അഭിപ്രായത്തിൽ ബോധമാണ് മനുഷ്യന്റെ ഏറ്റവും വലിയ ഭാഗ്യദോഷം. മനുഷ്യന് അത് ഇഷ്ടമാണെന്ന് എനിക്ക് അറിയാം. കൂടുതൽ തൃപ്തി നൽകുന്ന എന്തിനെങ്കിലും വേണ്ടി അവൻ അത് ഉപേക്ഷിക്കില്ലെന്നും എനിക്ക് അറിവുണ്ട്. ഈരണ്ട് നാല് എന്നതിനേക്കാൾ വളരെ വലിയ കാര്യമാണ് ബോധം. ഈരണ്ട് നാല് എന്ന നേട്ടം കൈവരിച്ചു കഴിയുമ്പോൾ പിന്നീട് ചെയ്യാൻ തീർച്ചയായും ഒന്നും അവശേഷിക്കുന്നില്ല. മനസിലാക്കാനും കാര്യമായി ഒന്നും ഉണ്ടാവില്ല. അപ്പോൾ ആകെ ചെയ്യാൻ കഴിയുന്നത് അഞ്ച് ഇന്ദ്രിയങ്ങളും കൊട്ടിയടച്ച് ധ്യാനത്തിൽ ഏർപ്പെടുക മാത്രമാണ്. ഇതേ ഫലംതന്നെയാണ് പ്രബുദ്ധരാകുമ്പോഴും ഉണ്ടാകുന്നത്. പ്രവർത്തിക്കാൻ ഒന്നും ഉണ്ടാവില്ലെന്നാണ് ഞാൻ ഉദ്ദേശിച്ചത്. ഇവിടെ കുറഞ്ഞപക്ഷം ഒരുവന് സ്വയം ചമ്മട്ടികൊണ്ടുള്ള പ്രഹരത്തിൽ അഭയം തേടാൻ കഴിയുമായിരിക്കും. ഏതു രീതിയിലും അത് ഉന്മേഷദായകമാണ്. അത് ഒരുവന്റെ അധഃപതനം ആയിരിക്കാം. പക്ഷേ ഒന്നും ചെയ്യാത്തതിലും നല്ലത് സ്വയം ചാട്ടകൊണ്ട് അടിക്കുന്നതാണ്.

പത്ത്

നിങ്ങൾക്ക് സ്ഫടികക്കൊട്ടാരത്തിൽ വിശ്വാസമുണ്ടോ? ഒരുവന് ഒളിച്ചുസംസാരിക്കാനും രഹസ്യമായി പരിഹാസത്തിന്റെ ആംഗ്യവിക്ഷേപങ്ങൾ കാണിക്കാനും കഴിയാത്ത സ്ഫടികക്കൊട്ടാരം. ഈ കൊട്ടാരം ഉടയാത്തസ്ഫടികംകൊണ്ട് നിർമിച്ചിരിക്കുന്നതുകൊണ്ട് രഹസ്യമായി

ഒരുവന് അതിനുള്ളിലിരുന്ന് ഒന്നും സംസാരിക്കാൻ കഴിയില്ലെന്ന് ഞാൻ ഭയപ്പെടുന്നു.

കൊട്ടാരം മറ്റൊന്നായിരുന്നെങ്കിൽ എന്ന് നിങ്ങൾ സങ്കൽപ്പിച്ചു നോക്കണം. കൊട്ടാരത്തിനുപകരം അത് ഒരു കോഴിക്കൂടാണെന്ന് സങ്കൽപ്പിക്കുക. മഴപെയ്തുതുടങ്ങിയിരിക്കുന്നതായി വിചാരിക്കുക. നനയാതിരിക്കാനായി ഞാൻ ആ കോഴിക്കൂടിനുള്ളിൽ നുഴഞ്ഞുകയറാൻ സാധ്യതയുണ്ട്. എന്നെ മഴയിൽനിന്നും സംരക്ഷിച്ചതിന്റെ നന്ദികൊണ്ട് ഞാൻ കോഴിക്കൂടിനെ പക്ഷേ കൊട്ടാരമായി കരുതാൻ പാടില്ല. നിങ്ങൾ ചിരിക്കുന്നു. നിങ്ങൾ പറയുന്നത് ഇത്തരം സന്ദർഭങ്ങളിൽ അത് കോഴിക്കൂടാണോ കൊട്ടാരമാണോ എന്നു നോക്കേണ്ട കാര്യം ഇല്ല എന്നാണ്. ഞാൻ അതു സമ്മതിക്കില്ല. നനയാതിരിക്കാൻവേണ്ടി മാത്രമാണോ ഒരുവൻ ജീവിക്കുന്നത്?

ജീവിക്കുന്നതിനുള്ള കാരണം അതുമാത്രമല്ലെന്ന് ഞാൻ ചിന്തിച്ചാൽ അതിൽ എന്തെങ്കിലും കുഴപ്പമുണ്ടോ? എനിക്ക് ജീവിക്കണം എന്നുണ്ടെങ്കിൽ അത് ഒരു കൊട്ടാരത്തിൽത്തന്നെ ആയിക്കൂടെ? എന്റെ ആഗ്രഹവും അതുതന്നെയാണ്. എന്റെ ആഗ്രഹത്തിന് മാറ്റം വന്നാൽ മാത്രമേ നിങ്ങൾക്ക് എന്നെ അതിൽനിന്ന് പിൻതിരിപ്പിക്കാൻ കഴിയുകയുള്ളൂ. നിങ്ങൾക്ക് മറ്റെന്തെങ്കിലുംകൊണ്ട് എന്നെ ആകർഷിക്കാൻ കഴിയണം. എന്റെ മനഃസ്ഥിതിയിൽ അത് വ്യത്യാസം വരുത്തും. അതിന് മറ്റൊരു ആദർശം നിങ്ങൾ എനിക്ക് നൽകേണ്ടിവരും. ഇതിനിടയിൽ ഒരു കോഴിക്കൂടിനെ കൊട്ടാരമായി കാണാൻ കഴിയില്ലെന്ന് ഞാൻ വാശിപിടിക്കും. സ്ഫടികക്കൊട്ടാരം വായുവിൽത്തീർത്ത ഒരുമണിമാളികയാണെന്ന് നമുക്ക് വിശ്വസിക്കാം. അതായത് പ്രകൃതിനിയമങ്ങൾ അനുസരിച്ചുള്ള ഒരു അസാധ്യത. എന്റെ തലമുറയുടെ ചില പഴക്കംചെന്ന യുക്തിഹീനമായ ശീലങ്ങളിൽ നിന്നും എന്റെതന്നെ മണ്ടത്തരങ്ങളിൽ നിന്നുമാണ് ഞാൻ ഈ സ്ഫടികക്കൊട്ടാരം കണ്ടെത്തിയത്. അത് ഒരു അസാധ്യതയാണെങ്കിൽ എന്നെ അത് എങ്ങനെ ബാധിക്കാനാണ്? എന്റെ മോഹങ്ങളിലോ അല്ലെങ്കിൽ എനിക്ക് മോഹങ്ങൾ ഉള്ള കാലത്തോളമോ ആണ് സ്ഫടികക്കൊട്ടാരം നിലനിൽക്കുന്നത്. എനിക്ക് അതിൽ എന്തുമാറ്റം സംഭവിക്കാനാണിടയുള്ളത്. ഒരു മാറ്റവും ഉണ്ടാവുന്നില്ല. പക്ഷേ നിങ്ങൾ വീണ്ടും ചിരിക്കുകയാണോ? നിങ്ങളുടെ ഇഷ്ടം അതാണെങ്കിൽ നിങ്ങൾക്ക് ചിരിക്കാം. നിങ്ങളുടെ ശാപം മുഴുവൻ ഞാൻ സ്വീകരിക്കും. പക്ഷേ എനിക്ക് വിശന്നപ്പോൾ നിറയെ ഭക്ഷണംകിട്ടി എന്ന് ഞാൻ പറയില്ല. പ്രകൃതിനിയമങ്ങൾക്ക് അനുസരിച്ച് ജീവിക്കുന്നുണ്ടെങ്കിലും തുടർച്ചയായി ആവർത്തിക്കപ്പെടുന്ന പത്തിനെ ആധാരമാക്കിയുള്ള ഗണിതരീതിയെ ഞാൻ അംഗീകരിക്കുന്നില്ല. പാവപ്പെട്ടവർക്ക് ആയിരം വർഷത്തേക്ക് ഫ്ളാറ്റുകൾ വാടകയ്ക്ക് കൊടുക്കുന്നത് ഏറ്റവും ശ്രേഷ്ഠകരമായ ഒരുകാര്യമായി ഞാൻ അംഗീകരിക്കുന്നില്ല. എന്റെ ആഗ്രഹങ്ങളെ

നശിപ്പിച്ച് എന്റെ മാതൃകകളെ കളങ്കപ്പെടുത്തി അതിലും നല്ലതെന്തെങ്കിലും എനിക്കു കാണിച്ചുതന്നാൽ ഞാൻ നിങ്ങളുടെ പിന്നിൽ നിൽക്കാം. അപ്പോൾ ഞാൻ നിങ്ങളെ മാതൃകയാക്കും. ഒരുപക്ഷേ ഇതിൽ ഇടപെടുന്നതിൽ അർഥമില്ലെന്ന് നിങ്ങൾ പറയുമായിരിക്കും. അങ്ങനെയാണെങ്കിൽ എനിക്കും നിങ്ങളോട് അതേ മറുപടിതന്നെ പറയാൻ കഴിയും. നിങ്ങൾ പൂർണമനസോടെ എന്നോട് ആദരവ് കാട്ടാൻ തയ്യാറല്ലെങ്കിൽ ഞാൻ നിങ്ങളുമായി സംവാദത്തിനും തയ്യാറല്ല.

ഇങ്ങനെയൊക്കെയാണെങ്കിലും ഞാൻ ഇപ്പോഴും എന്റെ മോഹങ്ങളുമായി ജീവിക്കുകയാണ്. ഫ്ളാറ്റ് സമുച്ചയത്തിനുവേണ്ടി ഒരു കട്ട ചുമന്നുകൊണ്ടു വന്നാൽ എന്റെ കൈ ഒടിഞ്ഞുപോകുമോ? ഒരുവന് അയാളുടെ സംസാരം പുറത്ത് എത്തിക്കാൻ കഴിയാത്തതുകൊണ്ട് അല്പസമയം മുൻപ് ഞാൻ ആ സ്ഫടികക്കൊട്ടാരത്തെ തള്ളിപ്പറഞ്ഞത് കാര്യമാക്കേണ്ട. എന്റെ സംസാരം പുറത്തുകേൾക്കണം എന്ന നിർബന്ധം കൊണ്ടല്ല ഞാൻ അങ്ങനെ പറഞ്ഞത്. ഒരുവന്റെ സംസാരം പുറത്തുവരാത്ത തരത്തിലുള്ള ഒരു കൊട്ടാരവും ഇന്നുവരെ ഉണ്ടായിട്ടില്ല എന്നതുകൊണ്ടായിരിക്കണം എനിക്ക് ദേഷ്യം വന്നത്. എന്റെ നാവ് പുറത്തെടുക്കേണ്ട ആവശ്യം ഇല്ലാത്തരീതിയിൽ കാര്യങ്ങൾ നടന്നിരുന്നെങ്കിൽ എന്റെ നാക്ക് മുറിച്ചുമാറ്റാൻപോലും ഞാൻ അനുവദിക്കുമായിരുന്നു. ഇതുപോലുള്ള മോഹങ്ങളുമായി എന്നെ സൃഷ്ടിച്ചത് എന്തിനാണ്? ഒടുവിൽ എന്റെ സൃഷ്ടിതന്നെ ഒരുതരം ചതിയാണെന്ന നിഗമനത്തിൽ എത്തിച്ചേരാൻ വേണ്ടിയാണോ ഞാൻ സൃഷ്ടിക്കപ്പെട്ടിരിക്കുന്നത്? അതുമാത്രമാണോ എന്റെ സൃഷ്ടിക്കു പിന്നിലുള്ള ലക്ഷ്യം. എനിക്ക് അത് വിശ്വസിക്കാൻ കഴിയുന്നില്ല.

നിങ്ങൾക്ക് ഒരുകാര്യം അറിയാമോ? എന്നെപ്പോലെ ഒളിഞ്ഞിരിക്കുന്നവരെ പ്രത്യേകം ശ്രദ്ധിക്കണം. ഒരു വാക്കുപോലും പറയാതെ നാൽപ്പതുവർഷക്കാലം ഒളിച്ചിരിക്കാൻ കഴിവുള്ളവരാണെങ്കിലും പുറംലോകത്ത് എത്തിപ്പെടുമ്പോൾ ഞങ്ങൾ പൊട്ടിത്തെറിച്ചെന്നുവരും. പിന്നീട് സംസാരം, സംസാരംമാത്രം.

പതിനൊന്ന്

മാന്യരേ, അവസാനമായി പറയാനുള്ളത് ഒന്നും പ്രവർത്തിക്കാതിരിക്കുന്നതാണ് ഏറ്റവും നല്ല കാര്യം എന്നതാണ്. ബോധപൂർവമുള്ള ആലസ്യമാണ് ഏറ്റവും അഭികാമ്യം. കാലങ്ങളോളം ഞാൻ ഒളിവിൽ തന്നെ കഴിയട്ടെ. ഒരു സാധാരണ മനുഷ്യനോട് എനിക്ക് അസൂയ ഉണ്ടെങ്കിലും അയാളുടെ ജീവിതസാഹചര്യങ്ങളിൽ അയാളായി മാറുവാൻ എനിക്ക് ഒട്ടും താൽപ്പര്യമില്ല (അയാളോടുള്ള അസൂയ ഞാൻ അവസാനിപ്പിച്ചിട്ടില്ല). കാര്യം അതല്ല. ഏതുരീതിയിൽ നോക്കിയാലും ഒളിസങ്കേ

തമാണ് ഭേദം. അവിടെ ഒരുവന് കുറഞ്ഞപക്ഷം വേദനിക്കാനെങ്കിലും കഴിയും. ഞാൻ ഇപ്പോഴും കള്ളം പറഞ്ഞുകൊണ്ടിരിക്കുകയാണ് എന്ന താണ് സത്യം. ഈരണ്ട് നാലാകുന്നതുപോലെ തന്നെ എനിക്ക് ഒളിസ ങ്കേതമല്ല കൂടുതൽ അഭികാമ്യമെന്ന് ഉറപ്പുണ്ട്. ഒരിക്കലും എനിക്കുമു ന്നിൽ വെളിപ്പെടാത്ത മറ്റൊരിടമാണ് കൂടുതൽ അഭികാമ്യമെന്ന് എനിക്ക് അറിയാം. ഒളിസങ്കേതം ചെകുത്താൻ സ്വന്തമാക്കിക്കോട്ടെ.

ഇവിടെ എഴുതിക്കൂട്ടിയതിന്റെ ഒരു ചെറിയഭാഗമെങ്കിലും ഞാൻ വിശ്വസിച്ചിരുന്നെങ്കിൽ വളരെ നന്നായിരുന്നു. മാന്യരേ, ഞാൻ ഇവിടെ കുത്തിക്കുറിച്ചതിൽ ഒരു ചെറിയ വാക്കുപോലും ഞാൻ വിശ്വസിക്കുന്നില്ല. അല്ലെങ്കിൽ ഒരുപക്ഷേ ഞാൻ വിശ്വസിക്കുന്നുണ്ടാവാം. എങ്കിലും ഞാൻ കള്ളം പറയുകയാണെന്ന് എനിക്ക് തോന്നുന്നത് എന്തുകൊണ്ടാണെന്ന് മനസിലാകുന്നില്ല.

അപ്പോൾ നിങ്ങൾ ചോദിക്കും 'പിന്നെ ഇതൊക്കെ നിങ്ങൾ എഴുതി യത് എന്തിനാണ്?'

ഒന്നും ചെയ്യാനില്ലാത്ത അവസ്ഥയിൽ നിങ്ങളെ നാൽപ്പതുവർഷം പൂട്ടിയിട്ടിട്ട് അതിനുശേഷം നിങ്ങൾക്ക് എന്തുസംഭവിച്ചു എന്നറിയാൻ ഞാൻ ആ ഒളിസങ്കേതത്തിൽ വരുന്നു എന്നു സങ്കൽപ്പിക്കുക. ഒരു തൊഴി ലുമില്ലാതെ ഒരു മനുഷ്യനെ നാൽപ്പതുവർഷം അങ്ങനെ താമസിപ്പിക്കാൻ കഴിയുമോ?

'ഇതിലെന്ത് നാണക്കേട്? ഇതിൽ വലിയ അപമാനമൊന്നുമില്ല.' നിങ്ങൾ തലകുലുക്കിക്കൊണ്ട് പറഞ്ഞേന്നിരിക്കും. ജീവിതത്തോട് നിങ്ങൾക്ക് അമിത ആർത്തിയാണ്. ജീവിതപ്രശ്നങ്ങളെ നിങ്ങൾ കുഴ ഞ്ഞുമറിഞ്ഞ ന്യായങ്ങൾകൊണ്ട് പരിഹരിക്കാനാണ് നോക്കുന്നത്. നിങ്ങ ളുടെ വിദ്യകൾ അങ്ങേയറ്റം ആയാസകരവും മര്യാദകെട്ടതുമാണ്. അതു കൊണ്ടുതന്നെ നിങ്ങൾ ആകെ ഭയപ്പെട്ടിരിക്കുന്നു. നിങ്ങൾ അസംബന്ധം പറയുന്നു. അതിൽ നിങ്ങൾ സംതൃപ്തനാണ്. നിങ്ങൾ പരുഷമായി പെരു മാറുന്നു. അതേസമയം പെരുമാറ്റത്തിന്റെ പരിണതഫലങ്ങളെപ്പറ്റി നിങ്ങൾക്ക് അറിവുള്ളതുകൊണ്ട് അപ്പോൾത്തന്നെ നിങ്ങൾ ഞങ്ങളോട് ക്ഷമ ചോദിക്കുന്നു. ഒന്നിനോടും നിങ്ങൾക്ക് ഭയം ഇല്ലെന്ന് നിങ്ങൾ ഞങ്ങൾക്ക് ഉറപ്പുതരുന്നു. എന്നാൽ സ്തുതിപറഞ്ഞ് ഞങ്ങളെ നിങ്ങ ളോടൊപ്പം നിർത്താൻ നിങ്ങൾ പരിശ്രമിക്കുന്നു. നിങ്ങൾ പല്ലുകൾ മു റുക്കി കടിച്ചിരിക്കുകയാണെന്ന് ഞങ്ങളെ വിശ്വസിപ്പിക്കാൻ ശ്രമിക്കുന്നു. അതേസമയംതന്നെ ഞങ്ങളെ ചിരിപ്പിക്കാൻവേണ്ടി നിങ്ങൾ ഫലിതങ്ങൾ പൊട്ടിക്കുന്നു. നിങ്ങളുടെ ഫലിതങ്ങൾ ബുദ്ധിപരമല്ലെന്ന് നിങ്ങൾക്കു തന്നെ അറിവുണ്ട്. പക്ഷേ അവയുടെ രചനാപരമായ ശ്രേഷ്ഠതയിൽ നിങ്ങൾക്ക് സംതൃപ്തിയുണ്ട്. ഒരുപക്ഷേ ചില സന്ദർഭങ്ങളിൽ നിങ്ങൾ കഷ്ടപ്പെട്ടിരിക്കാം. പക്ഷേ സ്വന്തം കഷ്ടപ്പാടുകളെ നിങ്ങൾ പരിഗണി ക്കാറില്ല. നിങ്ങളിൽ സത്യം ഉണ്ട്. പക്ഷേ നന്മയില്ല. അങ്ങേയറ്റം നിസ്സാ

രമായ ദുരഭിമാനംകൊണ്ട് നിങ്ങളുടെ സത്യത്തെ ചുമന്ന് ചന്തയിൽക്കൊണ്ടുവന്ന് നാണക്കേടിനും അധിക്ഷേപങ്ങൾക്കുമായി തുറന്നിട്ടുകൊടുത്തിരിക്കുകയാണ്. നിങ്ങൾക്ക് എന്തോ പറയണമെന്നുണ്ട്. പക്ഷേ അതു പറയാനുള്ള തീരുമാനം നിങ്ങൾ എടുത്തിട്ടില്ല. അതുകൊണ്ട് അവസാനത്തെ വാക്ക് നിങ്ങൾ പുറത്തുപറയാതെ ഒളിച്ചുവയ്ക്കുന്നു. നിങ്ങളുടെ ബുദ്ധിപരമായ കഴിവുകളിൽ നിങ്ങൾക്ക് അഹങ്കാരം ഉണ്ട്. നിങ്ങളുടെ തലച്ചോറ് പ്രവർത്തനക്ഷമമാണെങ്കിലും ഹൃദയം ദുഷിച്ചുപോയിരിക്കുന്നതുകൊണ്ട് ഒന്നിലും നിങ്ങൾക്ക് ഉറച്ചുനിൽക്കാൻ കഴിയുന്നില്ല. ശുദ്ധമായ ഹൃദയം ഇല്ലാതെ പൂർണമായും ശരിയായ അറിവ് ഉണ്ടാകില്ല. നിങ്ങൾ നിർബന്ധബുദ്ധിക്കാരനാണെങ്കിലും പെരുമാറ്റത്തിൽ വളരെ നല്ലവനാണ്. പക്ഷേ എല്ലാം കള്ളത്തരമാണ്...... കള്ളം..... കള്ളം....

നിങ്ങൾ പറഞ്ഞതെല്ലാം ഞാൻ ഇപ്പോൾ കണ്ടെത്തിയതാണ്. അവ വരുന്നത് ആഴങ്ങളിൽ എവിടെയോ നിന്നാണ്. നാൽപ്പതുവർഷങ്ങളായി നിങ്ങളുടെ ഈ വാക്കുകൾ ഞാൻ കേട്ടുകൊണ്ട് ഇരിക്കുകയായിരുന്നു. ഞാൻ തന്നെയാണ് ആ വാക്കുകളെ ഒരുക്കിയെടുത്തത്. എനിക്ക് മറ്റൊന്നും ചിന്തിക്കാൻ ഉണ്ടായിരുന്നില്ല. ആ വാക്കുകൾക്ക് സാഹിത്യഭംഗി ലഭിച്ചതുകൊണ്ട് അവ എനിക്ക് മനഃപാഠമായതിൽ ഒട്ടും അത്ഭുതപ്പെടാനില്ല.

ഞാൻ ഇപ്പോൾ പറഞ്ഞതെല്ലാം അച്ചടിച്ച് വായിക്കാൻ തരുമെന്ന് കണ്ണുമടച്ച് വിശ്വസിക്കാൻ സത്യത്തിൽ നിങ്ങൾക്ക് കഴിയില്ല. കഴിയുമോ? ഇവിടെയാണ് എന്നെ കുഴയ്ക്കുന്ന പ്രശ്നം ഉദിക്കുന്നത്. സത്യത്തിൽ ഞാൻ എന്തിനാണ് നിങ്ങളെ മാന്യരേ എന്ന് സംബോധന ചെയ്യുന്നത്? ശരിക്കും വായനക്കാരോടു സംസാരിക്കുന്നതുപോലെ ഞാൻ എന്തിനാണ് നിങ്ങളോട് സംസാരിക്കുന്നത്? ഞാൻ പറയാൻ ഉദ്ദേശിച്ച രീതിയിലുള്ള കുറ്റസമ്മതങ്ങൾ അച്ചടിച്ചുവരുകയോ മറ്റുള്ളവർക്ക് വായിക്കാൻ നൽകുകയോ ചെയ്തിട്ടില്ല. കുറഞ്ഞപക്ഷം എനിക്ക് അതിനുള്ള മനക്കരുത്ത് ഇല്ല. അത്രയും മനക്കരുത്ത് ഉണ്ടാവണം എന്നുള്ള തോന്നലും എനിക്കില്ല. പക്ഷേ എന്റെ തലയിൽ ഒരു വിചിത്രഭാവന ഉദിച്ചിരിക്കുന്നു. എന്തുവില കൊടുത്തും ആ ഭാവനയെ സത്യാവസ്ഥയിലേക്ക് പരിഭാഷപ്പെടുത്തണമെന്ന എന്റെ ആഗ്രഹം നിങ്ങൾ മനസിലാക്കണം. ഏതൊരുവന്റെ ഓർമയിലും സുഹൃത്തുക്കളോടൊഴിച്ച് മറ്റാരോടും പറയാത്ത കാര്യങ്ങൾ ഉണ്ട്. കൂട്ടുകാരോടുപോലും പറയാത്ത മറ്റുചില കാര്യങ്ങളും ഉണ്ട്. രഹസ്യമായി സൂക്ഷിക്കുമെന്ന് പ്രതിജ്ഞയെടുത്തതിനു ശേഷമായിരിക്കും അയാൾ ഒരുകാര്യം അവനവനോടുതന്നെ പറയുന്നത്. ഇതു കൂടാതെ അവനവനോടുതന്നെ പറയാൻ ഭയക്കുന്ന കാര്യങ്ങളും ഉണ്ട്. സത്യസന്ധനായ ഏതു മനുഷ്യന്റെ ഉള്ളിലും ഇത്തരം ധാരാളം കാര്യങ്ങൾ അടിഞ്ഞുകൂടിയിട്ടുണ്ടാകും. ഒരു മനുഷ്യൻ കൂടുതൽ ആദരണീയനാവുന്നതിനനുസരിച്ച് അയാളുടെ ഉള്ളിൽ സ്വയം പറയാൻ ഭയക്കുന്ന

കാര്യങ്ങളുടെ എണ്ണവും കൂടിക്കൊണ്ടിരിക്കും. കുറച്ചുസമയം മുൻപ് എന്റെ ചില മുൻകാലസാഹസങ്ങൾ ഓർത്തെടുക്കാൻ ഞാൻ ഒരുശ്രമം നടത്തിയിരുന്നു. പക്ഷേ ഇതുവരെ അൽപ്പം മടിയോടെ ഞാൻ അവയ്ക്കുചുറ്റും വെറുതെ കറങ്ങിക്കൊണ്ടിരിക്കുകയാണ്. പക്ഷേ ഓർക്കുകമാത്രമല്ല അവ ഒന്നൊഴിയാതെ കടലാസിലാക്കാൻ കൂടി ഞാൻ തീരുമാനിച്ചിരിക്കുന്നു. ഒരുവന് ഭയമില്ലാതെ സത്യം തുറന്നു പറയാൻ കഴിയുമോ എന്ന പരീക്ഷണമാണ് ഞാൻ നടത്തുന്നത്. ഹെയിൻ പറയുന്നത് സത്യസന്ധമായ ആത്മകഥ അസാധ്യമാണെന്നാണ്. അവനവനെപ്പറ്റിയുള്ള സത്യങ്ങൾ ഒരു മനുഷ്യൻ ഒരിക്കലും പുറത്തുപറയില്ലെന്നാണ് ഹെയിനിന്റെ അഭിപ്രായം. ഹെയിനിന്റെ അഭിപ്രായത്തിൽ 'കുമ്പസാര'ത്തിൽ റൂസ്സോ ദുരഭിമാനം കാരണം അറിഞ്ഞുകൊണ്ടുതന്നെ തന്നെപ്പറ്റി കള്ളം പറഞ്ഞു എന്നാണ്. പക്ഷേ ഹെയിൻ പറഞ്ഞത് പരസ്യമായി കുറ്റസമ്മതം നടത്തുന്നവരെപ്പറ്റിയാണ്. എന്നാൽ ഞാൻ എനിക്കുവേണ്ടി മാത്രമാണ് എഴുതുന്നത്. എനിക്കുചുറ്റുമുള്ള കേൾവിക്കാരെ അഭിസംബോധന ചെയ്തുകൊണ്ട് ഞാൻ എഴുതുന്നതിന്റെ കാരണം അങ്ങനെ എഴുതാൻ എനിക്ക് എളുപ്പമായതുകൊണ്ടു മാത്രമാണ്. അതിനെപ്പറ്റി എഴുത്തിന്റെ ഒരു രീതി എന്നുമാത്രമേ പറയാനുള്ളൂ. എന്റെ എഴുത്തിൽ ഒരിക്കലും വായനക്കാർ ഉണ്ടാവില്ല. ഞാൻ അതു വ്യക്തമാക്കിക്കഴിഞ്ഞു.

ഈ സന്ദർഭത്തിൽ ഒരുപക്ഷേ നിങ്ങൾ എതിർപ്പ് പ്രകടിപ്പിക്കാൻ സാധ്യത ഉണ്ട്. എന്നോട് ഇങ്ങനെ ചോദിക്കാനും ഇടയുണ്ട്. 'നിങ്ങൾ വായനക്കാരെ പരിഗണിക്കുന്നില്ലെങ്കിൽ എഴുത്തിൽ നിങ്ങൾ എന്തിനാണ് വ്യവസ്ഥകൾ പ്രഖ്യാപിക്കുന്നത്? നിങ്ങളോടുതന്നെ നിങ്ങൾ എന്തിനാണ് ചില കരാറുകളിൽ ഏർപ്പെടുന്നത്? അതായത് എഴുത്തിൽ നിങ്ങൾ അടുക്കും ചിട്ടയും പാലിക്കില്ല. ഓർമയിൽ വരുന്നതെന്തും നിങ്ങൾ എഴുതും. ഇതിനൊക്കെ പുറമേ ആരോടാണ് നിങ്ങൾ വിശദീകരണങ്ങൾ നടത്തുന്നത്? ആരോടാണ് നിങ്ങൾ ക്ഷമ ചോദിക്കുന്നത്?'

ഞാൻ അതിന് മറുപടി പറയാം. പക്ഷേ ഒരുമിനിട്ട് നിങ്ങൾ ക്ഷമയോടെ കാത്തുനിൽക്കണം. ഇതിൽ മനഃശാസ്ത്രത്തിന്റെ ഇടപെടൽ ഉണ്ടായിട്ടുണ്ട്. ഒരുപക്ഷേ ഞാൻ വെറും ഒരു ഭീരു ആയതുകൊണ്ടായിരിക്കാം. അല്ലെങ്കിൽ ഒരുപക്ഷേ എന്റെ മുന്നിൽ ഒരുപറ്റം കേൾവിക്കാരുണ്ടെന്ന് ഞാൻ സങ്കൽപ്പിച്ചിട്ടുണ്ടാകാം. അതുകൊണ്ട് എനിക്ക് എഴുതാൻ സമയമാകുമ്പോൾ അവരെ എന്നോടൊപ്പം കൂട്ടിക്കൊണ്ടുപോകാൻ കഴിയും എന്ന് വിചാരിച്ചിട്ടുണ്ടാവാം. കൂടാതെ ആയിരക്കണക്കിന് മറ്റു കാരണങ്ങളും ഉണ്ടായിരുന്നിരിക്കാം.

പക്ഷേ മറ്റൊരു ചോദ്യം അവശേഷിക്കുന്നുണ്ട്. എന്തിനുവേണ്ടിയാണ് ഞാൻ എഴുതാൻ ആഗ്രഹിക്കുന്നത്? വായനക്കാർക്കു വേണ്ടിയല്ലെങ്കിൽ ഈ കാര്യങ്ങളെല്ലാം കടലാസിൽ പകർത്തേണ്ട കാര്യമില്ല. വെറുതെ സ്വയം മനസിൽ ഓർത്താൽ മതിയാകും.

തീർച്ചയായും അതുമതിയാകും. പക്ഷേ കടലാസിൽ കണ്ടാൽ ഇതെല്ലാം കൂടുതൽ വ്യക്തമായി മനസിൽ പതിയും. കൂടാതെ അത്ഭുതകരമായ പ്രോത്സാഹനവും ലഭിക്കും. അവനവനെപ്പറ്റിയുള്ള തീർപ്പുകൽപ്പിക്കുന്നതിൽ ഞാൻ കൂടുതൽ ശ്രദ്ധ ചെലുത്തും. ഇതിനെല്ലാം പുറമേ സത്യത്തിൽ എഴുതിക്കഴിയുമ്പോൾ എനിക്ക് ആശ്വാസം ലഭിക്കുന്നുണ്ട്. ഉദാഹരണമായി വളരെപ്പഴയ ഒരു ഓർമ എന്നെ വല്ലാതെ ശ്വാസംമുട്ടിക്കുന്നുണ്ടെന്ന് വിചാരിക്കുക. അടുത്തകാലത്ത് ഈ ഓർമ എന്നിലേക്ക് ഓടിക്കയറിവന്നു. അതിനുശേഷം എന്നെ നിരന്തരം ശല്യപ്പെടുത്തുന്ന ഒരു അറുബോറൻ സംഗീതംപോലെ അത് എന്നോടൊപ്പംതന്നെ ഉണ്ട്. പക്ഷേ ഒരുവന് അതിനെ ഒഴിവാക്കിയേ പറ്റൂ. എനിക്ക് ഇത്തരം നൂറുകണക്കിന് ഓർമകൾ ഉണ്ട്. പക്ഷേ ഇടയ്ക്കിടെ ആ നൂറിൽനിന്ന് ഏതെങ്കിലും ഒരു ഓർമ കൂടുതൽ പ്രാമുഖ്യം നേടി എന്നെ ശ്വാസംമുട്ടിച്ചു തുടങ്ങും. എന്തുകാരണംകൊണ്ടെന്ന് അറിയില്ല, എങ്ങനെയെങ്കിലും ആ ഓർമയെപ്പറ്റി എഴുതിക്കഴിഞ്ഞാൽ അത് ഒഴിവായിപ്പോകും എന്നാണ് എന്റെ വിശ്വാസം. അതുകൊണ്ട് എനിക്ക് അതൊന്ന് ശ്രമിച്ചുകൂടേ?

അവസാനമായി ഒരു കാര്യംകൂടി പറയാം. എനിക്ക് ഒരിക്കലും ഒന്നും പ്രവർത്തിക്കാൻ ഉണ്ടായിരുന്നില്ല. ഞാൻ അങ്ങേയറ്റം വിരസത അനുഭവിച്ചിരുന്നു. എഴുത്ത് ഒരു ജോലിപോലെയാണ്. ജോലി ഒരുവനെ സത്യസന്ധനും നല്ലവനും ആക്കി മാറ്റുമെന്നാണ് അവർ പറയുന്നത്. അതും കുറഞ്ഞപക്ഷം എനിക്ക് ഒരു അവസരമാണ്.

ഇപ്പോൾ മഞ്ഞുപെയ്തു തുടങ്ങിയിരിക്കുന്നു. നനഞ്ഞു നിറം മങ്ങിയ ആലിപ്പഴങ്ങൾ വീണു തുടങ്ങിക്കഴിഞ്ഞു. ഇന്നലെയും മഞ്ഞുവീഴ്ച ഉണ്ടായിരുന്നു. മിനിഞ്ഞാന്നും മഞ്ഞുവീണുകൊണ്ടിരുന്നു. എന്നിൽ നിന്ന് വിട്ടുപോകാൻ വിസമ്മതിക്കുന്ന ആകസ്മികതകളെപ്പറ്റി എന്നെ ഓർമപ്പെടുത്തുന്നത് ഈ മഞ്ഞുവീഴ്ചയാണെന്ന് ഞാൻ വിശ്വസിക്കുന്നു. അതുകൊണ്ട് സന്ദർഭോചിതമായി ഈ കഥ മഞ്ഞു പൊഴിയലിനെപ്പറ്റി തന്നെയാകട്ടെ.

രണ്ട്
മഞ്ഞുവീഴ്ചയുടെ കഥ

ഒന്ന്

അന്ന് എനിക്ക് ഇരുപത്തിനാലു വയസിൽ കൂടില്ല. എന്നിട്ടും എന്റെ ജീവിതം മ്ലാനവും വൃത്തിഹീനവും മൃഗീയമാംവിധം ഏകാന്തവുമായിരുന്നു. എനിക്ക് കൂട്ടുകാർ ഉണ്ടായിരുന്നില്ല. മനുഷ്യരോട് സംസാരിക്കുന്നതുപോലും ഞാൻ ഒഴിവാക്കിയിരുന്നു. ഓഫീസിൽ ജോലിസമയത്ത് മറ്റുള്ളവരുടെ മുഖത്തുനോക്കാതിരിക്കാൻവരെ ഞാൻ ശ്രമിച്ചിരുന്നു. എന്റെ സഹപ്രവർത്തകർ എന്നെ ഒരു വിചിത്രജീവിയായി കണക്കാക്കി എന്നുമാത്രമല്ല അവർക്ക് എന്നോട് ഏതാണ്ട് വെറുപ്പുതന്നെ ആയിരുന്നു. ഞാനൊഴിച്ച് ആരെങ്കിലും എന്നെ വെറുക്കാതിരുന്നാൽ എനിക്ക് അതിൽ അത്ഭുതം തോന്നിയിരുന്നു. ഞങ്ങളുടെ ഓഫീസിലെ ഒരു ഗുമസ്തന് മുഖക്കുരുനിറഞ്ഞ് ആർക്കും അറപ്പുതോന്നുന്ന ഒരു മുഖം ഉണ്ടായിരുന്നു. കാഴ്ചയിൽ അയാൾ ഏതാണ്ട് ഒരു കുറ്റവാളിയെപ്പോലെ തോന്നിക്കും. അതുപോലെ ഭയാനകമായ ഒരുമുഖം എനിക്ക് ഉണ്ടായിരുന്നെങ്കിൽ മറ്റൊരാളുടെ മുഖത്തുനോക്കാൻപോലും ഞാൻ ധൈര്യപ്പെടുമായിരുന്നില്ല. വേറൊരുത്തൻ വർഷങ്ങളായി ഉപയോഗിക്കുന്ന യൂണിഫോമിന്റെ ദുർഗന്ധം അടുത്ത വീടുവരെ എത്തുമായിരുന്നു. എന്നിട്ടും ഈരണ്ടു മാന്യന്മാർക്കും അവരുടെ വസ്ത്രത്തെപ്പറ്റിയോ മുഖത്തെപ്പറ്റിയോ യാതൊരു വല്ലായ്മയും ഉണ്ടായിരുന്നില്ല. ആളുകൾ തങ്ങളെ വെറുക്കുന്നുണ്ടെന്ന തോന്നൽപോലും അവർക്ക് ഉണ്ടായിരുന്നില്ല. അവരുടെ മേലുദ്യോഗസ്ഥന്മാർക്ക് അങ്ങനെയൊരു തോന്നൽ ഇല്ലാത്തിടത്തോളം കാലം ആളുകൾ വെറുത്താലും അവർക്ക് അത് ഒരു പ്രശ്നമായിരുന്നില്ല. അളവില്ലാത്ത ദുരഭിമാനം കാരണം എനിക്ക് എന്നോടുതന്നെ പലപ്പോഴും അനിഷ്ടം തോന്നിയിരുന്നു. ചിലപ്പോഴെല്ലാം ഈ അനിഷ്ടം വെറുപ്പിന്റെ നിലയിലേക്ക് ചെന്നെത്തുമായിരുന്നു. അതോടെ മറ്റുള്ള

വർക്ക് എന്നോടുള്ള മനഃസ്ഥിതി വെറുപ്പുതന്നെയാണെന്ന് ഞാൻ ആരോപിക്കാൻ തുടങ്ങി. ഉദാഹരണത്തിന് എനിക്ക് എന്റെ മുഖത്തോട് വെറുപ്പായിരുന്നു. എന്റെ മുഖം ഒരു തെമ്മാടിയുടേതാണെന്നായിരുന്നു എന്റെ ഒരു തോന്നൽ. എന്റെ മുഖത്ത് ഒരു ദാസ്യഭാവം ഉണ്ടെന്ന് ഒരു സംശയവും എനിക്ക് ഉണ്ടായിരുന്നു. അതുകൊണ്ട് ഓഫീസിനുള്ളിൽ പൂർണസ്വതന്ത്രനാണ് എന്ന തോന്നൽ സൃഷ്ടിക്കാൻ വേണ്ടി കഠിനശ്രമം ഞാൻ നടത്തിയിരുന്നു. അങ്ങനെ ഒന്നിനും വശംവദനാവാത്ത നല്ല ചുറ്റുപാടുകളിൽ വളർന്ന ഒരുവനാണ് ഞാനെന്നു പ്രഖ്യാപിക്കുന്ന ഒരു മുഖഭാവം വളരെ കഷ്ടപ്പെട്ട് എന്റെ കഴിവിൽ പരമാവധി ശ്രമിച്ച് ഞാൻ എന്റെ മുഖത്ത് വരുത്തിയിരുന്നു.

ഞാൻ വിചാരിച്ചു; 'സർവസാധാരണമായ ഒരു മുഖം ആണ് എനിക്ക് കിട്ടിയിട്ടുള്ളത്. പക്ഷേ അതിനെ അർഥപൂർണവും കുലീനവും അതിൽ ഉപരിബുദ്ധിവൈഭവം സ്ഫുരിക്കുന്നതുമായ ഒരു മുഖമായി ഞാൻ മാറ്റിയെടുക്കും.' പക്ഷേ ഈ പറയുന്ന വൈശിഷ്ട്യങ്ങളൊന്നുംതന്നെ എന്റെ മുഖത്ത് ആവിഷ്കരിക്കപ്പെടുകയില്ലെന്ന ദയനീയസത്യം എനിക്ക് അറിയാമായിരുന്നു. ഇതിനേക്കാൾ ശോചനീയമായ കാര്യം ഒരു നൂറുശതമാനം മറയന്റെ മുഖമാണ് എനിക്ക് ഉള്ളതെന്ന് ഞാൻ വിശ്വസിച്ചിരുന്നു എന്നതാണ്. ബുദ്ധിവൈഭവമെങ്കിലും എന്റെ മുഖത്ത് പ്രകടമായിരുന്നെങ്കിൽ ഞാൻ അതുകൊണ്ട് തൃപ്തിപ്പെടുമായിരുന്നു. അസാമാന്യ ബുദ്ധിശക്തി എന്റെ മുഖത്തു നിഴലിച്ചിരുന്നെങ്കിൽ എന്റെ മുഖത്തെ ദാസ്യഭാവത്തിൽപ്പോലും ഞാൻ സംതൃപ്തി കണ്ടെത്തുമായിരുന്നു.

എന്റെ വകുപ്പിലെ എല്ലാവരോടും എനിക്ക് വെറുപ്പായിരുന്നെന്ന് പ്രത്യേകം പറയേണ്ട കാര്യമില്ലല്ലോ. ഞാൻ അവരെ അവജ്ഞയോടെയാണ് കണ്ടിരുന്നത്. എന്നാൽ അതേസമയം എന്തുകൊണ്ടോ എനിക്ക് അവരോട് ഭയവും തോന്നിയിരുന്നു. ചിലസമയം എന്നേക്കാൾ മെച്ചപ്പെട്ടവരായി ഞാൻ അവരെ കണക്കാക്കി. പലപ്പോഴും ഇങ്ങനെ സംഭവിച്ചിട്ടുണ്ട്. ഒരുനിമിഷം എനിക്ക് അവരോട് പുഛംതോന്നും. അടുത്തനിമിഷത്തിൽ തന്നെ അവർ എന്നേക്കാൾ ഉന്നതരാണെന്ന തോന്നൽ കടന്നുവരും. മാന്യനായ ഒരു ബുദ്ധിമാന് അവജ്ഞകൊണ്ട് സ്വയം വെറുക്കാതിരിക്കാൻ കഴിയില്ല. എന്നെക്കാൾ മെച്ചമായി അവരെ കണക്കാക്കിയിരുന്നപ്പോഴും അവരോട് പുഛം തോന്നിയിരുന്നപ്പോഴും അവരോട് ഇടപഴകേണ്ടിവന്ന സന്ദർഭങ്ങളിലെല്ലാംതന്നെ അവരുടെ മുന്നിൽ മുഖം കുനിച്ചു നിൽക്കുന്ന പതിവ് ഞാൻ തുടർന്നുകൊണ്ടിരുന്നു. ഞാൻ അതു സംബന്ധിച്ച് പരീക്ഷണങ്ങൾ വരെ നടത്തി. അയാൾ എന്നെ ശ്രദ്ധിക്കുന്നത് എനിക്ക് താങ്ങാൻ കഴിയുന്നുണ്ടോ? എല്ലായ്പ്പോഴും ആദ്യം കണ്ണുകൾ താഴ്ത്തുന്നത് ഞാൻതന്നെ ആയിരുന്നു. ഇത് എന്നെ ഭ്രാന്തനാക്കി. കൂടാതെ ഞാൻ പരിഹാസ്യനാകുമെന്ന് ഭയങ്കരമായി ഭയപ്പെട്ടിരുന്നു. അതുകൊണ്ട് സർവസാധാരണമായ കീഴ്വഴക്കങ്ങൾ ഒരു അടിമയെ

പ്പോലെ ഞാൻ അനുഷ്ഠിച്ചു. എല്ലാവർക്കും ശീലമായിക്കഴിഞ്ഞിരുന്ന വഴികളിലൂടെ സഞ്ചരിച്ച് ഞാൻ അരക്കിറുക്കനായി മാറുമോ എന്ന ഭയം എന്നെ പിടികൂടിയിരുന്നു. പക്ഷേ എനിക്ക് എന്തുചെയ്യാൻ കഴിയും? നമ്മുടെ കാലത്ത് ജീവിക്കുന്ന മനുഷ്യർ എന്നനിലയിൽ ഞാൻ അസഹ്യമായ മുന്നേറ്റം നടത്തിയിരുന്നു. പക്ഷേ ആട്ടിൻകൂട്ടത്തിലെ ആടുകൾക്ക് പരസ്പരം തോന്നുന്ന രീതിയിലുള്ള മുഷിപ്പായിരുന്നു ഞാൻ അനുഭവിച്ചുകൊണ്ടിരുന്നത്. ഓഫീസിലെ ജീവനക്കാരിൽ ഞാൻമാത്രം ഭീരുവും അടിമയും ആണെന്ന് എനിക്കുതോന്നി. പക്ഷേ അതൊരു തോന്നൽ ആയിരുന്നില്ല. ഞാൻ യഥാർഥത്തിൽ ഭീരുവും അടിമയും തന്നെ ആയിരുന്നു. എനിക്ക് ഇതു പറയുന്നതിൽ ഒട്ടും നാണക്കേടില്ല. ഈ കാലത്തെ ഓരോ മാന്യനായ മനുഷ്യനും നിശ്ചയമായും ഭീരുവും അടിമയും ആയിരിക്കും. അയാളുടെ സ്വാഭാവിക അവസ്ഥ തന്നെയാണത്. വളരെ ആഴത്തിൽ തന്നെ എനിക്ക് ഒരുകാര്യം ഉറപ്പുണ്ട്. അയാളുടെ ഘടന അതാണ്. അയാളെ സൃഷ്ടിച്ചിരിക്കുന്നതും അതിനുവേണ്ടിയാണ്. ഇന്നത്തെ ചുറ്റുപാടുകളിൽ മാത്രമല്ല ഏതുകാലത്തും മാന്യനായ ഒരു മനുഷ്യൻ ഭീരുവും അടിമയും ആയിരിക്കും. ഈ ലോകത്തെ എല്ലാ മാന്യന്മാരേയും സംബന്ധിക്കുന്ന ഒരു പ്രകൃതിനിയമമാണിത്. അവരിൽ ഒരാൾ മറ്റൊരാളുടെ മുന്നിൽ ധീരതകാട്ടിയാൽ അയാൾ അതിൽ അഭിമാനിക്കാനോ അഹങ്കരിക്കാനോ പാടില്ല. കാരണം മറ്റൊരാളുടെ മുന്നിൽ ധീരത പ്രദർശിപ്പിക്കുക എന്ന കൃത്യം മാത്രമാണ് അപ്പോൾ അയാൾ ചെയ്യുന്നത്. വളരെ പരിമിതമായ തോതിലെങ്കിലും ധൈര്യം വെളിപ്പെടുത്തുന്നത് കഴുതകളും കോവർകഴുതകളും ആണ്. അവരെ പരിഗണിക്കേണ്ട കാര്യമില്ല. അവരെ ശ്രദ്ധിക്കുന്നതുകൊണ്ട് ഒരു പ്രയോജനവും ഇല്ല.

ആ കാലത്ത് എന്നെ പീഡിപ്പിച്ചിരുന്ന മറ്റൊരു സാഹചര്യം നിലനിന്നിരുന്നു. എന്നെപ്പോലെ മറ്റൊരാളും ഇല്ല, ഞാൻ മറ്റാരെപ്പോലെയും അല്ല എന്നതായിരുന്നു എന്റെ പ്രശ്നം. ഞാൻ ഒറ്റയ്ക്കും അവർ എല്ലാവരും ഒന്നിച്ചും എന്നതായിരുന്നു എന്റെ ചിന്ത.

ഞാൻ അപ്പോഴും ഒരു കുട്ടിയായിരുന്നുവെന്ന് ഇതിൽനിന്നും വ്യക്തമാണ്.

ചിലസമയങ്ങളിൽ വിരുദ്ധകാര്യങ്ങൾ സംഭവിക്കും. ഓഫീസിൽ പോകുന്നതുപോലും വെറുപ്പായി മാറുന്ന സന്ദർഭങ്ങൾ ഉണ്ടായിരുന്നു. ശരീരത്തിനു സുഖമില്ലാതെ ഞാൻ വീട്ടിലേക്ക് തിരിച്ചുപോരുന്ന അവസ്ഥവരെ ഉണ്ടായി. താൽപ്പര്യക്കുറവും അവിശ്വാസവും ചേർന്ന് ഉണ്ടാകുന്ന ഒരു ഇടിമിന്നൽ പെട്ടെന്ന് പ്രത്യക്ഷപ്പെട്ടു (എല്ലാക്കാര്യങ്ങളും ഇടിമിന്നൽപോലെയാണ് എന്നിലേക്ക് കടന്നുവരുന്നത്). എന്റെതന്നെ ക്ഷമയില്ലായ്മ ഓർത്ത് ഞാൻ ചിരിക്കും. കാവ്യാത്മകമായി ഞാൻ എന്നെത്തന്നെ കുറ്റപ്പെടുത്തും. ഇടയ്ക്ക് ഞാൻ ആരോടും സംസാരിക്കാൻ

കൂട്ടാക്കില്ല. പിന്നീട് പെട്ടെന്നുതന്നെ ഞാൻ സംസാരം ആരംഭിച്ചു; എന്നു മാത്രമല്ല, മറ്റുള്ളവരുമായി സൗഹൃദം സ്ഥാപിക്കാനുള്ള വഴികൾ മനസിൽ ആലോചിച്ചു തുടങ്ങുകയും ചെയ്യും. കാരണങ്ങൾ ഒന്നും ഇല്ലാതെതന്നെ എന്റെ എല്ലാ അസഹിഷ്ണുതകളും അപ്രത്യക്ഷമാകും. ഒരു പക്ഷേ എന്റെ അസഹിഷ്ണുതകൾ സത്യം ആയിരിക്കില്ല. അവയുടെ സ്രഷ്ടാക്കൾ ചിലപ്പോൾ പുസ്തകങ്ങൾ ആയിരിക്കാൻ സാധ്യതയുണ്ട്. ഈ പ്രശ്നത്തിൽ ഇന്നുവരെ എനിക്ക് ഒരു തീരുമാനം എടുക്കാൻ കഴിഞ്ഞിട്ടില്ല. ഒരിക്കൽ എന്റെ സഹപ്രവർത്തകരുമായി ഞാൻ ഉറ്റബന്ധത്തിൽ ആയിരുന്നു. അവരുടെ വീടുകൾ ഞാൻ സന്ദർശിച്ചുതുടങ്ങി. അവരോടൊത്ത് കളിക്കുകയും വോഡ്ക കുടിക്കുകയും ഉദ്യോഗക്കയറ്റത്തെക്കുറിച്ച് സംസാരിക്കുകയും ചെയ്തു........ നിങ്ങൾ പക്ഷേ ഇപ്പോൾ ആ വിഷയത്തിൽ നിന്ന് വ്യതിചലിക്കാൻ എന്നെ അനുവദിക്കണം.

ഞങ്ങൾ റഷ്യാക്കാർ ജർമൻകാരെപ്പോലെയോ ഫ്രഞ്ചുകാരെപ്പോലെയോ അതീന്ദ്രിയമായ കാൽപ്പനികതയുടെ വിഡ്ഢിത്തത്തിൽപ്പെട്ടുപോയിട്ടില്ല. ഈ ലോകത്ത് സംഭവിക്കുന്നതൊന്നും അവരെ ബാധിക്കില്ല. അവരുടെ കാൽച്ചുവട്ടിലെ ഭൂമി പൊട്ടിപ്പിളർന്ന് ഫ്രാൻസ് അപ്രത്യക്ഷമായാലും അവർക്ക് ഒരു വ്യത്യാസവും വരില്ല. സാമാന്യമര്യാദ കാണിക്കാമെന്നു കരുതിപ്പോലും എന്തെങ്കിലും ഒരു കാര്യത്തിൽ ഏറ്റവും ചെറിയ ഒരു വ്യത്യാസംപോലും അവർ വരുത്തില്ല. അവരെപ്പറ്റി വേണമെങ്കിൽ ഇങ്ങനെ പറയാം. ഫ്രാൻസ് നശിച്ചതിനുശേഷവും അവർ അവരുടെ കാൽപ്പനികസംഗീതം ശവക്കുഴിയിലെത്തുംവരെ പാടിക്കൊണ്ടുനടക്കും. കാരണം അവർ വിഡ്ഢികളാണ്. പക്ഷേ ഇവിടെ ഞങ്ങളുടെ റഷ്യൻ മണ്ണിൽ വിഡ്ഢികൾ ഇല്ല. എല്ലാവർക്കും ഈ കാര്യം അറിവുള്ളതാണ്. ജർമനി തുടങ്ങിയ രാജ്യങ്ങളിൽനിന്നും ഞങ്ങൾ വ്യത്യസ്തരാകുന്നതിനുള്ള കാരണം ഇതാണ്. ഞങ്ങളുടെ ഇടയിൽ ശുദ്ധമായ കാൽപ്പനികമനസുകൾ ഉണ്ടാവാറില്ല. ഞങ്ങളുടെ പത്രപ്രവർത്തകരുടേയും നിരൂപകരുടേയും സങ്കൽപ്പത്തിലാണ് ജർമനിയിലേയും ഫ്രാൻസിലേയുംപോലെയുള്ള റഷ്യൻകാൽപ്പനികർ പ്രത്യക്ഷപ്പെടുന്നത്. ഞങ്ങളുടെ കാൽപ്പനികരുടെ സ്വഭാവവിശേഷങ്ങൾ യൂറോപ്യന്മാരുടേതിന് നേർ വിപരീതം ആയിരുന്നു. യൂറോപ്പിന്റെ അളവുകോലുകൊണ്ട് അവരെ അളക്കാൻ കഴിയില്ല (കാൽപ്പനികൻ എന്നവാക്ക് ഉപയോഗിക്കാൻ എന്നെ അനുവദിക്കണം–വളരെ പ്രാമാണികമായി ധാരാളം ഉപയോഗിച്ചിട്ടുള്ള സുപരിചിത്മായ ഒരു പഴയ വാക്കാണത്). പ്രായോഗിക ബുദ്ധിജീവികളെക്കാൾ വ്യക്തമായി കാര്യങ്ങൾ കാണാൻ കഴിവുണ്ട് എന്നതാണ് ഞങ്ങളുടെ കാൽപ്പനികരുടെ സവിശേഷത. ഒരു കാര്യവും അവർ സഹിക്കില്ല. ആരോടും അവർ ക്ഷമിക്കില്ല. അറപ്പുളവാക്കുന്ന കാര്യങ്ങളിൽനിന്ന് അവർ ഒരിക്കലും പിന്നോട്ടുപോകില്ല. പ്രതിസന്ധികളിൽനിന്ന് അവർ ഒഴിഞ്ഞുമാറി നടക്കും. പ്രായോഗികവും ലാഭകരവുമായ ലക്ഷ്യങ്ങൾ ഒരി

ക്കൽപ്പോലും അവരുടെ കണ്ണിൽപ്പെടാതിരിക്കില്ല (ഓഫീസ്വക താമസ സ്ഥലം, ചെറിയ സാമ്പത്തികനേട്ടങ്ങൾ മുതലായവ). ഈ ലക്ഷ്യങ്ങൾ നിന്ന് അവർ കണ്ണെടുക്കില്ല. അതേസമയം ഏറ്റവും നല്ല കാര്യങ്ങളെ അവരുടെ ഉള്ളിൽ കമ്പിളിയിൽ പൊതിഞ്ഞ വിലമതിക്കാനാവാത്ത ആഭരണം എന്നപോലെ അവർ സംരക്ഷിക്കും. നമ്മുടെ കാൽപ്പനികൻ അങ്ങേയറ്റം സഹാനുഭൂതിയുള്ള ഒരു മനുഷ്യനാണ്. അയാൾ പരമോന്നതനായ ആഭാസനുമാണ്. പരിചയംകൊണ്ട് നിങ്ങൾക്ക് അതു മനസിലായിട്ടുണ്ടെന്ന് എനിക്ക് അറിയാം. കാൽപ്പനികൻ ബുദ്ധിമാനാകുമ്പോഴാണ് ഇങ്ങനെ സംഭവിക്കുന്നത്. പക്ഷേ ഞാൻ പറയുന്നത് എന്താണ്? ഒരു കാൽപ്പനികൻ എപ്പോഴും ബുദ്ധിമാൻതന്നെ ആയിരിക്കും. നമുക്കിടയിൽ കാൽപ്പനികവിഡ്ഢികൾ ഉണ്ടെങ്കിലും അവരെ നമ്മൾ പരിഗണിക്കേണ്ട കാര്യം ഇല്ലെന്നു പറയാനാണ് ഞാൻ ഉദ്ദേശിച്ചത്. അവർ ജീവിതത്തിന്റെ നല്ലകാലത്തുതന്നെ ജർമൻകാരായി അധഃപതിച്ച്, വിലമതിക്കാനാവാത്ത സ്വന്തം ആഭരണങ്ങളുടെ സംരക്ഷണവുമായി വൈമറിലോ ബ്ലാക്ക് ഫോറസ്റ്റിലോ താമസിച്ചുകൊള്ളും. ഉദാഹരണമായി ഞാൻ എന്റെ ഓഫീസ് ജോലി ആത്മാർഥമായിത്തന്നെ വെറുത്തിരുന്നു. എന്റെ ആവശ്യം കൊണ്ടു മാത്രമാണ് ഞാൻ വെറുപ്പ് പുറത്തു പ്രകടിപ്പിക്കാതിരുന്നത്. എന്തുകൊണ്ടെന്നാൽ എന്റെ ഓഫീസ്ജോലിക്കുപകരം എനിക്ക് പണം ലഭിക്കുന്നുണ്ട്. അതിന്റെ അന്തിമഫലം എന്താണെന്ന് ശ്രദ്ധിക്കണം—ഞാൻ എന്റെ വായ് അടച്ചുപിടിച്ചു. നമ്മുടെ കാൽപ്പനികന് ഓഫീസ് ജോലികാരണം പെട്ടെന്നു ഭ്രാന്ത് പിടിപെട്ടെന്നു വരാം (വളരെ വിരളമായേ ഇങ്ങനെ സംഭവിക്കാറുള്ളൂ). മുന്നിൽ മറ്റു സ്ഥാനമാനങ്ങൾ ഒന്നും കാണാനില്ലെങ്കിൽ അയാൾ തന്റെ വെറുപ്പ് പ്രകടമാക്കും. അയാൾ സ്വയം സ്പെയിനിലെ രാജാവാണെന്ന് വിചാരിക്കുന്നതുകൊണ്ട് അയാളെ ഭ്രാന്താശുപത്രിയിലേക്ക് വണ്ടികയറ്റാനും സാധ്യതയുണ്ട്. ഇതുപക്ഷേ അയാൾക്ക് ശരിക്കും ഭ്രാന്ത് പിടിപെട്ടെങ്കിൽ മാത്രമേ നടക്കുകയുള്ളൂ. എന്നാൽ ഇവിടെ ഭ്രാന്തുവരുന്നത് മൃദുലഹൃദയമുള്ളവർക്കും രക്തക്കുറവുള്ളവർക്കും ആണ്. ജോലിയിൽ വളരെ ഉന്നതനിലയിൽ എത്തുന്ന എണ്ണമറ്റ കാൽപ്പനികർ നമുക്കിടയിലുണ്ട്. അനന്യസാധാരണമായ വൈദഗ്ധ്യം എന്നല്ലാതെ എന്തുപറയാൻ? ഏറ്റവും പരസ്പരവിരുദ്ധമായ കാര്യങ്ങൾ ഒന്നിച്ചുകൊണ്ടു പോകുവാനുള്ള എന്തൊരു അത്ഭുതകരമായ കഴിവ്? അതുകൊണ്ടാണ് അവസാന അധഃപതനത്തിന്റെ സമയത്തും ആദർശങ്ങൾ കൈമോശംവരാത്ത ധാരാളം മഹാമനസ്കരെ നമുക്ക് ലഭിക്കുന്നത്. സ്വന്തം ആദർശങ്ങൾക്കുവേണ്ടി ഈ കൂട്ടർ ഒരു വിരൽപോലും ഉയർത്തില്ല. ഇവർ തസ്കരവീരന്മാരാണെന്ന് തീർപ്പുകൽപ്പിച്ചിട്ടുണ്ടെങ്കിലും ആദർശങ്ങൾക്കും അനന്യസാധാരണമായ ഹൃദയശുദ്ധിക്കും വേണ്ടി ഇവർ ജീവിതം ഉഴിഞ്ഞുവച്ചിരിക്കുന്നതായി ഭാവിക്കുന്നതാണ് ഏറ്റവും സങ്കടകരമായ കാര്യം. അങ്ങനെ ഏറ്റവും സമർഥനായ ആഭാ

സന്, അയാൾ ആഭാസനല്ലെന്നും അങ്ങേയറ്റം ശുദ്ധമനസ്കനാണെന്നും ഉള്ള അംഗീകാരം ലഭിക്കുന്നു. ഞാൻ വീണ്ടും പറയുന്നു, സത്യത്തിന്റെ തോന്നൽ ഉളവാക്കിയും പ്രായോഗിക കാര്യങ്ങളിലെ അറിവ് പ്രകടമാക്കിയും നമ്മുടെ കാൽപ്പനികരുടെ ഇടയിൽനിന്ന് പരിപൂർണ തെമ്മാടികൾ ഉദിച്ചുയരും (ഞാൻ ഉപയോഗിക്കാൻ ഇഷ്ടപ്പെടുന്ന ഒരു വാക്കാണ് തെമ്മാടി). ഇതുകണ്ട് അധികാരികൾക്കും സാമാന്യജനങ്ങൾക്കും അത്ഭുതപ്പെടാനുള്ള അവസരം ലഭിക്കും.

പല വിഷയങ്ങളിലുമുള്ള അവരുടെ വൈദഗ്ധ്യം ആശ്ചര്യകരം തന്നെയാണ്. സമീപഭാവിയിൽ ഈ കഴിവുകൾ ഏതെല്ലാം തരത്തിൽ വികസിക്കുമെന്നും, അവരുടെ എന്തെല്ലാം വിദൂരവാഗ്ദാനങ്ങളാണ് നമുക്കുമുന്നിൽ നൃത്തംചെയ്യാൻ തുടങ്ങുന്നതെന്നും ദൈവത്തിനുമാത്രം അറിയാവുന്ന കാര്യങ്ങളാണ്. എന്തായാലും സംഗതികൊള്ളാം. സങ്കുചിതവും പരിഹാസ്യവുമായ സ്വരാജ്യസ്നേഹംകൊണ്ടല്ല ഞാൻ ഇങ്ങനെ പറയുന്നത്. ഞാൻ വീണ്ടും തമാശ പറയുകയാണെന്ന് നിങ്ങൾ വിചാരിക്കുന്നുണ്ടാവാം. പക്ഷേ സത്യം അതിന് വിപരീതമാണ്. എന്തുതന്നെ ആയാലും നിങ്ങളുടെ അഭിപ്രായം ഒരു ബഹുമതിയായി ഞാൻ കണക്കാക്കും. വിഷയത്തിൽ നിന്ന് വ്യതിചലിച്ചുപോകുന്നതിന് ദയവായി നിങ്ങൾ എന്നോട് ക്ഷമിക്കണം.

എന്റെ സഹപ്രവർത്തകരുമായി ഞാൻ സുഹൃദ്ബന്ധം കാത്തുസൂക്ഷിക്കാറില്ല. എന്റെ യുവത്വത്തിന്റെ പരിചയക്കുറവുകൊണ്ട് അവരോടുള്ള സംസാരംപോലും ഞാൻ അവസാനിപ്പിച്ചു. എപ്പോഴും ഞാൻ ഒറ്റയ്ക്കായിരുന്നുവെന്ന് വേണമെങ്കിൽ പറയാം.

വീട്ടിൽ തിരിച്ചെത്തിക്കഴിഞ്ഞാൽ വായനയായിരുന്നു എന്റെ ജോലി. എന്റെ ഉള്ളിൽ നീറിപ്പുകഞ്ഞിരുന്ന കാര്യങ്ങളെ ബാഹ്യപ്രകടനങ്ങൾകൊണ്ട് നശിപ്പിക്കാമെന്നായിരുന്നു എന്റെ വിചാരം. വായന തീർച്ചയായും എന്നെ വളരെ സഹായിച്ചു. വായന എന്നെ ആവേശംകൊള്ളിച്ചു. പീഡിപ്പിച്ചു, അത്ഭുതപ്പെടുത്തി. ചിലസമയങ്ങളിൽ വായനയുടെ മുഷിപ്പിലൂടെ ഞാൻ മരണത്തിന് അടുത്തുവരെ എത്തി. ഭൂമിക്ക് അടിയിലെ ഇരുട്ടിലേക്ക് ഞാൻ ആഴ്ന്നിറങ്ങി. എന്റെ അൽപ്പത്വം നിറഞ്ഞ അഭിനിവേശങ്ങൾ സ്ഥിരമായ അനാരോഗ്യംമൂലം ജ്വലിക്കുന്ന അവസ്ഥയിൽ ആയിരുന്നു. അപസ്മാരവും കരച്ചിലും അവശേഷിപ്പിക്കുന്ന ഉന്മാദാവസ്ഥയിലേക്ക് ഞാൻ പലപ്പോഴും വഴുതിവീണു. എനിക്ക് ആശ്രയിക്കാൻ വായന മാത്രമാണ് അവശേഷിച്ചിരുന്നത്. എന്റെ ചുറ്റുപാടിൽ അടുക്കാൻ പറ്റിയ മറ്റൊന്നുംതന്നെ ഇല്ലായിരുന്നു. അതിനുംപുറമേ എന്റെ ഉള്ളിൽമോഹങ്ങളുടെ തീവ്രവേദന തിളച്ചുമറിഞ്ഞിരുന്നു. വൈരുധ്യങ്ങൾക്കുവേണ്ടിയുള്ള ഭ്രാന്തമായ ഒരു മോഹം ചിലപ്പോൾ എന്റെ ഉള്ളിൽ പ്രത്യക്ഷപ്പെടും. അതോടെ ചീത്ത നടപടികൾക്കെതിരെ ഞാൻ പ്രവർത്തിക്കാൻ തുടങ്ങും. ഞാൻ കൂടുതൽ പറഞ്ഞിട്ടുണ്ടെങ്കിൽ അത് എന്നെ ന്യായീക

രിക്കണമെന്ന ഉദ്ദേശ്യത്തോടെയല്ല. പക്ഷേ അതു ശരിയാണോ? അത് ഒരു കള്ളം അല്ലേ? എന്നെ ന്യായീകരിക്കാൻ തന്നെയാണ് ഞാൻ അങ്ങനെ പറഞ്ഞത്. സ്വന്തം പ്രയോജനത്തിനുവേണ്ടിയാണ് ഞാൻ അത്തരത്തിൽ ഒരു നിരീക്ഷണം നടത്തിയത്. ഞാൻ നേരത്തേതന്നെ പറഞ്ഞിട്ടുണ്ട്—ഞാൻ ഒരിക്കലും കള്ളം പറയില്ല.

എന്റെ ധാർമിക അധഃപതനം ഒറ്റയ്ക്കായിരുന്നു. രഹസ്യമായിരുന്നു. അങ്ങേയറ്റം വൃത്തികേടായിരുന്നു. രാത്രിയിലായിരുന്നു. ഞെട്ടൽ ഉളവാക്കുന്നതായിരുന്നു. ഏറ്റവും നശിച്ചനിമിഷങ്ങളിൽപ്പോലും അത് എന്നെ കൈവിട്ടില്ല. അത്തരം നിമിഷങ്ങളിൽ ഞാൻ എന്നെത്തന്നെ ശപിച്ചു. എന്നെ ആരെങ്കിലും കണ്ട് തിരിച്ചറിയുമെന്ന് ഞാൻ ഭയപ്പെട്ടിരുന്നു. എന്റെ വഴികൾ ഉരുൾമൂടിയ പല സ്ഥലങ്ങളിലേക്കും എന്നെ നയിച്ചു. ഒരു രാത്രിയിൽ ഒരു മദ്യശാലയുടെ മുന്നിലൂടെ വരുമ്പോൾ ബില്ല്യാഡ്സ് കളിച്ചുകൊണ്ടിരുന്ന ഒരു മാന്യൻ ബില്ല്യാഡ്സ് ബാളിനെ ആയുധമാക്കുന്നതു കാണാനിടയായി. അയാൾ ജനാലവഴി അതു ശക്തിയായി പുറത്തേക്ക് വലിച്ചെറിഞ്ഞു. മറ്റൊരു സന്ദർഭത്തിലായിരുന്നെങ്കിൽ ഞാൻ ചീത്തവിളിച്ചിട്ട് നടന്നുപോകുമായിരുന്നു. പക്ഷേ പന്തുചുഴറ്റി എറിഞ്ഞ മാന്യനോട് എനിക്ക് ശത്രുതതോന്നിയ നിമിഷത്തിലായിരുന്നു ഇത് സംഭവിച്ചത്. ഞാൻ മദ്യശാലയിൽ കടന്ന് ബില്ല്യാഡ്സ് മുറിയിലേക്ക് പോയി. ഞാൻ വിചാരിച്ചു. 'ഒരുപക്ഷേ ഒരു അടിപിടി നടത്തേണ്ടിവരുമായിരിക്കും. അവർ എന്നെ ജനാലവഴി പുറത്തേക്ക് എറിയുവാനും ഇടയുണ്ട്.'

ഞാൻ മദ്യപിച്ചിരുന്നില്ല. മനസിലെ മടുപ്പ് എന്നെ ഭ്രാന്തു പിടിപ്പിച്ചുകൊണ്ടിരുന്നു. പക്ഷേ ഒന്നും സംഭവിച്ചില്ല. ഒരു ജനാലവഴി ചാടാൻ പോലും പറ്റാത്ത അവസ്ഥയിൽ ആയിരുന്നു ഞാൻ. വഴക്കിനൊന്നും തുനിയാതെ ഞാൻ തിരിച്ചുപോരുകയായിരുന്നു.

വഴക്കിനുള്ള ആദ്യത്തെ ചുവടുവച്ചപ്പോൾ തന്നെ ഒരു ഓഫീസർ എന്നെ തടഞ്ഞു. ഞാൻ അറിഞ്ഞിരുന്നില്ലെങ്കിലും എന്റെ നിൽപ്പ് കളിക്കാർക്ക് തടസം ഉണ്ടാക്കുന്നുണ്ടായിരുന്നു. ഒരു ഓഫീസർ ഒന്നും സംസാരിക്കാതെ എന്റെ തോളത്തുപിടിച്ച് എന്നെ മറ്റൊരു സ്ഥലത്തേക്ക് മാറ്റിനിർത്തി. അതിനുശേഷം അയാൾ എന്നെ കണ്ടിട്ടുപോലും ഇല്ല എന്നമട്ടിൽ തിരിച്ചുപോയി. അയാൾ എന്നെ അടിച്ചിരുന്നെങ്കിൽ ഞാൻ അയാളോട് ക്ഷമിക്കുമായിരുന്നു. പക്ഷേ എന്റെ മുഖത്തുപോലും നോക്കാതെ എന്നെ ഒരിടത്തുനിന്നും മറ്റൊരിടത്തേക്ക് ഉന്തിമാറ്റിയവനോട് ക്ഷമിക്കാൻ എനിക്ക് ബുദ്ധിമുട്ട് ആയിരുന്നു.

ഏറ്റവും മാന്യമായ ഒരു വഴക്കിന് അപ്പോൾ ഞാൻ എങ്ങനെ തുടക്കം ഇടുമായിരുന്നെന്ന് ചെകുത്താനു മാത്രമേ അറിയുകയുള്ളൂ. ഒരു ചെറുപ്രാണിയോട് പെരുമാറുന്നതുപോലെയാണ് അയാൾ എന്നോട് പെരുമാറിയത്. അയാൾക്ക് ആറടി ഉയരം എങ്കിലും ഉണ്ടായിരുന്നു. എനിക്ക് ഉയരം കുറവായിരുന്നു. എന്റെ ശരീരത്തിൽ എല്ലും തോലുമ

ല്ലാതെ മറ്റെന്തെങ്കിലും വസ്തു കണ്ടുപിടിക്കാൻ ആർക്കുംതന്നെ കഴിയുമായിരുന്നില്ല. ഇങ്ങനെയൊക്കെ ആണെങ്കിലും ഒരു വഴക്കിനുള്ള തീപ്പൊരി എന്റെ കൈവെള്ളയിൽത്തന്നെ ഉണ്ടായിരുന്നു. ഞാൻ ഒന്ന് കയർത്തു സംസാരിച്ചുതുടങ്ങിയാൽ തീർച്ചയായും അവർ എന്നെ ജന്നാലവഴി പുറത്തേക്ക് എറിയാതിരിക്കില്ല. പക്ഷേ വളരെ കാര്യമായ ആലോചനകൾ ഞാൻ ഇതുസംബന്ധിച്ച് നടത്തിക്കൊണ്ടിരുന്നു. ഒടുവിൽ സംഭവിച്ചുപോയ കാര്യങ്ങളിലുള്ള അതൃപ്തി മുഖത്തുകാട്ടിക്കൊണ്ട് നീരസത്തോടെ അടങ്ങിയൊതുങ്ങി അവിടെ നിൽക്കുന്നതാണ് നല്ലതെന്ന് ഞാൻ തീരുമാനിച്ചു.

മദ്യശാലയിൽനിന്ന് അസ്വസ്ഥതയോടെ ഞാൻ വീട്ടിൽ തിരിച്ചെത്തി. അടുത്തദിവസം കൂടുതൽ മടിയോടെ ദുഃഖത്തോടെ വിരസതയോടെ ഞാൻ എന്റെ നിസ്സാര ജീവിതചര്യകളിലേക്ക് പ്രവേശിച്ചു. എന്റെ കണ്ണുകൾ ഇടയ്ക്ക് നനയുന്നുണ്ടായിരുന്നെങ്കിലും ഞാൻ ഓഫീസ് ജോലികളിൽ മുഴുകി. ആ ഓഫീസറുടെ അടുത്ത് ഞാൻ പതുങ്ങിപ്പോയത് ഭയന്നിട്ടാണെന്ന് നിങ്ങൾ വിചാരിക്കരുത്. പലപ്പോഴും ഒരു ഭീരുവിനെപ്പോലെ അഭിനയിച്ചിരുന്നെങ്കിലും ഉള്ളിന്റെ ഉള്ളിൽ ഞാൻ ഭീരു ആയിരുന്നില്ല. ചിരിക്കണ്ട. എനിക്ക് അതു വിശദീകരിക്കാൻ കഴിയും. എനിക്ക് എല്ലാം വിശദീകരിക്കാനുള്ള കഴിവുണ്ടെന്ന് നിങ്ങൾക്ക് ഇപ്പോൾ വിശ്വാസമുണ്ടെന്നാണ് എന്റെ വിശ്വാസം.

ആ ഓഫീസർ ഒരു ദ്വന്ദയുദ്ധത്തിന് തയാറുള്ളവനായിരുന്നെങ്കിൽ! പക്ഷേ അല്ല. അയാൾ ബില്ല്യാഡ്സിന്റെ കമ്പുകൊണ്ടുമാത്രം പെരുമാറുന്ന ഒരുവൻ ആയിരുന്നിരിക്കണം (വളരെക്കാലം മുൻപ് വംശനാശംവന്നപോയ ഒരുകൂട്ടരാണ് ഇത്തരം മാന്യന്മാർ). അല്ലെങ്കിൽ ഗോഗലിന്റെ ലെഫ്റ്റനന്റ് പിറഗോവിനെപ്പോലെ നിയമപരമായ അധികാരത്തിന്റെ നിയന്ത്രണത്തിലാവണം എന്തും നടക്കേണ്ടത് എന്ന ധാരണ വച്ചുപുലർത്തുന്നവൻ ആയിരുന്നിരിക്കാം. എന്തുതന്നെയായാലും ദ്വന്ദയുദ്ധവും സ്വതന്ത്രചിന്തകളും ഇത്തരം ഓഫീസറന്മാരുടെ സങ്കൽപ്പങ്ങളിൽ ഇല്ലായിരുന്നു. പക്ഷേ അവരിൽ പലരും എപ്പോഴും ഒരു ഏറ്റുമുട്ടലിന് തയ്യാറായിരുന്നു. പ്രത്യേകിച്ചും അവരുടെ ഇടയിൽ ആറടിയിൽ കൂടുതൽ ഉയരം ഉള്ളവർ.

ഇങ്ങനെയൊക്കെയാണെങ്കിലും ഞാൻ പിൻവാങ്ങാൻ കാരണം ഭയം ആയിരുന്നില്ല. ദുരഭിമാനം ആയിരുന്നു അതിനുകാരണം. ആറടിപൊക്കമോ ജന്നാലയിലൂടെ അടിയുംതന്ന് അവർ എന്നെ പുറത്തേക്ക് വലിച്ചെറിയുമെന്നുള്ള സത്യമോ ഒട്ടുംതന്നെ എന്നെ ഭയപ്പെടുത്തിയിരുന്നില്ല. എന്റെ ശരീരം സംബന്ധിച്ച് യാതൊരു ധൈര്യക്കുറവും എനിക്ക് ഉണ്ടായിരുന്നില്ല. പക്ഷേ വേണ്ടത്ര ധാർമികധൈര്യം എനിക്ക് ഉണ്ടായിരുന്നില്ല. ബില്ല്യാഡ്സ് കളിക്കാരുടെ സഹായിയായ മര്യാദകെട്ടവൻ മുതൽ മുഖക്കുരു വികൃതമാക്കിയ മുഖങ്ങളുമായി അവിടെ കറങ്ങിനടന്ന തരംതാണ

ഗുമസ്തന്മാർവരെ എന്നെ കളിയാക്കി ചിരിക്കുമെന്ന് ഞാൻ ഭയപ്പെട്ടിരുന്നു. എന്റെ അച്ചടിഭാഷയിലുള്ള സംസാരം അവർക്കു മനസിലായില്ലെങ്കിലും അവർക്ക് എന്നെ കളിയാക്കാൻ മറ്റുകാരണങ്ങൾ അന്വേഷിക്കേണ്ട ആവശ്യം വരില്ലെന്ന് എനിക്ക് അറിയാമായിരുന്നു. സാധാരണ സംസാരഭാഷയിൽ ഒരുവന് പ്രധാനപ്പെട്ട കാര്യങ്ങൾ സംസാരിക്കാൻ കഴിയില്ല. ഞാൻ സംസാരിച്ചാൽ കരച്ചിൽ വരുന്നതുവരെ അവർ ചിരിക്കുമെന്ന് എനിക്ക് ഉറപ്പായിരുന്നു. എന്നെ ജനാലവഴി പുറത്തേക്ക് എറിയുന്നതിനുമുൻപ് ആ ഓഫീസർ രണ്ട് അടിതന്ന് കാര്യങ്ങൾ അവസാനിപ്പിക്കില്ലെന്നും എനിക്ക് അറിയാമായിരുന്നു. അയാൾ കാൽമുട്ടുകേറ്റി ഇടിച്ചതിനുശേഷം എന്നെ ബില്ല്യാഡ്സ് മേശയ്ക്കുചുറ്റും ഇട്ട് കറക്കി ഓടിച്ചതിനുശേഷം മാത്രമേ എന്നോട് ജനാലവഴി രക്ഷപ്പെടാനുള്ള കരുണ കാട്ടുകയുള്ളെന്നും എനിക്ക് ഉറപ്പ് ഉണ്ടായിരുന്നു.

എന്നെ സംബന്ധിച്ചിടത്തോളം ഈ ദയനീയ കഥ അവിടെ അവസാനിച്ചില്ല. അതിനുശേഷം പലദിവസങ്ങളിലും വഴിയിൽവെച്ച് ഞാൻ ആ ഓഫീസറെ കണ്ടു. ഞാൻ അയാളെ പ്രത്യേകം ശ്രദ്ധിക്കുന്നുണ്ടായിരുന്നു. എന്നെ അയാൾ തിരിച്ചറിഞ്ഞിരുന്നോ എന്ന് എനിക്ക് അറിയില്ല. ചില സൂചനകൾവച്ച് ചിന്തിച്ചുനോക്കിയപ്പോൾ അയാൾ എന്നെ തിരിച്ചറിഞ്ഞിട്ടില്ല എന്ന നിഗമനത്തിൽ ഞാൻ എത്തിച്ചേർന്നു. വളരെ വർഷങ്ങൾ ഞാൻ അയാളെ വെറുപ്പോടെ നിരീക്ഷിച്ചുകൊണ്ടിരുന്നു. വർഷങ്ങൾ കഴിയുംതോറും എന്റെ കോപത്തിന്റെ ആഴം കൂടിക്കൊണ്ടിരുന്നു. ഈ ഓഫീസറെ സംബന്ധിക്കുന്ന എല്ലാ വിവരങ്ങളും അറിയാനുള്ള ശ്രമം ഞാൻ ആരംഭിച്ചു. എനിക്ക് പരിചയക്കാർ ഇല്ലാത്തതുകൊണ്ട് വിവരങ്ങൾ അറിയാൻ വളരെ ബുദ്ധിമുട്ടേണ്ടി വന്നു. അയാൾ എന്നെ നയിച്ചുകൊണ്ടുപോവുകയാണെന്നു തോന്നുന്ന തരത്തിൽ ഒരു ദിവസം അൽപ്പം അകലമിട്ട് ഞാൻ അയാളെ പിന്തുടരുമ്പോൾ, ആരോ അയാളെ പേരെടുത്തു വിളിക്കുന്നത് കേൾക്കാനിടയായി. അങ്ങനെ അയാളുടെ പേര് ഞാൻ മനസിലാക്കി. മറ്റൊരിക്കൽ ഞാൻ അയാളെ വീടുവരെ പിന്തുടർന്നു. അവിടെയുണ്ടായിരുന്ന ഒരു കാവൽക്കാരനിൽനിന്ന് മനസിലാക്കാൻ കഴിയുന്നതിന്റെ പരമാവധി കാര്യങ്ങൾ അയാളെപ്പറ്റി ഞാൻ ചോദിച്ചറിഞ്ഞു. എത്രാമത്തെ നിലയിലാണ് അയാൾ താമസിക്കുന്നതെന്നും അയാളുടെ ഫ്ളാറ്റിലേക്കുള്ള കോവണിപ്പടി ഏതാണെന്നും അയാളോടൊപ്പം മറ്റാരെങ്കിലും താമസം ഉണ്ടോ എന്നും മറ്റുമുള്ള കാര്യങ്ങൾ ഞാൻ കാവൽക്കാരനിൽനിന്ന് മനസിലാക്കി.

ഒരുദിവസം രാവിലെ ആ ഓഫീസറെ പരിഹസിച്ചുകൊണ്ട് ഒരു കഥ എഴുതണമെന്ന് എനിക്കുതോന്നി. അയാളെപ്പറ്റിയുള്ള ഒരു ഹാസ്യാനുകരണം. സാഹിത്യരചനയിലൊന്നും ഞാൻ അതുവരെ ഏർപ്പെട്ടിരുന്നില്ല. എങ്കിലും ആ കഥയെഴുത്ത് ഞാൻ ശരിക്കും ആസ്വദിച്ചു. ഞാൻ കഥയിൽ അയാളെ കഠിനമായി ആക്ഷേപിക്കുകയും അപകീർത്തിപ്പെ

ടുത്തുകയും ചെയ്തു. തുടക്കത്തിൽത്തന്നെ ഞാൻ അയാളുടെ പേരിൽ വളരെ ചെറിയ ഒരു മാറ്റം വരുത്തി. എന്നാൽ വായനക്കാരന് പെട്ടെന്നു തന്നെ ആളെ തിരിച്ചറിയാൻ കഴിയുന്നതരത്തിലുള്ള ഒരു പേരുമാറ്റം. പക്ഷേ പിന്നീട് പക്വതയോടെ ഞാൻ അതിനെപ്പറ്റി ആലോചിച്ചു. അങ്ങനെ പേരിൽ പൂർണമായ മാറ്റം വരുത്തിയതിനുശേഷം ഞാൻ ആ കഥ പ്രസാധകർക്ക് അയച്ചുകൊടുത്തു. പക്ഷേ ആക്ഷേപഹാസ്യം അന്ന് സ്വീകാര്യം ആയിരുന്നില്ല. എന്റെ കഥ തിരിച്ചുവന്നു. എനിക്ക് നിരാശ തോന്നി. ഒടുവിൽ എന്റെ ശത്രുവിനെ ഒരു ദ്വന്ദയുദ്ധത്തിനു വെല്ലുവിളിക്കാൻ തന്നെ ഞാൻ തീരുമാനിച്ചു. ഞാൻ അയാൾക്ക് മനോഹരമായ ഒരു എഴുത്ത് എഴുതി. എഴുത്തിൽ ഞാൻ ദ്വന്ദയുദ്ധത്തിന്റെ സൂചനകൾ നൽകി. ഏറ്റവും ഉന്നതവും മഹനീയവുമായ കാര്യങ്ങളെപ്പറ്റി ചെറിയ തോതിലെങ്കിലും അറിവുള്ളവനാണെങ്കിൽ ആ ഓഫീസർ ഓടിവന്ന് എന്റെ കഴുത്തിൽ കെട്ടിപ്പിടിച്ച് തന്റെ സൗഹൃദം എനിക്ക് വാഗ്ദാനം ചെയ്യണം എന്നുള്ള ഉദ്ദേശ്യമായിരുന്നു ആ എഴുത്തിൽ അടങ്ങിയിരിക്കുന്ന ആശയം.

അങ്ങനെയൊക്കെ സംഭവിച്ചാൽ കാര്യങ്ങൾ എത്ര മനോഹരമായിരുന്നു. അതോടെ ഞങ്ങൾ ഒരു പുതിയ ജീവിതം തുടങ്ങും. അതിമനോഹരമായ ഒരു പുതിയ ജീവിതം. സ്വന്തം സ്വാധീനശക്തി ഉപയോഗിച്ച് അദ്ദേഹം എന്നെ സംരക്ഷിക്കും. അദ്ദേഹത്തിന്റെ നല്ല ഗുണങ്ങൾ എല്ലാം ഞാൻ സ്വായത്തമാക്കും. അങ്ങനെ എന്റെ പല സങ്കൽപ്പങ്ങളും യാഥാർഥ്യമാകും. അയാൾ എന്നെ അപമാനിച്ചിട്ട് ഇപ്പോൾ രണ്ടുവർഷങ്ങൾ കഴിഞ്ഞെന്ന് നിങ്ങൾ മനസിലാക്കണം. എന്റെ വെല്ലുവിളി സത്യത്തിൽ അന്യായമായ കാലത്തിനുചേരാത്ത ഒരു തെറ്റുമാത്രമായിരുന്നു. ദൈവത്തിനു നന്ദി (ഞാൻ ഇപ്പോഴും കണ്ണീരോടെ ദൈവത്തിന് നന്ദി പറയാറുണ്ട്). എന്തായാലും ആ എഴുത്ത് ഞാൻ ഓഫീസർക്ക് അയച്ചു കൊടുത്തില്ല. അയച്ചിരുന്നെങ്കിൽ സംഭവിക്കാവുന്ന കാര്യങ്ങൾ ഓർത്ത് ഇപ്പോഴും എന്റെ രക്തം കട്ടപിടിക്കാറുണ്ട്. പിന്നീട് പെട്ടെന്നുതന്നെ ഏറ്റവും ലളിതമായ രീതിയിൽ എന്റെ പ്രതികാരം നടപ്പാക്കാൻ എനിക്കു കഴിഞ്ഞു. എന്റെ പ്രതിഭയുടെ ഒരു തലോടൽ ആയിരുന്നു അതിന് എന്നെ പ്രാപ്തനാക്കിയത്. ഓർക്കാപ്പുറത്താണ് അത്യുജ്ജ്വലമായ ഒരു ആശയം എന്റെ മനസിലേക്ക് കടന്നുവന്നത്. ഉച്ചതിരിഞ്ഞ് നെവ്സ്കി പ്രോസ്പക്ടിലെത്തി. അവിടെ സൂര്യപ്രകാശം ഉള്ള ഭാഗത്തുകൂടിയുള്ള നടത്തം എനിക്ക് പതിവുള്ളതാണ്. ഞാൻ സത്യത്തിൽ നടത്തം ആസ്വദിക്കുകയായിരുന്നില്ല. യാതനകളുടേയും നാണക്കേടുകളുടേയും പകയുടേയും അവസാനിക്കാത്ത അനുഭവങ്ങളിലൂടെ ഞാൻ കടന്നുപോവുകയായിരുന്നു. ഞാൻ യാത്രക്കാർക്ക് ഇടയിലൂടെ ചാട്ടുളിപോലെ പാഞ്ഞുപൊയ്ക്കൊണ്ടിരുന്നു. ജനറൽമാർക്കും കുതിരപ്പട്ടാളത്തിലെ ഓഫീസർമാർക്കും ഉന്നതശ്രേണിയിലുള്ള സ്ത്രീകൾക്കും ഞാൻ വഴിമാറിക്കൊടുത്തുകൊ

ണ്ടിരുന്നു. എന്റെ വൃത്തിഹീനമായ വസ്ത്രങ്ങളെപ്പറ്റിയും അവർക്കിടയിലൂടെ തെന്നി അകലുന്ന എന്റെ പ്രാകൃതരൂപത്തെപ്പറ്റിയും ഓർക്കുമ്പോഴൊക്കെ നട്ടെല്ലിലൂടെ ഒരു മിന്നൽപ്പിണർ പാഞ്ഞുപോകുന്നതായി എനിക്കുതോന്നി. എന്റെ ഹൃദയം വേദനിച്ചു. ശരിക്കും വേദനിപ്പിക്കുന്ന ഒരു പീഡാനുഭവം ആയിരുന്നു അത്. സഹിക്കാൻ കഴിയാത്ത ഒരു നാണക്കേട് ആയിരുന്നു. അവ്യക്തതയിൽനിന്ന് വളർന്ന് വ്യക്തമായിത്തീർന്ന ഒരു സത്യം. നെവ്സ്കി പ്രോസ്പക്ടിലെ എന്റെ സഹയാത്രികരുമായി താരതമ്യപ്പെടുത്തുമ്പോൾ ഞാൻ വെറും ഒരു ഈച്ചയായിരുന്നു. ഒരു വൃത്തികെട്ട ഈച്ച. അവരിൽ ആരേക്കാളും നല്ല വിദ്യാഭ്യാസം കിട്ടിയിട്ടുള്ളവനും മാന്യനുമായ ഒരു ഈച്ച. അതു പ്രത്യേകം പറയേണ്ട കാര്യം ഇല്ലല്ലോ. പക്ഷേ എല്ലാവരിൽനിന്നും ഒഴിഞ്ഞുമാറിപ്പോയ ഈ ഈച്ചയെ അവർ ഓരോരുത്തരും അപമാനിക്കുകയും അവഗണിക്കുകയും ചെയ്തുകൊണ്ടിരുന്നു. നെവ്സ്കി പ്രോസ്പക്ടിൽ എത്തി എന്തിനാണ് ഈ പീഡനങ്ങൾ ഏറ്റുവാങ്ങിയതെന്ന് എനിക്ക് അറിയില്ല. പക്ഷേ സമയം കിട്ടുമ്പോഴെല്ലാം എനിക്ക് അവിടെ എത്തണം എന്നുള്ള തോന്നലായിരുന്നു.

നെവ്സ്കി പ്രോസ്പക്ടിൽവച്ചായിരുന്നു അന്നത്തെ സംഭവത്തിനുശേഷം ഞാൻ ആ ഓഫീസറെ കൂടുതലും കാണാൻ ഇടയായിട്ടുള്ളത്. അവധി ദിവസങ്ങളിലാണ് അയാൾ കൂടുതലും അവിടെ എത്തിയിരുന്നത്. ജനറൽമാരും മറ്റു പ്രധാനവ്യക്തികളും വരുമ്പോൾ അയാൾ ഒരു ആരൽമീനിനെപ്പോലെ വഴുതിമാറിയിരുന്നെങ്കിലും എന്നെപ്പോലെയുള്ള സാധാരണക്കാരെ അയാൾ ശ്രദ്ധിച്ചിരുന്നില്ല. എന്നേക്കാൾ മെച്ചപ്പെട്ടവരേയും ചവിട്ടിമെതിച്ചു കൊണ്ടുതന്നെയായിരുന്നു അയാളുടെ പ്രയാണം. തനിക്കു നടക്കാൻവേണ്ടി മുന്നിൽ ധാരാളം സ്ഥലം ഒഴിഞ്ഞുകിടപ്പുണ്ടെന്ന മട്ടിലായിരുന്നു അയാളുടെ നടത്തം. ഒരിക്കൽപ്പോലും അയാൾ സാധാരണക്കാർക്കുവേണ്ടി വഴി മാറിയില്ല. ഓരോ തവണയും ഞാൻ അയാളുടെ വഴിയിൽനിന്ന് മാറിനടന്നുകൊണ്ടിരുന്നു. തെരുവിൽപ്പോലും എനിക്ക് അയാളോടൊപ്പം നിൽക്കാൻ പറ്റാത്തതിൽ വല്ലാത്ത വിഷമം തോന്നുന്നുണ്ടായിരുന്നു.

'നിങ്ങൾ എപ്പോഴും ആദ്യം വഴിമാറി നടക്കുന്നത് എന്തിനാണ്?' വെളുപ്പിന് മൂന്നുമണിക്ക് ഉണരുമ്പോഴൊക്കെ ഞാൻ ഈ ചോദ്യം കോപത്തോടെ എന്നോടുതന്നെ ചോദിച്ചുകൊണ്ടിരുന്നു.

എപ്പോഴും അത് ഞാൻ തന്നെ ആകുന്നത് എന്തുകൊണ്ടാണ്? അങ്ങനെ വേണമെന്ന് നിയമം ഉണ്ടോ? നിയമപുസ്തകങ്ങളിൽ അങ്ങനെ പറയുന്നുണ്ടോ? ശരി. അപ്പോൾ നമുക്ക് എല്ലാം തുല്യമായി പങ്കുവയ്ക്കാം. പരസ്പരം കാണുമ്പോൾ അയാൾ അൽപ്പം വഴി മാറും. നിങ്ങളും അൽപ്പം വഴിമാറും. പരസ്പര ബഹുമാനത്തോടെ നിങ്ങൾ കടന്നുപോകും. പക്ഷേ, ഒരിക്കലും ഇവിടെ അങ്ങനെ സംഭവിച്ചില്ല. എപ്പോഴും വഴിമാറിക്കൊടു

ത്തത് ഞാൻ തന്നെ ആയിരുന്നു. ഞാൻ അയാൾക്കുവേണ്ടി വഴി മാറിക്കൊടുക്കുന്നത് ഒരിക്കൽപ്പോലും അയാൾ ശ്രദ്ധിച്ചിരുന്നതായി തോന്നിയില്ല. അപ്പോഴാണ് അത്ഭുതകരമായ ഒരു ആശയം എന്റെ മനസിൽ ഉദിച്ചത്. ഞാൻ ആലോചിച്ചു തുടങ്ങി. ഞാൻ അയാളെ കണ്ടിട്ടും വഴിമാറി നടന്നില്ലെങ്കിൽ? നേർക്കുനേർ നടന്ന് പരസ്പരം കൂട്ടിയിടിച്ചാലും മനഃപൂർവം വഴിമാറാൻ ഞാൻ തയാറില്ലെങ്കിൽ? അങ്ങനെയാണെങ്കിൽ എന്താണ് സംഭവിക്കാൻ പോകുന്നത്? ഈ സാഹസികമായ ചിന്ത അൽപ്പാൽപ്പമായി എന്നെ കീഴ്പ്പെടുത്തി. ഒടുവിൽ എന്റെ മനഃസമാധാനം തന്നെ അതു നഷ്ടപ്പെടുത്തി. ഞങ്ങൾ തമ്മിൽ ഏറ്റുമുട്ടുന്നത് ഞാൻ തുടർച്ചയായി സ്വപ്നം കണ്ടു. ഞാൻ പലപ്പോഴും മനഃപൂർവം നെവ്സ്കി പ്രോസ്പെക്ടിൽ പോയി. യഥാർഥ ഏറ്റുമുട്ടൽ നടക്കുമ്പോൾ ഞാൻ എങ്ങനെ പെരുമാറുമെന്ന് എനിക്ക് കൂടുതൽ വ്യക്തമാവാൻ വേണ്ടിയായിരുന്നു ഞാൻ അവിടെ പോയത്.

ഞാൻ ഉദ്ദേശിക്കുന്ന കാര്യം സാധ്യമാണെന്നുള്ള എന്റെ വിശ്വാസം കൂടിക്കൂടി വന്നു. നടക്കാൻപോകുന്ന കാര്യം ഞാൻ ആലോചിച്ചുനോക്കി. ഞാൻ അയാളുമായി കൂട്ടിയിടിക്കില്ല. പക്ഷേ, ഞാൻ അയാൾക്ക് വഴി മാറിക്കൊടുക്കില്ല. തോളുകൾ തമ്മിൽ പരസ്പരം ഉരസിയായിരിക്കും ഞങ്ങൾ നടന്നുപോകുന്നത്. അയാൾ എത്രമാത്രം ശക്തിയായി എന്നോട് കൂട്ടിമുട്ടുമോ ഞാനും അതേ ഊക്കോടെ അയാളുമായി കൂട്ടിയിടിക്കും. ഒടുവിൽ എന്റെ തീരുമാനം ഞാൻ മനസിൽ പൂർണമായും ഉറപ്പിച്ചു. പക്ഷേ അതിനുള്ള തയാറെടുപ്പുകൾക്ക് ധാരാളം സമയം വേണ്ടിവന്നു. എന്റെ പദ്ധതിനടപ്പാക്കുമ്പോൾ ഏറ്റവും ശ്രദ്ധിക്കേണ്ട കാര്യം കാഴ്ചയിൽ ഞാൻ കുറേക്കൂടി ഉന്നതനും പൊതുജനസമ്മതനും ആണെന്നുള്ള തോന്നൽ മറ്റുള്ളവരിൽ ഉണ്ടാക്കണമെന്നതാണ്. അതിന് വസ്ത്രങ്ങളിൽ ഞാൻ കൂടുതൽ ശ്രദ്ധിക്കണം. ഒരു പൊതുസ്ഥലമാകുമ്പോൾ ഞാൻ നന്നായി വസ്ത്രധാരണം നടത്തിയിരിക്കണം.

നെവ്സ്കി പ്രോസ്പക്ടിൽ ധാരാളം മനുഷ്യർ ഉണ്ടാകാൻ ഇടയുണ്ട് (അവിടെ ആവശ്യത്തിന് ജനങ്ങൾ എപ്പോഴും ഉണ്ടാകും. ഒരു പ്രഭ്വിയും രാജകുമാരനും അവരുടെ കൂട്ടത്തിൽ ഉണ്ടാകാൻ ഇടയുണ്ട്. സാഹിത്യലോകം മുഴുവൻ അവിടെ കാണാനുള്ള സാധ്യതയും തള്ളിക്കളയാൻ പറ്റില്ല). എന്റെ വേഷങ്ങൾ നന്നായിരുന്നാൽ മറ്റുള്ളവർക്ക് എന്നെപ്പറ്റി കൂടുതൽ മതിപ്പുതോന്നും. അയാൾക്കും എനിക്കും സമൂഹത്തിനു മുന്നിൽ തുല്യത ലഭിക്കാൻ അതു കാരണമാകും. ഇതിനുവേണ്ടി ശമ്പളം ഞാൻ മുൻകൂർ വാങ്ങി. 'ചുർക്കിൻസിൽ' നിന്ന് മനോഹരമായ ഒരു തൊപ്പിയും കറുത്ത കയ്യുറകളും വാങ്ങി.

എനിക്ക് ഇഷ്ടം തോന്നിയ മഞ്ഞ കയ്യുറകളേക്കാൾ കറുത്ത കയ്യുറകൾക്ക് കൂടുതൽ മാന്യത ഉള്ളതായി തോന്നി. ഒരുവൻ കൂടുതൽ ശ്രദ്ധ പിടിച്ചുപറ്റാൻ ശ്രമിക്കുകയാണോ എന്ന് സംശയം തോന്നിപ്പിക്കുന്ന

തരത്തിൽ മഞ്ഞ കയ്യുറകൾക്ക് തിളക്കം കൂടുതലായിരുന്നു. ഞാൻ മഞ്ഞ കയ്യുറകൾ വാങ്ങേണ്ട എന്ന് തീരുമാനിച്ചു. വെളുത്ത ബട്ടണുകൾ തുന്നിയ ഒരു ഭംഗിയുള്ള ഷർട്ട് എനിക്ക് സ്വന്തമായി ഉണ്ടായിരുന്നു. പക്ഷേ ഓവർകോട്ട് സ്വന്തമായില്ലാത്തതു കാരണം കാര്യങ്ങൾ വീണ്ടും താമസിച്ചു. എന്റെ ഓവർക്കോട്ട് മോശമായിട്ടല്ല. ആവശ്യത്തിന് ചൂടു കിട്ടുമായിരുന്നു. പക്ഷേ അതിന്റെ ഉൾഭാഗത്തു തുന്നിയിരുന്ന തുണിക്കും കോളറിനും ഒരു നിലവാരം ഉണ്ടായിരുന്നില്ല. ഒറ്റനോട്ടത്തിൽ തന്നെ അവ ആരുടെ ഓർമയിലേക്കും ഒരു പരാജിതനെ ക്ഷണിച്ചുവരുത്തും. എന്തു വിലകൊടുത്തും എനിക്ക് ആ കോളർ മാറ്റിവയ്ക്കണം. പകരം ഓഫീസർ മാർ ധരിക്കുന്നതുപോലുള്ള ഒരു കമ്പിളിക്കോളർ വാങ്ങണം. അതിനു വേണ്ടി ഞാൻ കച്ചവടകേന്ദ്രങ്ങൾ സന്ദർശിച്ചുതുടങ്ങി. ഏതാനും ദിവസ ങ്ങളിലെ കഠിനശ്രമത്തിനുശേഷം വിലകുറഞ്ഞ ഒരു കൃത്രിമ കമ്പിളി ക്കോളറിൽ എന്റെ കണ്ണുകൾ ഉടക്കി. കൃത്രിമകമ്പിളിക്കോളറുകൾ വളരെ പെട്ടെന്ന് മുഷിഞ്ഞുനാറുമെങ്കിലും തുടക്കത്തിൽ അവയ്ക്ക് നല്ല ഭംഗിയുണ്ടാവും. കൂടാതെ ഒരിക്കൽ മാത്രമാണല്ലോ എനിക്ക് അതു കൊണ്ട് ഉപയോഗം ഉള്ളത്. ഞാൻ അതിന്റെ വില ചോദിച്ചു. വില കുറ വായിരുന്നില്ല.

നിശിതമായ പര്യാലോചനകൾക്കു ശേഷം ഞാൻ ഉപയോഗിച്ചിരുന്ന കോളർ വിൽക്കാൻ തീരുമാനിച്ചു. കമ്പിളിക്കോളർ വാങ്ങാൻ അധികം വേണ്ടിവരുന്ന പണം (അതുതീരെ കുറവ് ആയിരുന്നില്ല). എന്റെ മേലു ദ്യോഗസ്ഥനായ ആന്റൺ ആന്റനോവിച്ച് സെറ്റോച്കിനിൽ നിന്നും കടം വാങ്ങാൻ ആയിരുന്നു എന്റെ ഉദ്ദേശ്യം. ആർക്കും ഒരിക്കൽപ്പോലും കടം കൊടുത്തിട്ടില്ലാത്ത മാന്യനായ ഒട്ടും അഹങ്കാരം ഇല്ലാത്ത ഒരു നല്ല മനുഷ്യനായിരുന്നു ആന്റൺ ആന്റനോവിച്ച് സെറ്റോച്കിൻ. അയാളോട് കടം ചോദിക്കുന്നത് പൈശാചികമായ ഒരു നാണക്കേടായി എനിക്കു തോന്നി. രണ്ടുമൂന്നു രാത്രികൾ എനിക്ക് ഉറങ്ങാൻപോലും കഴിഞ്ഞി രുന്നില്ല. ഞാൻ ആകെ കുഴപ്പത്തിൽ ആയിരുന്നതുകൊണ്ട് ആ കാലത്ത് ഞാൻ അധികം ഉറങ്ങാറില്ലായിരുന്നു. എന്റെ ഹൃദയമിടിപ്പ് തനിയേ താഴ്ന്ന് നിലച്ചുപോകുന്നതുപോലെ തോന്നി. എന്നാൽ പെട്ടെന്നുതന്നെ അത് കൂടുതൽ ശക്തിയായി മിടിക്കാൻ തുടങ്ങുന്നതാ യും എനിക്ക് അനുഭവപ്പെട്ടു. ആന്റൺ ആന്റനോവിച്ച് ആദ്യം അമ്പരന്നുപോയി. പിന്നീട് എന്റെ ആവശ്യം കേട്ട് അയാൾ നെറ്റിചുളിച്ചു. അതിനുശേഷം ഞാൻ കുഴപ്പക്കാരൻ അല്ലെന്നുള്ള നിഗമനത്തിൽ എനിക്ക് കടം തരാമെന്ന് അയാൾ തീരുമാനിച്ചു. പകരം രണ്ടാഴ്ചക്കു ള്ളിൽ എന്റെ ശമ്പളത്തിൽ നിന്ന് കടം തിരിച്ചുപിടിക്കാനുള്ള അവകാശം അയാൾക്കു നൽകുന്ന തായി ഒരു രേഖ അയാൾ എന്റെ കയ്യിൽ നിന്ന് എഴുതിവാങ്ങി. ഒടുവിൽ എല്ലാം വിചാരിച്ചതുപോലെ നടന്നു. പഴയകോള റിന്റെ സ്ഥാനത്ത് മനോ ഹരമായ പുതിയ കമ്പിളിക്കോളർ സ്ഥാനം പിടിച്ചു. എന്റെ ഏറ്റുമുട്ടലിന്റെ

വിവിധ ഘട്ടങ്ങളെക്കുറിച്ച് ഞാൻ ആലോചിച്ചുതുടങ്ങി. മുൻകൂട്ടി ആലോചിക്കാതെ പെട്ടെന്ന് ആദ്യ അവസരത്തിൽത്തന്നെ ഞാൻ ഉദ്ദേശിക്കുന്ന കാര്യം ചെയ്യാൻ എന്തായാലും കഴിയില്ലെന്ന് എനിക്ക് അറിയാമായിരുന്നു. എല്ലാം തിട്ടപ്പെടുത്തിയതിനുശേഷം കൗശലത്തോടെയുള്ള പെരുമാറ്റം ആണ് വേണ്ടത്. പലതവണ ഞാൻ വിഫലശ്രമങ്ങൾ നടത്തി. ഒടുവിൽ നിരാശയായിരുന്നു ഫലം.

ഒരിക്കൽ ഞാൻ ശ്രദ്ധയില്ലാതെ നടക്കുമ്പോൾ ഓർക്കാപ്പുറത്ത് ഞങ്ങൾ തമ്മിൽ കൂട്ടിയിടിക്കുമായിരുന്നു. പക്ഷേ അപ്പോഴേക്കും ഞാൻ ഒഴിഞ്ഞുമാറി. ഒന്നുനോക്കാൻപോലും തുനിയാതെ അയാൾ എന്നെ മറികടന്നു പോവുകയും ചെയ്തു. പിന്നീടൊരിക്കൽ കൂട്ടിയിടിക്കാനുള്ള എല്ലാ തയാറെടുപ്പുകളും നടത്തിയിരുന്ന ഒരു സന്ദർഭത്തിൽ വെറും രണ്ടിഞ്ച് അകലത്തിൽവച്ച് എന്റെ ധൈര്യം ചോർന്നുപോയി. ഞാൻ അയാളുടെ കാൽക്കൽ ചുരുണ്ടു വീഴുകയായിരുന്നു. അയാൾ സാവധാനം നടന്നുപോയി. ഞാൻ പന്തുപോലെ ഒരുവശത്തേക്ക് ഉരുണ്ടു മാറി. അന്നുരാത്രിയിൽ എനിക്ക് വീണ്ടും പനിപിടിച്ചു. ബോധം നഷ്ടപ്പെട്ട് ഞാൻ പിച്ചുംപേയും പറഞ്ഞുകൊണ്ടിരുന്നു. പക്ഷേ പെട്ടെന്ന് പനി കുറഞ്ഞു. അടുത്തരാത്രിയിൽത്തന്നെ തോൽക്കുമെന്ന് ഉറപ്പുള്ള എന്റെ സംരംഭം തുടരേണ്ടതില്ലെന്ന് ഞാൻ തീരുമാനിച്ചു. അതിനുശേഷമാണ് ഞാൻ നെവ്സ്കി പ്രോസ്പെക്ടിൽ അവസാനമായി പോയത്. ഞാൻ മനസിൽ കരുതിയിരുന്ന കാര്യം വേണ്ടെന്നുവച്ച് തിരിച്ചുവരാനായിരുന്നു എന്റെ ഉദ്ദേശ്യം. പെട്ടെന്ന് മൂന്നു ചുവടുകൾക്ക് അകലത്തിൽ എന്റെ പ്രതിയോഗി നടന്നുവരുന്നത് ഞാൻ കണ്ടു. എനിക്കു പ്രതീക്ഷിക്കാൻ പോലും കഴിയാത്ത വേഗതയിൽ ഞാൻ തീരുമാനം എടുത്തു. ഞങ്ങളുടെ തോളുകൾ തമ്മിൽ കൂട്ടിയിടിച്ചു. ഒരിഞ്ചിനുപോലും ഞാൻ വിട്ടുകൊടുത്തില്ല. ഒരേപോലെ ചുവടുകൾവച്ച് ഞങ്ങൾ നടന്നുപോയി. അയാൾ ചുറ്റുപാടും ഒന്നു കണ്ണോടിക്കാൻപോലും മുതിർന്നില്ല. ഒന്നും അറിഞ്ഞിട്ടില്ല എന്നമട്ടിലായിരുന്നു അയാൾ നടന്നു നീങ്ങിയത്. പക്ഷേ അത് അയാളുടെ അഭിനയം മാത്രമായിരുന്നെന്ന് എനിക്ക് നിശ്ചയമുണ്ട്. ഇന്നത്തെ ഈ ദിവസംവരെ എനിക്ക് അതിൽ ഒരു സംശയവും ഇല്ല. അയാൾ ശക്തൻ ആയിരുന്നതുകൊണ്ട് എനിക്കാണ് കൂടുതൽ വേദന അനുഭവിക്കേണ്ടിവന്നത്. പക്ഷേ അതല്ല കാര്യം. പ്രധാനകാര്യം ഞാൻ എന്റെ ലക്ഷ്യം നേടി എന്നതാണ്. ഒരിഞ്ചുപോലും വിട്ടുകൊടുക്കാതെ ഞാൻ എന്റെ അന്തസ്സ് പാലിച്ചു. സമൂഹത്തിൽ അയാൾക്കു തുല്യമായ ഒരു നിലവാരം എനിക്കും ഉണ്ടെന്ന് പരസ്യമായിത്തന്നെ ഞാൻ സ്ഥാപിച്ചെടുത്തു. സ്വസ്ഥതയോടെ ഞാൻ വീട്ടിലേക്ക് മടങ്ങി. എനിക്ക് സന്തോഷം തോന്നി. ഇറ്റാലിയൻ ഓപ്പറകളിൽ നിന്നുള്ള വിജയഗാഥകൾ ഞാൻ പാടിക്കൊണ്ടിരുന്നു. രണ്ടു ദിവസം കഴിഞ്ഞ് എന്തു സംഭവിച്ചു എന്നു ഞാൻ വിശദീകരിക്കുന്നില്ല. ആദ്യത്തെ അധ്യായം വായിച്ചിട്ടുണ്ടെ

ങ്കിൽ നിങ്ങൾക്ക് ഊഹിക്കാൻ കഴിയും. ആ ഓഫീസറെ പിന്നീട് മറ്റെവിടേയ്ക്കോ സ്ഥലംമാറ്റിയിരുന്നു. ഏറ്റവും ഒടുവിലായി ഞാൻ അയാളെ കണ്ടിട്ട് ഇപ്പോൾ പതിനാലു വർഷങ്ങൾ കഴിഞ്ഞിരിക്കുന്നു. എന്റെ പ്രിയപ്പെട്ട ആ ഓഫീസർ ഇപ്പോൾ എവിടെയാണ്? അയാൾ ഇപ്പോൾ ആരെ ആയിരിക്കും ചവിട്ടിമെതിച്ചു കൊണ്ടിരിക്കുന്നത്?

രണ്ട്

എന്റെ സുഖവാസം അവസാനിക്കാൻ തുടങ്ങി. ജീവിതം കൂടുതൽ വിരസമായി. എനിക്ക് പശ്ചാത്താപം തോന്നിത്തുടങ്ങി. അതും വിരസതയിലാണ് അവസാനിച്ചത്. അൽപ്പാൽപ്പം ഞാൻ അതുമായി താദാത്മ്യം പ്രാപിച്ചു. സത്യത്തിൽ ഞാൻ താദാത്മ്യം പ്രാപിക്കുക യായിരുന്നില്ല. വിരസതയുമായി പൊരുത്തപ്പെട്ടുപോകാൻ ഞാൻ അനുവാദം കൊടുക്കുകയായിരുന്നു. പക്ഷേ എന്റെ സ്വപ്നങ്ങളിൽ ഈ വൈരുധ്യ ങ്ങളോടെല്ലാം പൊരുത്തപ്പെടുന്ന ഏറ്റവും നല്ല കാര്യങ്ങൾ ഉണ്ടായി രുന്നു. ഞാൻ സ്വപ്നങ്ങൾ കണ്ടുകൊണ്ടേയിരുന്നു. അവ ഒരിക്കലും അവസാനിച്ചില്ല. അപ്പോഴൊന്നും സ്വന്തം കോട്ടിൽ വ്യാജകമ്പിളിക്കോളർ തുന്നിച്ചേർത്ത ഭീരുവായ ഒരു മാന്യനുമായി എനിക്ക് യാതൊരു സാമ്യ വും ഉണ്ടായിരുന്നില്ല. അപ്പോഴെല്ലാം ഞാൻ ഒരു ധീരൻ ആയിരുന്നു. ആറടി ഉയരമുള്ള ലെഫ്റ്റനന്റിനുപോലും എന്നെ കാണാൻ അനുവാദം കിട്ടുമായിരുന്നില്ല. അയാളുടെ രൂപംപോലും എനിക്ക് ഇപ്പോൾ ഓർക്കാൻ കഴിയുന്നില്ല. എന്റെ സ്വപ്നങ്ങൾ എന്തായിരുന്നെന്നോ അവ എങ്ങനെ എനിക്ക് സംതൃപ്തിനൽകിയെന്നോ ഇപ്പോൾ എനിക്ക് വിശദമാക്കാൻ സാധിക്കുന്നില്ല. പക്ഷേ അവ എനിക്ക് സംതൃപ്തി നൽകിയിരുന്നു എന്ന് ഉറപ്പാണ്. ഒരു ധൂർത്തജീവിതത്തിനു ശേഷം ജനിക്കുന്ന പശ്ചാത്താപ ത്തിന്റെയും കണ്ണുനീരിന്റെയും ശാപവചനങ്ങളുടെയും ഉന്മാദത്തിന്റെയും നിമിഷങ്ങളിലെ എന്റെ സ്വപ്നങ്ങൾ മാധുര്യമുള്ളതും ശക്തവും ആയി രുന്നു. ഇത്തരം യഥാർഥ നിർവൃതിയുടെ നിമിഷങ്ങളും ഞാൻ അറിയു ന്നുണ്ടായിരുന്നു. ആത്മനിന്ദയുടെ ഏറ്റവും ചെറിയ ചലനംപോലും എന്റെയുള്ളിൽ നടക്കുന്നതായി തോന്നിയിരുന്നില്ലെന്ന് എനിക്ക് സത്യം ചെയ്യാൻ കഴിയും. എന്റെ ഉള്ളിൽ അപ്പോൾ വിശ്വാസം ഉണ്ടായിരുന്നു. മോഹങ്ങൾ ഉണ്ടായിരുന്നു. സ്നേഹം ഉണ്ടായിരുന്നു. ഒരു അത്ഭുതം സംഭവിക്കുമെന്ന് ഞാൻ ആ കാലത്ത് കണ്ണുമടച്ച് വിശ്വസിച്ചിരുന്നു. എന്റെ മുന്നിൽ ഒരു തിരശ്ശീല ഉയരുമ്പോൾ വിശാലമായ ഒരു ചക്രവാളം എനിക്ക് കാണാൻ കഴിയുമെന്ന് ഞാൻ സ്വപ്നം കണ്ടിരുന്നു. മനുഷ്യ സ്നേഹം നിറഞ്ഞ കുലീനമായ പ്രവർത്തനങ്ങൾകൊണ്ട് ആ പ്രദേശം അനുഗൃഹീതമായിരിക്കും (വ്യക്തമായി എന്തൊക്കെക്കാര്യങ്ങളാണ് അവിടെ നടക്കുന്നതെന്ന് ഓർമയില്ലെങ്കിലും എനിക്കുവേണ്ടി അത്തരം

പ്രവർത്തനങ്ങൾ മുൻകൂട്ടിത്തന്നെ അവിടെ നടക്കുന്നുണ്ടായിരുന്നു). ഞാൻ ഒരു വെളുത്ത കുതിരപ്പുറത്ത് പുഷ്പകിരീടവും ചൂടി ദൈവീക മായ പ്രകാശത്തിലേക്ക് ഉദിച്ചുയരും. ഒരു രണ്ടാംതരം ഭാഗം അഭിനയി ക്കുന്നതിനെപ്പറ്റി എനിക്ക് ചിന്തിക്കാൻപോലും കഴിയുമായി രുന്നില്ല. സത്യത്തിൽ ഏറ്റവും മോശക്കാരൻ ആകുന്നതിൽ ഞാൻ സന്തുഷ്ട നാണ്. ഒന്നുകിൽ നായകൻ അല്ലെങ്കിൽ ഏറ്റവും നിസ്സാരൻ. അതിനിട യിലുള്ള ഒരു സ്ഥാനം ഒരിക്കലും ശരിയാവില്ല. ഞാൻ നശിക്കാനുള്ള കാരണം അതായിരുന്നു. എന്റെ വൈഷമ്യങ്ങൾ ക്കിടയിലും ഞാൻ നായ കനാണെന്ന് സ്വയം സമാധാനിച്ചു. അഴുക്കിൽ കിടന്നുരുളുന്ന ഒരു നായ കൻ. ഒരു സാധാരണക്കാരൻ. അഴുക്കിൽ കിടന്നുരുളുന്നത് പരിഹാസ്യ മാണ് എന്നായിരുന്നു എന്റെ വിശ്വാസം. എന്നാൽ നായകൻ ഒരിക്കലും അഴുക്ക് പുരണ്ടവൻ ആവില്ല. അവൻ അതിനൊക്കെ അതീതനാണ്. അതുകൊണ്ട് എനിക്ക് ഏത് അഴുക്കിലും കിടന്ന് ഉരുളാം. വിഷയാസ ക്തിയുടെ പാരമ്യതയിലും ഏറ്റവും നന്മനിറഞ്ഞ കാര്യങ്ങളുടെ തിര മാലകൾ, അതിന്റെ സാന്നിധ്യം അറിയിക്കാനെന്നപോലെ എന്നെ തഴു കിയിരുന്നു എന്നത് പ്രത്യേകം ശ്രദ്ധിക്കണം. പക്ഷേ അവയുടെ വരവ് എന്റെ വികാരങ്ങളെ ശമിപ്പിച്ചില്ല. ഏറ്റവും നല്ല കാര്യങ്ങളുടെ തിരമാ ലകൾ എന്റെ വികാരങ്ങളിൽ ഭക്ഷണത്തിനു രുചികൂട്ടുന്ന സുഗന്ധ വ്യഞ്ജനംപോലെ ആയിരുന്നു. ധിക്കാരവും കഷ്ടപ്പാടും കൊണ്ടായി രുന്നു ആ സുഗന്ധവ്യഞ്ജനങ്ങൾ നിർമിച്ചിരുന്നത്. പക്ഷേ യാതനകളും ശല്യങ്ങളും ആ സുഗന്ധ വ്യഞ്ജനങ്ങൾക്ക് ഒരു എരിവ് പകർന്നു കൊടുത്തിരുന്നു. ചുരുക്കത്തിൽ അവ എന്റെ വികാരങ്ങളെ കൂടുതൽ സ്വാദിഷ്ഠമാക്കിമാറ്റി. അവയ്ക്ക് ഗാംഭീര്യത്തിന്റെ അംശങ്ങൾപോലും ഉണ്ടായിരുന്നു. വൃത്തികെട്ട നിന്ദ്യരായ അറിവില്ലാത്ത ഗുമസ്തന്മാരുടെ കൂട്ടത്തിൽ എന്നെയും വാടകയ്ക്ക് കൊടുക്കാൻ ഞാൻ അനുവദി ക്കണോ? രാത്രിയിൽ എന്നെ തെരുവിൽ എത്തിക്കാൻ എന്തുകാരണ മാണ് അവർക്ക് ഉള്ളത്? ഇല്ല സാർ, ഞാനതിന് തയാറല്ല. എനിക്ക് എല്ലാ കാര്യങ്ങളിലും ഉയർന്ന മനഃസ്ഥിതിതന്നെയാണ് ഉള്ളത്.

പക്ഷേ എന്റെ ദൈവമേ! എത്രമാത്രം സ്നേഹമാണ് ഞാൻ എന്റെ സ്വപ്നങ്ങളിൽ അനുഭവിച്ചുകൊണ്ടിരിക്കുന്നത്. ഏറ്റവും വലിയ നന്മയിലേക്കുള്ള രക്ഷപ്പെടലിൽ ഞാൻ അനുഭവിച്ച സ്നേഹം എത്ര വലുതായിരുന്നു. അത് ഒരു വെറും തോന്നൽ ആയിരുന്നെങ്കിലും പിന്നീട് അത്രയധികം സ്നേഹം എവിടെയും കണ്ടെത്താൻ കഴിഞ്ഞിട്ടില്ല. ഏതാ യാലും അലസവും ആഹ്ലാദകരവുമായ കലയിലേക്കുള്ള രൂപാന്തര ത്തോടെ എല്ലാം ഭംഗിയായി അവസാനിച്ചു. അതായത് ഒടുവിൽ കവി കളിൽ നിന്നും കഥാകൃത്തുക്കളിൽനിന്നും ബലമായി പിഴുതെടുത്ത് ജീവി തത്തിൽ പകർത്തിയ ജീവിതത്തിന്റെതന്നെ സുന്ദരമായ ബിംബകൽപ്പന കളായി അവ മാറി. ഉദാഹരണമായി ഞാൻ എല്ലാവരുടെ മുകളിലും

ആധിപത്യം കൈവരിച്ചു. മറ്റ് എല്ലാവരുംതന്നെ എന്റെ ഔന്നത്യം സ്വമേധയാ അംഗീകരിക്കുവാൻ നിർബന്ധിതരായി. അതിനുശേഷം ഞാൻ അവരോടെല്ലാം ക്ഷമിച്ചു. പ്രശസ്തകവിയും ജനസേവകനുമായ ഞാൻ പ്രേമത്തിലായി. എനിക്ക് കോടിക്കണക്കിന് ആരാധകർ ഉണ്ടായി. ഞാൻ അവർക്കുമേൽ അനുഗ്രഹങ്ങൾ ചൊരിഞ്ഞു. അതേസമയം എന്റെ നാണംകെട്ട പ്രവൃത്തികൾ ഞാൻ ലോകത്തോട് സമ്മതിക്കുകയും ചെയ്തു. അവ വെറും നാണംകെട്ട പ്രവൃത്തികൾ ആയിരുന്നില്ല. ഏറ്റവും മഹനീയവും നന്മനിറഞ്ഞതുമായ പ്രവൃത്തികളുടെ ഒരു മിശ്രിതംകൂടി അതിൽ ഉൾപ്പെട്ടിരുന്നു. എല്ലാവരും കണ്ണീരോടെ എന്നെ ആശ്ലേഷിച്ചു (അവർ അങ്ങനെ ചെയ്തില്ലെങ്കിൽ എത്രമാത്രം വികാരശൂന്യരായിട്ടാണ് അവർ എന്നോട് പെരുമാറുന്നത്). പിന്നീട് ഞാൻ വിശക്കുന്ന വയറോടെ നഗ്നപാദനായി പുതിയ ആശയങ്ങളുടെ പ്രചരണത്തിനുവേണ്ടി പുറത്തേക്ക് നടന്നു. അപ്പോൾ സൈന്യത്തിന്റെ വാദ്യഘോഷങ്ങൾ മുഴങ്ങി. രാജ്യദ്രോഹികൾക്ക് പൊതുമാപ്പു നൽകുന്ന ചടങ്ങ് നടക്കുകയായിരുന്നു. പോപ്പ് റോമിൽനിന്നും ബ്രസീലിലേക്ക് പൊയ്ക്കൊള്ളാമെന്ന് സമ്മതിച്ചു. കോമോതടാകക്കരയിലെ ബോർഗിസ് വില്ലയിൽ മൊത്തം ഇറ്റലിയും പങ്കെടുത്ത ഒരു വലിയ നൃത്തവിരുന്ന് നടന്നു. തുറന്നവേദിയിൽ നാടകങ്ങൾ നടന്നു. അങ്ങനെ പലതും നടന്നു. നിങ്ങൾക്ക് ഇതൊന്നും അറിയാത്തതുപോലെയാണ് ഞാൻ പറഞ്ഞുകൊണ്ടിരിക്കുന്നത്. പല ഹർഷോന്മാദങ്ങളും ദുഃഖങ്ങളും ഏറ്റുപറഞ്ഞതിനുശേഷം ഇപ്പോൾ ഇത്തരത്തിലുള്ള ഒരു വിവരണം നടത്തുന്നത് മോശമാണെന്ന് നിങ്ങൾ പറയും. പക്ഷേ അത് എങ്ങനെയാണ് മോശപ്പെട്ട കാര്യം ആകുന്നത്? കോമോതടാകത്തിൽ നടന്നതെല്ലാം നന്നായിരുന്നില്ലെങ്കിലും പലതും നല്ലരീതിയിൽതന്നെ സ്റ്റേജിൽ അവതരിപ്പിച്ചിരുന്നെന്ന് ഞാൻ ഉറപ്പുതരാം. അതെല്ലാം മോശവും വൃത്തികേടുമായിരുന്നെന്ന് നിങ്ങൾ പറയുന്നത് ശരിതന്നെയാണ്. പക്ഷേ അതിലും മോശപ്പെട്ടകാര്യം ഞാൻ ഇപ്പോൾ നിങ്ങളോട് ക്ഷമയാചിച്ചു തുടങ്ങിയിരിക്കുന്നതാണ്. ഞാൻ ഇത്തരത്തിൽ ഒരു പ്രസ്താവന നടത്തുന്നത് അതിലേറെ മോശപ്പെട്ട കാര്യം. മതിയാക്കാം. അല്ലെങ്കിൽ ഇതിന് ഒരു അവസാനം ഉണ്ടാകില്ല. ഓരോന്നും ഓരോന്നിനേക്കാൾ മോശപ്പെട്ട കാര്യങ്ങൾ ആയിരിക്കും.

പക്ഷേ ഒരു സമയത്ത് മൂന്നുമാസത്തിൽ കൂടുതൽ സ്വപ്നം കണ്ടിരിക്കാൻ എനിക്ക് കഴിയില്ലായിരുന്നു. പിന്നീട് സമൂഹത്തിലേക്ക് തുളച്ചിറങ്ങാനുള്ള ഒരു ആവേശം എനിക്ക് തോന്നിത്തുടങ്ങി. എന്നെ സംബന്ധിച്ചിടത്തോളം സമൂഹത്തിലേക്ക് തുളച്ചിറങ്ങുക എന്നതിന്റെ അർഥം എന്റെ വകുപ്പുമേധാവി ആന്റൺ ആന്റോനോവിച്ച് സെറ്റോച്കിന്നിനെ സന്ദർശിക്കുക എന്നു മാത്രമാണ്. ജീവിതകാലം മുഴുവൻ ഞാൻ സൗഹൃദം പുലർത്തിയിരുന്ന ഏകമനുഷ്യനായിരുന്നു ആന്റൺ ആന്റോനോവിച്ച്. ഇപ്പോൾ എനിക്കുപോലും അതിൽ അത്ഭുതം തോന്നുന്നുണ്ട്.

എന്റെ സ്വപ്നങ്ങൾ നൽകിയ ആഹ്ലാദത്തിൽ മനുഷ്യരാശിയെ മുഴുവൻ ആലിംഗനം ചെയ്യാൻ തോന്നുമ്പോൾ കുറഞ്ഞപക്ഷം അതിന് എനിക്കു ജീവനുള്ള ഒരു മനുഷ്യജീവി എങ്കിലും ആവശ്യമായിവരും. അത്തരം സന്ദർഭങ്ങളിലായിരുന്നു ഞാൻ ആന്റൺ ആന്റോനോവിച്ചിനെ തേടി ഇറങ്ങിയത്. എങ്കിലും ആന്റൺ ആന്റോനോവിച്ചിനെ കാണാൻ ചൊവ്വാഴ്ചകളിൽ മാത്രം എനിക്ക് പോകേണ്ടിവന്നു (സന്ദർശകരെ അദ്ദേഹം അന്നാണ് സ്വീകരിക്കുന്നത്). അതുകൊണ്ട് മനുഷ്യരാശിയെ ആലിംഗനം ചെയ്യുന്നത് എപ്പോഴും ചൊവ്വാഴ്ചകളിലേക്ക് എനിക്ക് മാറ്റിവയ്ക്കേണ്ടിവന്നു. ഫൈവ് കോർണേഴ്സിൽ മൂന്നു കോവണിപ്പടികൾ കയറിച്ചെല്ലുമ്പോൾ കാണുന്ന വിളറിയ നാലു ചെറിയമുറികളിലായിരുന്നു ആന്റൺ ആന്റോനോവിച്ച് താമസിച്ചിരുന്നത്. അയാൾക്ക് രണ്ട് പെൺമക്കൾ ഉണ്ടായിരുന്നു. അയാൾക്കു ചായ ഉണ്ടാക്കിക്കൊടുക്കുന്നത് അവരുടെ അമ്മാവിയായിരുന്നു. പതിമൂന്നും പതിന്നാലും ആയിരുന്നു അവരുടെ പ്രായം. രണ്ടുപേർക്കും പതിഞ്ഞമൂക്കായിരുന്നു. എപ്പോഴും പരസ്പരം കുശുകുശുത്തുകൊണ്ട് അവർ കുലുങ്ങിച്ചിരിച്ചുകൊണ്ടിരിക്കും. അതുകൊണ്ട് എനിക്ക് അവരെ കാണാൻപോലും നാണമായിരുന്നു. ആന്റൺ ആന്റോനോവിച്ച് അദ്ദേഹത്തിന്റെ മേശയ്ക്കുമുന്നിൽ ഒരു തുകൽ സോഫയിൽ ഇരിക്കുന്നുണ്ടാവും. പ്രായംകൂടിയ ഒരു അതിഥിയും അദ്ദേഹത്തോടൊപ്പം ഉണ്ടാവും. പലപ്പോഴും സ്വന്തം മന്ത്രിയുടെ വകുപ്പിൽനിന്നുള്ള ഏതെങ്കിലും ഉദ്യോഗസ്ഥനായിരിക്കും അദ്ദേഹത്തിന്റെ അതിഥി. അല്ലെങ്കിൽ വേറൊരു ഓഫീസിൽ നിന്നുള്ള ഒരു ഉദ്യോഗസ്ഥനാകാനും ഇടയുണ്ട്. രണ്ടോ മൂന്നോ സന്ദർശകരെ മാത്രമേ ഞാൻ അവിടെ കണ്ടിട്ടുള്ളൂ. അവർ മാത്രമായിരുന്നു എപ്പോഴും അദ്ദേഹത്തിന്റെ സന്ദർശകർ. സെനറ്റിലെ തർക്കങ്ങളും എക്സൈസ് ഡ്യൂട്ടിയും ശമ്പളവും ജോലിക്കയറ്റവും ബഹുമാന്യനായ മന്ത്രിയുടെ സ്വന്തം ആളായിമാറുന്നതിനുള്ള മാർഗങ്ങളും മറ്റുമായിരുന്നു സംസാരവിഷയം. ഒന്നും സംസാരിക്കാതെ അവർ പറയുന്നതുംകേട്ട് അവിടെ നാലു മണിക്കൂർവരെ കുത്തിയിരിക്കാനുള്ള ക്ഷമ എനിക്ക് ഉണ്ടായിരുന്നു. ഒരു പൊട്ടനെപ്പോലെ വിയർത്തുതളർന്ന് ഞാൻ ആ മുറിയിൽ ഇരിക്കും. പക്ഷേ ആ ഇരിപ്പ് എനിക്ക് ഗുണം ചെയ്തിട്ടുണ്ട്. മനുഷ്യരാശിയെ മൊത്തം ആലിംഗനം ചെയ്യാനുള്ള എന്റെ ആഗ്രഹം ആ ഇരിപ്പുമൂലം അൽപ്പസമയത്തേക്ക് എനിക്ക് മാറ്റിവയ്ക്കാൻ കഴിഞ്ഞു.

എന്നോടൊപ്പം സ്കൂളിൽ പഠിച്ചിരുന്ന സിമോനോവ് എന്ന മറ്റൊരു പരിചയക്കാരൻകൂടി എനിക്ക് ഉണ്ടായിരുന്നു. എന്റെകൂടെ സ്കൂളിൽ ഉണ്ടായിരുന്ന ധാരാളം ആളുകൾ ഇപ്പോൾ സെന്റ് പീറ്റേഴ്സ് ബർഗിൽ ഉണ്ട്. പക്ഷേ എനിക്ക് അവരുമായി ഒരു ബന്ധവും ഇല്ല. വഴിയിൽവച്ച് കണ്ടാൽപോലും ഞാൻ അവരോട് സംസാരിക്കാറില്ല. ആ സ്കൂൾ നശിച്ചുപോകട്ടെ. ആ ജയിലിനെപ്പറ്റിയുള്ള ഭയാനകമായ ഓർമകളിൽ

നിന്ന് ഞാൻ രക്ഷപ്പെടട്ടെ. സ്വതന്ത്രനായ നിമിഷത്തിൽ തന്നെ ഞാൻ സഹപാഠികളിൽനിന്ന് അകന്നു. കണ്ടുമുട്ടുമ്പോൾ അഭിവാദനങ്ങൾ കൈമാറുന്ന ഒന്നോ രണ്ടോപേർ മാത്രം അവശേഷിച്ചു. വളരെ ശാന്തനായ സിമോനോവ് ആയിരുന്നു അവരിൽ ഒരാൾ. സ്കൂളിൽ ഒരുതരത്തിലുള്ള പ്രത്യേകതകളും അവന് ഉണ്ടായിരുന്നില്ല. പക്ഷേ അവന്റെ സ്വഭാവത്തിൽ ഒരു പ്രത്യേകതരം സ്വാതന്ത്ര്യവും സത്യ സന്ധതയും ഞാൻ തിരിച്ചറിഞ്ഞു. ഒരിക്കൽ അവനോടൊപ്പം ആഹ്ലാദകരമായ നിമിഷങ്ങൾ ഞാൻ ചെലവഴിച്ചിട്ടുണ്ട്. പക്ഷേ അത്തരം നിമിഷങ്ങൾ പെട്ടെന്ന് അവസാനിച്ചുപോയി. ആ നിമിഷങ്ങളുടെ ഓർമ പിന്നീട് അവന് ഒരു ഭാരമായി തോന്നിയിട്ടുണ്ടാവണം. ആ പഴയ രീതിയിലേക്ക് ഞാൻ വീണ്ടും വഴുതിവീഴുമോ എന്നൊരു ഭയം അവന് എപ്പോഴും ഉണ്ടായിരുന്നതായി തോന്നുന്നു. എന്നെ കാണുന്നതിൽ അവന് വെറുപ്പ് ഉള്ളതായി ഞാൻ സംശയിച്ചിരുന്നു. പക്ഷേ എനിക്ക് ആ കാര്യം ഉറപ്പില്ലാതിരുന്നതുകൊണ്ട് അവനെ വീണ്ടും വീണ്ടും ഞാൻ സന്ദർശിച്ചുകൊണ്ടിരുന്നു.

അന്ന് ഒരു വ്യാഴാഴ്ച. ആന്റൺ ആന്റോനോവിച്ചിന്റെ കതകുകൾ വ്യാഴാഴ്ച തുറന്നിരിക്കില്ലെന്ന് എനിക്ക് അറിയാമായിരുന്നു. ഏകാന്തത സഹിക്കാൻ കഴിയാതായപ്പോൾ സിമോനോവ് എന്റെ ഓർമയിൽ എത്തി. അയാളുടെ നാലാം നിലയിലേക്ക് കോവണികയറുമ്പോൾ അയാളെ കണ്ടിട്ട് എന്തു പ്രയോജനം എന്നായിരുന്നു ഞാൻ ചിന്തിച്ചിരുന്നത്. ഞാൻ അയാൾക്ക് ഒരു ഉപദ്രവം ആയിരിക്കുമെന്ന തോന്നൽ എനിക്ക് അപ്പോൾ ഉണ്ടായിരുന്നു. പക്ഷേ ഇതുപോലുള്ള തോന്നലുകൾ അനിശ്ചിതത്വത്തിന്റെ സന്ദർഭങ്ങളിൽ പ്രോത്സാഹനത്തിലാണ് എപ്പോഴും അവസാനിക്കുന്നത്. ഞാൻ അയാളുടെ മുറിക്കുള്ളിൽ കടന്നു. സിമോനോവിനെ ഞാൻ നേരിട്ട് കണ്ടിട്ട് ഏതാണ്ട് ഒരുവർഷം കഴിഞ്ഞിരുന്നു.

മൂന്ന്

അവനോടൊപ്പം എന്റെ മറ്റുരണ്ടു സഹപാഠികൾ കൂടി മുറിയിൽ ഉണ്ടായിരുന്നു. അവർ വളരെ പ്രധാനപ്പെട്ട ഏതോ കാര്യം ചർച്ചചെയ്യുകയാണെന്ന് വ്യക്തമായിരുന്നു. ഞാൻ വന്നതൊന്നും അവർ ശ്രദ്ധിച്ചതായി തോന്നിയില്ല. ഞങ്ങൾ തമ്മിൽ കണ്ടിട്ട് വർഷങ്ങൾ കഴിഞ്ഞിരുന്നു. അതുകൊണ്ട് അവരുടെ പെരുമാറ്റം വളരെ വിചിത്രമായി തോന്നി. എപ്പോഴും എവിടെയും പ്രത്യക്ഷപ്പെടുന്ന സർവസാധാരണമായ ഒരു ചെറുപ്രാണിയെപ്പോലെയാണ് അവർ എന്നെ കണക്കാക്കിയത്. സ്കൂളിൽ എല്ലാവർക്കും എന്നോട് വെറുപ്പ് ആയിരുന്നെങ്കിലും അവിടെപ്പോലും ആരും എന്നോട് ഇങ്ങനെ പെരുമാറിയിരുന്നില്ല. ഈ ഔദ്യോഗിക ജീവിതത്തിലെ എന്റെ പരാജയമാണ് ഇപ്പോൾ അവർ എന്നെ അവജ്ഞ

യോടെ കാണുന്നതിന് കാരണം എന്ന് എനിക്ക് മനസിലാകുന്നുണ്ടായിരുന്നു. കൂടാതെ എന്റെ മുഷിഞ്ഞവസ്ത്രങ്ങൾ അവരുടെ കണ്ണിൽ എന്റെ കഴിവുകേടിന്റെ തെളിവുകളായിരുന്നു. എങ്കിലും ഈ രീതിയിൽ ഒരു അവജ്ഞനിറഞ്ഞ പെരുമാറ്റം ഞാൻ അവരിൽ നിന്ന് ഒട്ടും പ്രതീക്ഷിച്ചിരുന്നില്ല. എന്നെ കണ്ട് സിമോനോവ് അമ്പരന്നുപോയതുപോലെ തോന്നി. ഈ പരിതഃസ്ഥിതിയിൽ എനിക്ക് എന്താണ് ചെയ്യാൻ കഴിയുന്നത്? ഞാൻ വിഷണ്ണനായി അവർ ചർച്ച ചെയ്യുന്നതും ശ്രദ്ധിച്ച് മറ്റൊരു കസേരയിൽ ഇരുന്നു.

സ്ഥലംമാറ്റം കിട്ടിപ്പോവുന്ന സ്വർക്കോവ് എന്ന സുഹൃത്തിന് അവർ നൽകാൻ പോകുന്ന അത്താഴവിരുന്ന് സംബന്ധിച്ച ചൂടുപിടിച്ച ചർച്ചകളായിരുന്നു അവിടെ നടന്നുകൊണ്ടിരിക്കുന്നത്. എന്റെ സ്കൂൾ ദിനങ്ങളിൽ സ്വർക്കോവും അതേ സ്കൂളിൽ ഉണ്ടായിരുന്നു. ഇപ്പോൾ അയാൾ പട്ടാളത്തിൽ ഓഫീസറായി ജോലിചെയ്യുന്നു. സ്വർക്കോവ് ഉയർന്ന ക്ലാസുകളിൽ പഠിക്കുമ്പോൾ എനിക്ക് അവനോട് വെറുപ്പായി രുന്നു. താഴത്തെ ക്ലാസുകളിൽവച്ച് എല്ലാവരും ഇഷ്ടപ്പെടുന്ന ഒരു സുന്ദരക്കുട്ടനായിരുന്നു അവൻ. അവന്റെ സൗന്ദര്യവും ചുണയും കാരണം താഴ്ന്ന ക്ലാസുകളിൽവച്ചും എനിക്ക് അവനെ ഇഷ്ടമായിരു ന്നില്ല. പഠിത്തത്തിൽ അവനും മോശമായിരുന്നു. പക്ഷേ സ്വാധീനം ഉണ്ടായിരുന്നതുകൊണ്ട് ആണ്ടുപരീക്ഷകളിൽ അവൻ വിജയിച്ചു. സ്കൂളിൽ പഠിക്കുന്ന സമയത്തുതന്നെ അവസാനവർഷം എത്തിയപ്പോൾ ഏതാണ്ട് ഇരുന്നൂറ് സോൾ വിസ്തീർണമുള്ള കൃഷിഭൂമി അവന് പിൻതുടർച്ചാവകാശമായി കിട്ടി. ഞങ്ങളിൽ കൂടുതലും പാവങ്ങൾ ആയിരുന്നതുകൊണ്ട് അവൻ ഞങ്ങളോട് ഗമകാണിച്ചുതുടങ്ങി. അവൻ ഒരു പൂർണ ആഭാസനായിരുന്നു. പക്ഷേ അവന്റെ ആഭാസത്തരങ്ങളിൽ പോലും ഒരു മാന്യതയുണ്ടായിരുന്നു. ഞങ്ങളിൽ ഏതാനും പേരൊഴികെ ബാക്കി എല്ലാവരും തന്നെ സ്വർക്കോവിനെ പ്രത്യേകം ശ്രദ്ധിച്ചിരുന്നു എന്നതാണ് സത്യം. അതിനനുസരിച്ച് സ്വർക്കോവിന്റെ തണ്ടും വർധിച്ചു. പ്രത്യേകിച്ച് പ്രയോജനം ഉള്ളതുകൊണ്ട് ആയിരുന്നില്ല ഞങ്ങൾ സ്വർക്കോവിനെ ശ്രദ്ധിച്ചത്. ജന്മനാൽതന്നെ പ്രകൃതി അവന് പല നന്മകളും നൽകിയിരുന്നതായിരുന്നു ഞങ്ങളുടെ ശ്രദ്ധയ്ക്ക് കാരണം. പെരുമാറ്റത്തിലും പൊതുഇടപെടലുകളിലും സ്വർക്കോവ് വിദഗ്ധനാണെ ന്നുള്ള അഭിപ്രായം ഞങ്ങൾക്കിടയിൽ ഉണ്ടായിരുന്നു. നല്ലരീതിയിൽ പെരുമാറാനുള്ള അവന്റെ കഴിവ് എന്നെ രോഷാകുലനാക്കി. ആത്മവിശ്വാസം സ്ഫുരിക്കുന്ന അവന്റെ പരുക്കൻശബ്ദം കേൾക്കു ന്നതുപോലും എനിക്ക് വെറുപ്പായിരുന്നു. പമ്പരവിഡ്ഢിത്തങ്ങളായി രുന്ന സ്വന്തം ഫലിതങ്ങളോടുള്ള അവന്റെ ആരാധന കാണുമ്പോൾ എനിക്ക് അറപ്പുതോന്നിയിരുന്നു. അവന്റെ മുഖം നിഷ്കളങ്കവും സുന്ദരവുമായിരുന്നു. എന്നിട്ടും അവന്റെ മുഖം കാണുന്നത് ഞാൻ ഇഷ്ടപ്പെട്ടിരുന്നില്ല (എന്നിരുന്നാലും കൂർമ്മ

ബുദ്ധി സ്ഫുരിക്കുന്ന എന്റെ മുഖം അവന്റെ മുഖവുമായി പരസ്പരം കൈമാറാൻ ഞാൻ തയാറായിരുന്നു). ഭാവിയിൽ സ്ത്രീ വിഷയത്തിൽ അവനുണ്ടാകാൻ പോകുന്ന വിജയഗാഥകളുടെ വിവരണം കേൾക്കാൻ എനിക്ക് താൽപ്പര്യം ഇല്ലായിരുന്നു (യൂണിഫോമിന്റെ തോളിൽ സൈനികഅലങ്കാര മുദ്രകൾ നേടുന്നതുവരെ സ്ത്രീകളിലുള്ള ഭാഗ്യപരീക്ഷണം വേണ്ടെന്ന് അവൻ തീരുമാനിച്ചിരുന്നു. അതുകാരണം മുദ്രകൾക്കുവേണ്ടിയുള്ള അവന്റെ ആർത്തി വളരെ കൂടുതലായിരുന്നു). ഒരിക്കൽ സ്വർക്കോവ് കൂട്ടുകാരോട് തന്റെ ഭാവിയിലെ പരമാനന്ദങ്ങളുടെ വിവരണം നടത്തിക്കൊണ്ടിരിക്കു മ്പോൾ ഞാൻ അവിടെ എത്തിച്ചേർന്നതിന്റെ ഓർമ എനിക്കുണ്ട്. സാധാരണഗതിയിൽ എപ്പോഴും ഞാൻ ഒരു നിശ്ശബ്ദകേൾവിക്കാരൻ ആയിരിക്കും. ഞാൻ ചെന്നപ്പോൾ തന്റെ തോട്ടത്തിലെ ഒരു പെൺകുട്ടി പോലും തന്റെ കയ്യിൽനിന്ന് രക്ഷപ്പെടില്ല എന്ന പ്രഖ്യാപനം നടത്തുകയായിരുന്നു അവൻ. ഞങ്ങളുടെ കൂട്ടത്തിലെ നീചന്മാർ അവനെ പ്രോത്സാഹിപ്പിച്ചുകൊണ്ടിരുന്നു. ഞാൻ അപ്പോൾതന്നെ അവനെ എതിർത്തു. അവന്റെ കൃഷിക്കാരി പെൺകുട്ടികളോട് അനുകമ്പ തോന്നിയത് കൊണ്ടായിരുന്നില്ല ഞാൻ അവനെ എതിർത്തത്. അവനെപ്പോലൊരു കൃമിക്ക് ഇത്രയധികം പിന്തുണ കൊടുക്കുന്നത് ശരിയാണെന്ന് എനിക്ക് അഭിപ്രായം ഇല്ലായിരുന്നു. അന്നത്തെ വഴക്കിൽ ഞാൻ വിജയിച്ചു. സ്വർക്കോവ് മണ്ടനായിരുന്നെങ്കിലും പ്രശ്നം അവൻ വിജയകരമായി ചിരിച്ചു മയപ്പെടുത്തി. അതുകൊണ്ട് എനിക്ക് പൂർണവിജയം നേടാൻ കഴിഞ്ഞില്ല. ചിരി എപ്പോഴും അവനു തുണ യായിരുന്നു. പിന്നീട് പലപ്രാവശ്യം അവൻ എന്നോടുള്ള പക പുറത്തു കാണിക്കാതെ ചിരിച്ചുകൊണ്ട് ഒന്നും അറിയാത്തതുപോലെ എന്റെ പുറത്തുകയറിയിരുന്നു നിരങ്ങി. എനിക്ക് അവനോട് മറുപടി പറയാൻ പോലും തോന്നിയില്ല. അത്രമാത്രം വെറുപ്പും ദേഷ്യവും എന്റെ ഉള്ളിൽ പുകഞ്ഞിരുന്നു. സ്കൂൾ വിട്ടതിനുശേഷം ഞാനുമായി ബന്ധം തുടരാൻ അവൻ ചില ശ്രമങ്ങൾ നടത്തിയിരുന്നു. അവന്റെ ശ്രമങ്ങൾ എനിക്ക് ഒരു ബഹുമതിയായി തോന്നിയതുകൊണ്ട് അതിൽ ഞാൻ എതിർപ്പ് പ്രകടിപ്പിച്ചില്ല. പക്ഷേ സ്വാഭാവികമായും ഏറെ താമസിയാതെതന്നെ ഞങ്ങൾ വഴിപിരിഞ്ഞു. പട്ടാളത്തിൽ ലെഫ്റ്റനന്റായതും അതിനുശേഷമുള്ള അവന്റെ ധൂർത്തജീവിതത്തെക്കുറിച്ചും ഒക്കെ ധാരാളം കഥകൾ ഞാൻ കേൾക്കുന്നുണ്ടായിരുന്നു. പിന്നീട് എപ്പോഴെന്നറിയില്ല വഴിയിൽവെച്ച് അവൻ എന്നെ തിരിച്ചറിയാതായി. ഒരു പ്രാധാന്യവുമി ല്ലാത്ത എന്നെപ്പോലെ ഒരുവനുമായി ഏതെങ്കിലും തരത്തിലുള്ള ബന്ധം സ്ഥാപിക്കുന്നതിൽ അവന് ഭയം ഉള്ളതുപോലെ തോന്നി. പിന്നീട് ഒരിക്കൽ ഒരു നൃത്തശാലയിൽവച്ച് ഞാൻ അവനെ സൈനിക ഓഫീസറുടെ വേഷത്തിൽ കണ്ടിരുന്നു. അന്ന് അവനോടൊപ്പം ഒരു പഴയ

ജനറലിന്റെ മകളും ഉണ്ടായിരുന്നു. മൂന്നുവർഷങ്ങൾക്കുശേഷം അവൻ കൂടുതൽ സുന്ദരനായിരുന്നെങ്കിലും തടി കൂടിയിരുന്നു. മുപ്പതുവയസാകുമ്പോഴേക്കും അവൻ തടിച്ച് വൃത്തികേടാകുമെന്ന് എനിക്ക് ഉറപ്പു തോന്നി. ഈ സ്വർക്കോവാണ് ഇപ്പോൾ തലസ്ഥാനം വിട്ടുപോകുന്നത്. എന്റെ കൂട്ടുകാർ ഇയാൾക്കാണ് അത്താഴവിരുന്ന് കൊടുക്കാൻ തീരുമാനിച്ചിരിക്കുന്നത്. കഴിഞ്ഞ മൂന്നുവർഷമായി അവർ സ്വർക്കോവുമായി അടുപ്പത്തിലാണ്. എങ്കിലും അവനു തുല്യരാണ് തങ്ങൾ എന്ന് അവർ പോലും വിചാരിച്ചിട്ടില്ലെന്ന് എനിക്ക് അറിയാം.

സിമോനോവിന്റെ രണ്ടു സന്ദർശകരിൽ ഒരാൾ ഫർഫിച്ച്കിൻ ആയിരുന്നു. കുരങ്ങിന്റെ മുഖമുള്ള ഒരു കുള്ളൻ. എല്ലാവരേയും കളിയാക്കുന്ന ഒരു പരമവിഡ്ഢി. ഏറ്റവും താഴത്തെ ക്ലാസുമുതൽ എന്റെ ഏറ്റവും വലിയ ശത്രു. ഒരു വൃത്തികെട്ട ധിക്കാരി. വലിയ ഫലിതസാമ്രാ ട്ടാണെന്നു ഭാവിക്കുന്ന ഒരു നികൃഷ്ടഭീരു. സ്വർക്കോവിന്റെ കയ്യിൽനിന്നും ഇടയ്ക്കിടയ്ക്ക് പണം കടംവാങ്ങുന്ന അയാളുടെ ആരാധകരിൽ ഒരുവനായിരുന്നു ഫർഫിച്ച്കിൻ. സിമോനോവിന്റെ രണ്ടാമത്തെ സന്ദർശകൻ ട്രുഡോ ല്യൂബോവ് എന്ന സാധാരണക്കാരനായിരുന്നു. പട്ടാളക്കാർക്കിടയിൽ സാധാരണകാണാറുള്ള കിളരംകൂടിയ തികച്ചും മാന്യനായ ഒരു മനുഷ്യൻ. പക്ഷേ ഏത് ഉന്നതന്റെ മുന്നിലും താണു വണങ്ങി സ്വന്തം ഉദ്യോഗക്കയറ്റത്തേക്കുറിച്ചല്ലാതെ മറ്റൊന്നിനെപ്പറ്റിയും ചർച്ചചെയ്യാനുള്ള കഴിവ് അയാൾക്ക് നഷ്ടപ്പെട്ടുപോയിരുന്നു. അയാൾ സ്വർക്കോവിന്റെ ഒരു അകന്ന ബന്ധുവായിരുന്നു. അതുകൊണ്ട് ഞങ്ങളുടെ ഇടയിൽ അർഥശൂന്യമായ ഒരു പ്രാധാന്യം അയാൾക്ക് കിട്ടിയിരുന്നു. ഒരു നിസ്സാരനായാണ് അയാൾ എന്നെ കണക്കാക്കിയിരുന്ന തെങ്കിലും എന്നോടുള്ള അയാളുടെ പെരുമാറ്റം സാമാന്യം ഭേദപ്പെട്ട രീതിയിലായിരുന്നു.

ട്രുഡോ ല്യൂബോവ് പറഞ്ഞു മൂന്നുപേരും ഏഴു റൂബിൾ വീതം എടുത്താൽ മൊത്തം ഇരുപത്തൊന്നു റൂബിൾ. നന്നായി ഭക്ഷണം കഴിക്കാൻ അതുതന്നെ ധാരാളം. തീർച്ചയായും സ്വർക്കോവ് പണം തരേണ്ട കാര്യം ഇല്ല.

സിമോനോവ് തീരുമാനമെടുത്തമട്ടിൽ പറഞ്ഞു:

"തീർച്ചയായും. നമ്മൾ അയാളെ ക്ഷണിക്കുമ്പോൾ അയാൾ എന്തിനാണ് പണം തരുന്നത്."

യജമാനനെ പുകഴ്ത്തി പറയുന്ന ഭൃത്യനെപോലെ ഫെർഫിച്ച്കിൻ ഇടയ്ക്കുകയറി ചോദിച്ചു:

"നിങ്ങൾ അങ്ങനെ വിചാരിക്കുന്നുണ്ടോ? മുഴുവൻ ചെലവും കൊടുക്കാൻ സ്വർക്കോവ് നമ്മളെ അനുവദിക്കുമെന്ന് തോന്നുന്നുണ്ടോ? മറ്റുള്ളവരെ വിഷമിപ്പിക്കണ്ട എന്നുകരുതി ചിലപ്പോൾ സമ്മതിക്കുമായിരിക്കും. പക്ഷേ തിരിച്ച് അരഡസൻ ഒന്നാംതരം കുപ്പി അയാൾ കൊടുത്തുവിടാതിരിക്കില്ല."

അരഡസനിൽ മാത്രം ശ്രദ്ധ കേന്ദ്രീകരിച്ച ട്രുഡോ ല്യൂബോവ് സംശയം ഉടൻതന്നെ പ്രകടിപ്പിച്ചു. “നമുക്ക് നാലുപേർക്ക് എന്തിനാ ആറുകുപ്പി?”

വിരുന്ന് ഏർപ്പാടാക്കേണ്ട ചുമതല സിമോനോവിനായിരുന്നു. സിമോനോവ് കാര്യങ്ങൾ ചുരുക്കി പറഞ്ഞു:

“നമ്മൾ മൂന്നുപേരും സ്വർക്കോവും കൂടി ആകുമ്പോൾ നാല്. മൊത്തം ഇരുപത്തൊന്നു റൂബിൾ. നാളെ വൈകിട്ട് അഞ്ചുമണിക്ക് ഹോട്ടൽ ഡി പാരീസിൽ.......”

എന്റെ വിയോജിപ്പ് സൂചിപ്പിച്ചുകൊണ്ട് അസ്വസ്ഥതയോടെ ഞാൻ പറഞ്ഞു. “എന്താണ് ഇരുപത്തിഒന്നിൽ നിർത്തിക്കളഞ്ഞത്? എന്നെകൂടി കൂട്ടിയാ ഇരുപത്തിയെട്ട് റൂബിളാകില്ലേ?”

ആരും പ്രതീക്ഷിക്കാത്ത സമയത്ത് പെട്ടെന്ന് ഞാനും വിരുന്നിൽ പങ്കെടുക്കുന്നുണ്ടെന്ന പ്രഖ്യാപനം ഒരു ഗംഭീരപ്രകടനം ആവും എന്നായിരുന്നു എന്റെ ധാരണ. അവരെല്ലാം എന്റെ മുന്നിൽ അടിയറവ് പറഞ്ഞ് അതീവ ബഹുമാനത്തോടെ എന്നോട് സഹകരിക്കുമെന്നായി രുന്നു എന്റെ വിശ്വാസം.

പക്ഷേ സിമോനോവിന് എന്റെ കാര്യങ്ങൾ എല്ലാം മനഃപാഠമാണ്. അവൻ അസഹ്യതയോടെ എന്റെ മുഖത്തുപോലും നോക്കാതെ പറഞ്ഞു:

“സത്യത്തിൽ നിനക്ക് വിരുന്നിൽ പങ്കെടുക്കണമെന്നില്ല. ഉണ്ടോ?”

എന്റെ മനസിലിരിപ്പ് മനസിലാക്കിയതിൽ എനിക്ക് അവനോട് ദേഷ്യം തോന്നി. ഞാൻ ആഞ്ഞടിക്കാൻ തുടങ്ങി.

“എന്തുകൊണ്ട് പങ്കെടു ക്കാൻ പാടില്ല. അവന്റെകൂടെ ഞാനും സ്കൂളിൽ ഉണ്ടായിരുന്നതല്ലേ? നിങ്ങൾ എന്നെ ഇങ്ങനെ ഒറ്റപ്പെടുത്തുന്നതിൽ എനിക്ക് വിഷമമുണ്ട്.”

ഫർഫിച്ച്കിൻ പരുഷമായി പറഞ്ഞു “നിന്നെ കാണാൻ ഞങ്ങൾ എവിടെപ്പോയി അന്വേഷിക്കണം?”

ട്രുഡോ ല്യൂബോവ് നീരസം പ്രകടമാക്കി “നീ സ്വർക്കോവുമായി ഒരിക്കലും അടുപ്പത്തിലായിരുന്നില്ലല്ലോ?”

ഞാൻ മറുപടി പറഞ്ഞു. “അതു തീരുമാനിക്കേണ്ടത് വേറൊരാളല്ല. അതിനുള്ള അവകാശം ആർക്കെങ്കിലും ഉണ്ടെന്ന് ഞാൻ വിശ്വസിക്കുന്നില്ല.” എന്റെ ശബ്ദം വിറച്ചിരുന്നു. “ഒരുപക്ഷേ ഞങ്ങൾ തമ്മിൽ അടുപ്പം ഇല്ലാതിരുന്നതുതന്നെ ആയിരിക്കാം ഞാൻ നിങ്ങളുടെ വിരുന്നിൽ അംഗമാകാൻ കാരണം.”

ട്രുഡോ ല്യൂബോവ് പുച്ഛത്തോടെ പറഞ്ഞു: “നിന്റെ ഈ മനസിലിരിപ്പൊന്നും മറ്റുള്ളവർക്ക് മനസിലാകില്ല.”

ഒരു തീരുമാനമെടുത്ത മട്ടിൽ സിമോനോവ് എന്നെ നോക്കി. അവൻ പറഞ്ഞു “നിന്നെക്കൂടി ഞങ്ങൾ ഉൾപ്പെടുത്താം. നാളെ വൈകിട്ട് അഞ്ചുമണിക്ക് ഹോട്ടൽ ഡി പാരീസിൽ. തെറ്റരുത്.”

ഫർഫിച്ച്കിൻ എന്നെ നോക്കിക്കൊണ്ട് സിമോനോവിനോട് സ്വരം താഴ്ത്തി പറഞ്ഞു. “പണം” പക്ഷേ അവന്റെ ശ്രമം പൊളിഞ്ഞു. കാരണം സിമോനോവ് അൽപ്പംപോലും അതു ശ്രദ്ധിച്ചതായി തോന്നിയില്ല.

ട്രുഡോ ല്യൂബോവ് പോകാൻ എഴുന്നേറ്റുകൊണ്ട് പറഞ്ഞു. “ശരി അവനു വരാൻ അത്ര താൽപ്പര്യമാണെങ്കിൽ വരട്ടെ.”

ഫർഫിച്ച്കിൻ തൊപ്പി കയ്യിൽ എടുത്തുകൊണ്ട് ദേഷ്യത്തിൽ പിറുപിറുത്തു. “നമ്മൾ ഒരു ചെറിയ പരിപാടിയാണ് ഉദ്ദേശിച്ചത്. ഔദ്യോഗിക സമ്മേളനമൊന്നുമല്ല നമ്മൾ നടത്തുന്നത്. നീ അതിൽ പങ്കെടുക്കണമെന്ന് ഞങ്ങൾക്ക് ഒട്ടും ആഗ്രഹമില്ല.”

അവർ പുറത്തേക്ക് നടന്നു. പോകുമ്പോൾ ഫർഫിച്ച്കിൻ എന്നോട് അനുവാദം ചോദിച്ചില്ല. ട്രുഡോ ല്യൂബോവ് എന്റെ മുഖത്തുനോക്കാതെ ചെറുതായി തലകുലുക്കി. എന്നോടൊപ്പം മുറിയിൽ അവശേഷിച്ച സിമോനോവ് ഒരു അപരിചിതനെപ്പോലെ എന്നെ നോക്കി. അവൻ ചോദിച്ചു:

“നീ ഇപ്പോൾ എനിക്ക് പണം തരുന്നുണ്ടോ? നീ വരുമെന്ന് ഉറപ്പാക്കാനാണ് ഞാൻ ചോദിക്കുന്നത്.”

അവന്റെ സംസാരം എന്നെ ദേഷ്യം പിടിപ്പിച്ചു. പക്ഷേ അതിനിടയിൽ സിമോനോവിന്റെ കയ്യിൽനിന്നും കടംവാങ്ങിയ പതിനഞ്ചു റൂബിൾ വളരെക്കാലം കഴിഞ്ഞിട്ടും തിരിച്ചുകൊടുത്തിട്ടില്ലെന്ന് ഞാൻ ഓർത്തു. ഞാൻ ഒരിക്കലും അതു മറന്നിരുന്നില്ലെങ്കിലും തിരിച്ചു കൊടുത്തില്ല.

“സിമോനോവ് നീ ഒരുകാര്യം ഓർക്കണം. ഇപ്പോൾ ഞാൻ നിന്റെ മുറിയിൽ എത്തുമെന്ന് എനിക്ക് അറിയില്ലായിരുന്നു. പിന്നെ എന്റെ മറവിയിൽ എനിക്ക് വിഷമം തോന്നുന്നുണ്ട്.”

“ശരിശരി. അതുകാര്യമാക്കണ്ട. വിരുന്നിനുവരുമ്പോൾ നീ പണം തന്നാൽമതി. എനിക്ക് നീ വരുന്നുണ്ടോ എന്ന് അറിയണമായിരുന്നു. അല്ലാതെ.....”

അവൻ കൂടുതൽ അസഹ്യതയോടെ. മുറിക്കുള്ളിൽ ശബ്ദം ഉണ്ടാക്കിക്കൊണ്ട് നടക്കാൻ തുടങ്ങി.

കുറച്ചുനിമിഷത്തെ നിശ്ശബ്ദതയ്ക്കുശേഷം ഞാൻ ചോദിച്ചു:

“ഞാൻ പണം തരണോ?”

അവന്റെ മറുപടി പെട്ടെന്നായിരുന്നു. “സത്യം പറയുകയാണെങ്കിൽ നീ പണം തന്നില്ലെങ്കിൽ ഞാൻ അത് എവിടെ നിന്നെങ്കിലും അന്വേഷിച്ച് കണ്ടുപിടിക്കേണ്ടിവരും.”

ഞാൻ തൊപ്പി കയ്യിൽ എടുത്തു.

“എന്റെ ദൈവമേ! നീ ഇത് നേരത്തേ പറയാത്തതെന്താണ്? ഞാൻ എവിടെനിന്ന് പണം ഉണ്ടാക്കുമെന്ന് ദൈവത്തിനറിയാം.”

എന്നെ വാതിലിനിടുത്തേക്ക് തിരക്കിട്ട് ആനയിച്ചുകൊണ്ട് സിമോനോവ് പറഞ്ഞു:

"ഇവിടെ നിന്ന് വെറും രണ്ടടിനടന്നാൽ മതി. പണം കിട്ടും." ഞാൻ കോവണിപ്പടികൾക്കും താഴെ എത്തിയപ്പോൾ അവൻ വിളിച്ചുപറഞ്ഞു. "നാളെ കൃത്യം അഞ്ചുമണിക്ക്." ഞാൻ അവിടംവിട്ടുപോകുന്നതിൽ അവന് വളരെ സന്തോഷം ഉള്ളതായി തോന്നി.

വീട്ടിലേക്ക് തിരിച്ചുനടക്കുമ്പോൾ ഞാൻ പിറുപിറുത്തുകൊണ്ടിരുന്നു. 'ആ വൃത്തികെട്ട സ്വർക്കോവിനുവേണ്ടി ഞാൻ എന്തിനാണ് പൊട്ടിത്തെറിച്ചത്? അവന്റെ വിരുന്നിനു പോയില്ലെന്നു കരുതി എനിക്ക് ഒരു ചുക്കുമില്ല. എനിക്ക് അവനോട് ഒരു കടപ്പാടും ഇല്ല. ഉണ്ടോ? ഞാൻ പോകുന്നില്ല. സിമോനോവിന് നാളെ ഒരു എഴുത്ത് കൊടുത്തുവിട്ടാൽ മതി.'

ഇതു പറയുന്ന സമയത്തും നാളെ വിരുന്നിനു പോകുമെന്ന് എനിക്ക് ഉറപ്പ് ഉണ്ടായിരുന്നു. അത് എന്നെ ദേഷ്യംപിടിപ്പിച്ചു കൊണ്ടിരുന്നു.

നാളെ വിരുന്നിൽ പങ്കെടുക്കുന്നതിന് പ്രധാനപ്പെട്ട ഒരു തടസം എന്റെ കയ്യിൽ ആകെ ഒൻപതു റൂബിളാണ് ഉണ്ടായിരുന്നത് എന്നതാണ്. എന്റെ ജോലിക്കാരൻ അപ്പൊലോണിന് ഒരു മാസത്തെ ശമ്പളം കൊടുക്കാനുണ്ടായിരുന്നു. ഏഴു റൂബിളിന്റെ ബലത്തിലാണ് അവൻ ഒരു മാസം എന്നോടൊപ്പം കഴിയുന്നത്. അപ്പൊലോണിന്റെ സ്വഭാവത്തെ പ്പറ്റി പറഞ്ഞാൽ അവന് പണം കൊടുക്കാതിരിക്കാൻ ആരെക്കൊണ്ടും സാധ്യമല്ല. ആ നീചനെപറ്റി ഞാൻ മറ്റൊരു അവസരത്തിൽ പറയാം.

അപ്പൊലോണിന് പണം കൊടുക്കില്ലെന്നും വിരുന്നിൽ ഞാൻ പങ്കെടുക്കുമെന്നും എനിക്ക് പൂർണവിശ്വാസം ഉണ്ടായിരുന്നു.

അന്നുരാത്രിയിൽ ഞാൻ ഭീതിജനകമായ സ്വപ്നങ്ങൾ കണ്ടു. അതിൽ അത്ഭുതപ്പെടാനില്ല. വൈകുന്നേരം മുഴുവൻ സ്കൂളിലെ നികൃഷ്ടബന്ധങ്ങളുടെ ഓർമ എന്നെ ഞെക്കിക്കൊല്ലുകയായിരുന്നു. എനിക്ക് അവയെ തള്ളിമാറ്റാൻ കഴിയുന്നുണ്ടായിരുന്നില്ല. എന്റെ ചില അകന്നബന്ധുക്കളാണ് എന്നെ ആ സ്കൂളിൽ തിരുകിക്കയറ്റിയത്. അന്ന് ഞാൻ അവരുടെ സംരക്ഷണത്തിൽ ആയിരുന്നു. എന്നാൽ ഇപ്പോൾ എനിക്ക് അവരുമായി യാതൊരു സമ്പർക്കവും ഇല്ല. അന്ന് ഞാൻ അവരുടെ ഭീഷണിയിൽ അകപ്പെട്ടുപോയ ഒരു അനാഥൻ ആയിരുന്നു. നിശ്ശബ്ദനായി സ്വയം ഉൾവലിഞ്ഞ ഒരു നാണക്കാരൻ. എന്നോടൊപ്പം ഉള്ള മറ്റുകുട്ടികൾ ഇടപഴകുന്നതുപോലെ എനിക്ക് അവരോട് ഇടപെടാൻ കഴിഞ്ഞിരുന്നില്ല. അവർ അതുകൊണ്ട് എന്റെ നേർക്ക് ക്രൂരമായ വൃത്തികെട്ട പരിഹാസങ്ങൾ ചൊരിഞ്ഞു. എനിക്ക് അതു സഹിക്കാൻ കഴിഞ്ഞിരുന്നില്ല. തുടക്കംമുതൽ ഞാൻ അവരെ വെറുത്തു. എന്റെ മുറിവേറ്റ അഹന്തയുമായി ഞാൻ അവരിൽനിന്ന് അകന്നുനിന്നു. സ്വന്തം മുഖങ്ങൾ വെറും മണ്ടന്മാരുടേതായിരുന്നിട്ടും അവർ എന്നെ വിരൂപൻ എന്നുവിളിച്ച് പരിഹസിച്ചു. ഞങ്ങളുടെ സ്കൂളിൽ എല്ലാവരുടേയും മുഖത്ത് വിഡ്ഢികളുടെ മുഖച്ഛായ പടർന്നുപിടിക്കുന്നതായി തോന്നി.

എത്രയോ കുട്ടികൾ സ്കൂളിൽ വന്നുതുടങ്ങുമ്പോൾ സുന്ദരന്മാരായിരുന്നു. ഏതാനും വർഷങ്ങൾകൊണ്ട് അവരുടെ മുഖങ്ങൾ കണ്ടിരിക്കാൻ പോലും കഴിയാത്തത്ര വികൃതമായി. അവരുടെ കഴമ്പില്ലാത്ത ആശയങ്ങളും പ്രയോജനമില്ലാത്ത പ്രവൃത്തികളും അവരുടെ സംഭാഷണങ്ങളും കളികളും പതിനാറുവയസിൽപോലും എന്നെ ആശ്ചര്യപ്പെടുത്തിയിരുന്നു. അത്യാവശ്യകാര്യങ്ങളെപ്പറ്റി അവരുടെ അറിവ് വളരെ പരിമിതമായിരുന്നു. ഏറ്റവും ആവേശംകൊള്ളേണ്ട വിഷയങ്ങളിൽ അവർക്ക് ഒട്ടുംതന്നെ താൽപ്പര്യം ഉണ്ടായിരുന്നില്ല. എന്നെക്കാൾ മോശക്കാരായി അവരെ കണക്കാക്കാതിരിക്കാൻ എനിക്ക് കഴിഞ്ഞില്ല. എന്റെ ദുരഭിമാനത്തിന് അവർ ഏൽപ്പിച്ച മുറിവ് ആയിരുന്നില്ല ഇങ്ങനെ ചിന്തിക്കാൻ കാരണം. അവർ ജീവിതം ശരിയാംവണ്ണം മനസിലാക്കിയപ്പോൾ ഞാൻ സ്വപ്നലോകത്ത് ആയിരുന്നതുകൊ ണ്ടാണ് ഇങ്ങനെ ചിന്തിക്കുന്നതെന്ന് ദൈവത്തെ ഓർത്ത് പ്രത്യാരോപണം നടത്തരുത്. യഥാർഥജീവിതത്തെക്കുറിച്ച് അവർ ഒന്നും മനസിലാക്കിയിരുന്നില്ല. ഏറ്റവും വ്യക്തമായ വസ്തുതകൾപോലും അവർ ശരിയായല്ല ധരിച്ചിരുന്നത്. വിജയം ഒഴികെ മറ്റൊന്നിനേയും മാനിക്കാൻ കഴിയാത്ത ഒരു മാനസികാവസ്ഥയിലേക്ക് സ്കൂളിലെ ചെറിയ കാലഘട്ടം അവരെ കൊണ്ടെത്തിച്ചിരുന്നു. എല്ലാവരേയും അവർ ബഹുമാനിച്ചു. അവശരോടും മർദിതരോടും മാത്രം അവർ നാണംകെട്ട വികാരശൂന്യമായ ചിരി ചിരിച്ചു. ബുദ്ധിശക്തിയുടെ അവസാനവാക്ക് തങ്ങൾ ആണെന്നായിരുന്നു അവരുടെ ധാരണ. പതിനാറുവയസിൽ തന്നെ സുരക്ഷിതരായി ചുരുണ്ടുകൂടാനുള്ള സ്ഥലങ്ങളെപ്പറ്റിയായിരുന്നു അവർ ചർച്ചകൾ നടത്തിയിരുന്നത്. ബാല്യത്തിലും കൗമാരത്തിലും അവരുടെ ചുറ്റുപാടുകളിൽ കണ്ട മോശപ്പെട്ട കാര്യങ്ങൾ ഒരുപക്ഷേ ഇതിനു കാരണം ആയിട്ടുണ്ടാവാം. രാക്ഷസീയമായ തോതിൽ അവർ കാമാർത്തരായിരുന്നു. എന്നാൽ അതിൽപോലും അവർ കൃത്രിമത്വം നിറച്ചു. അവരുടെ ദുശ്ശീലങ്ങൾക്കിടയിലും യുവത്വത്തിന്റെ തിളക്കം ഉണ്ടായിരുന്നു. പക്ഷേ ആ തിളക്കത്തിനുപോലും ആകർഷണീയത ഉണ്ടായിരുന്നില്ല. ഒരുപക്ഷേ ഞാൻ അവരേക്കാൾ മോശം ആയിരുന്നിരിക്കാം. എങ്കിൽക്കൂടി ഞാൻ അവരെ വെറുത്തു. അവർ എന്റെ നാണയത്തിൽ തന്നെ തിരിച്ചും പ്രതികരിച്ചു. എന്നോടുള്ള വെറുപ്പ് അവരും മറച്ചുവെച്ചില്ല. അവർ എന്നെ ഇഷ്ടപ്പെടണമെന്ന് ഒരിക്കൽപ്പോലും ഞാൻ വിചാരിച്ചിട്ടില്ല. മറിച്ച് എപ്പോഴും നാണംകെട്ട അവസ്ഥയിൽ അവരെ കാണാൻ ആയിരുന്നു എനിക്ക് താൽപ്പര്യം. അവരുടെ പരിഹാസത്തിൽ നിന്ന് രക്ഷപ്പെടാൻ എന്നാലാവുംവിധം ഞാൻ പരിശ്രമം തുടങ്ങി. അങ്ങനെ സ്കൂളിലെ ഏറ്റവും മിടുക്കന്മാരുടെ നിരയിലേക്ക് ഞാൻ തള്ളിക്കയറി. അവർക്കെല്ലാം എന്നോട് മതിപ്പ് തോന്നിത്തുടങ്ങിയിരുന്നു. കൂടാതെ അവർക്കു വായിക്കാൻ കഴിയാത്ത പുസ്തകങ്ങൾ ഞാൻ വായിക്കുന്നുണ്ടെന്ന് സാവധാനം അവർ തിരിച്ചറിഞ്ഞു. അവർ

കേട്ടിട്ടുപോലുമില്ലാത്ത പല കാര്യങ്ങളിലും എനിക്ക് അറിവുണ്ടെന്ന് അവർക്ക് മനസിലായി. ഈ സത്യത്തെ പ്രാകൃതമായ പരിഹാസംകൊണ്ടാണ് അവർ നേരിട്ടത്. പക്ഷേ അധ്യാപകരിൽ ചിലർ എന്നെ ശ്രദ്ധിച്ചു തുടങ്ങിയപ്പോൾ അവർ ധാർമികമായി തോൽവി സമ്മതിക്കുകയായിരുന്നു. പരിഹാസം അവസാനിച്ചെങ്കിലും ശത്രുത തുടർന്നുകൊണ്ടിരുന്നു. ഒടുവിൽ ഞാൻ തളർന്നുപോയി. വർഷങ്ങൾ കൊഴിഞ്ഞുകൊണ്ടിരുന്നപ്പോൾ എനിക്ക് സൗഹൃദങ്ങൾ വേണമെന്ന് തോന്നിത്തുടങ്ങി. ഞാൻ അവരിൽ ചിലരുമായി അടുക്കാൻ ശ്രമിച്ചു. പക്ഷേ ആ ബന്ധങ്ങൾ എല്ലാം വളരെ കൃത്രിമമായി എനിക്ക് അനുഭവപ്പെട്ടു. അവ തനിയെ അവസാനിക്കുകയും ചെയ്തു. ഒരിക്കൽ മാത്രം എനിക്ക് ഒരു അടുപ്പം സ്ഥാപിക്കാൻ കഴിഞ്ഞു. ഉള്ളിന്റെ ഉള്ളിൽ ഞാൻ ഒരു സ്വേച്ഛാധിപതിയായിരുന്നു. സുഹൃത്തിന്റെ മനസിനും ഹൃദയത്തിനും മുകളിൽ അളവറ്റ അധികാരം ഞാൻ ആഗ്രഹിച്ചു. സ്വന്തം സാഹചര്യങ്ങളെപ്പറ്റി പുച്ഛം വളർന്നുവന്ന് എന്നന്നേക്കുമായി അവൻ ആ ചുറ്റുപാടുകളിൽനിന്ന് അകലണം എന്നതായിരുന്നു എന്റെ ആവശ്യം. എന്റെ സൗഹൃദവും വികാരങ്ങളുംകൊണ്ട് ഞാൻ അവനെ വികാരാധീനനാക്കി അപസ്മാരത്തിൽവരെ കൊണ്ടെത്തിച്ചു. അവൻ ശുദ്ധഗതിക്കാരനായ ഒരു പാവം ആയിരുന്നു. വളരെ പെട്ടെന്ന് അവൻ എനിക്കു വശംവദനായി. അവൻ എന്റെ സമ്പൂർണ ആരാധകനായി മാറിക്കഴിഞ്ഞപ്പോൾ എനിക്ക് അവനോട് ഇഷ്ടക്കുറവ് തോന്നിത്തുടങ്ങി. അവന്റെ കീഴടങ്ങൽ മാത്രമാണ് എനിക്കു വേണ്ടിയിരുന്നതെന്നമട്ടിൽ ഞാൻ ഉടൻതന്നെ അവനെ എന്നിൽനിന്ന് അകറ്റി. പക്ഷേ എനിക്ക് എല്ലാവരോടും വിജയിക്കാൻ കഴിഞ്ഞില്ല. എന്റെ സുഹൃത്ത് മറ്റുള്ളവരെപോലെ ആയിരുന്നില്ല. അവൻ വ്യത്യസ്തനായിരുന്നു. സ്കൂളിൽനിന്നും പിരിഞ്ഞതിനുശേഷം അവിടുത്തെ എല്ലാ ബന്ധങ്ങളും അറുത്തുമാറ്റുകയായിരുന്നു ഞാൻ ആദ്യം ചെയ്തത്. ഭൂതകാലത്തിന്റെ ചിതാഭസ്മം ഞാൻ കാറ്റിൽ പറത്തി. അതിനുശേഷവും ഞാൻ സിമോനോവിനു ചുറ്റും അലഞ്ഞുതിരിഞ്ഞത് എന്തിനായിരുന്നെന്ന് സത്യത്തിൽ ദൈവത്തിനു മാത്രമേ അറിയൂ.

അസ്വസ്ഥതയോടെ അതിരാവിലെതന്നെ ഞാൻ കിടക്കയിൽ നിന്ന് എഴുന്നേറ്റു. ആ ദിവസം എന്റെ ജീവിതത്തിൽ കാര്യമായ എന്തോ വ്യതിയാനം സംഭവിക്കുമെന്ന് എനിക്ക് വിശ്വാസം തോന്നിയിരുന്നു. മറ്റ് ആളുകൾ ഉൾപ്പെടുന്ന എന്തെങ്കിലും പരിപാടിയിൽ പങ്കെടുക്കുമ്പോൾ എന്റെ പരിചയക്കുറവുകൊണ്ടായിരിക്കാം എന്റെ ജീവിതത്തിൽ എന്തോ വ്യതിയാനം സംഭവിക്കുമെന്ന തോന്നൽ ഉണ്ടാവുന്നത് ഒരു പതിവായിരുന്നു. എന്തായാലും എന്നത്തേയുംപോലെ ഞാൻ ജോലിക്കുപോയി. ആദ്യമായി വിരുന്നിന് എത്തിച്ചേർന്നാൽ എനിക്ക് അതിൽ പങ്കെടുക്കാൻ ആർത്തിയുണ്ടെന്ന് അവർ ധരിക്കും. അതുകൊണ്ട് താമസിച്ച് മതി ഹോട്ടലിൽ എത്തുന്നതെന്ന് ഞാൻ തീരുമാനിച്ചു. പക്ഷേ അതിലും

പ്രാധാന്യമുള്ള ആയിരക്കണക്കിന് മറ്റു കാര്യങ്ങൾ എനിക്ക് ശ്രദ്ധിക്കാൻ ഉണ്ടായിരുന്നു. അവയെല്ലാം ചേർന്ന് എന്നെ ഭ്രാന്തമായ നിസ്സഹായത യിലേക്ക് ചവിട്ടിത്താഴ്ത്തി. എന്റെ ഷൂ ഞാൻ സ്വയം വൃത്തിയാക്കി. രണ്ടു പ്രാവശ്യം ഷൂ വൃത്തിയാക്കുന്നതിന് അപ്പൊലോണിനെ പ്രേരിപ്പിക്കാൻ ഈ ലോകത്ത് ഒരു ശക്തിക്കും കഴിയില്ല. അപ്പൊലോൺ എന്റെ ഷൂ വൃത്തിയാക്കലിനെപ്പറ്റി അറിയാതിരുന്നാൽ എനിക്ക് അവന്റെ അവജ്ഞ യിൽനിന്ന് കുറഞ്ഞ പക്ഷം രക്ഷപ്പെടാനെങ്കിലും കഴിയും. അതുകൊണ്ട് ബ്രഷ് മുറിയിൽനിന്നും അവൻ കാണാതെ ഞാൻ കൈക്കലാക്കി. പിന്നീ ടാണ് ഞാൻ എന്റെ വസ്ത്രങ്ങൾ പരിശോധിച്ചത്. അവ പഴകി ദ്രവിച്ച് നിറംമങ്ങി മുഷിഞ്ഞിട്ടുണ്ടെന്ന് ഞാൻ കണ്ടുപിടിച്ചു. ഞാൻ വളരെ മടി യനായി മാറിയിരുന്നു. എന്റെ ഓഫീസ് വേഷം മാന്യമായിരുന്നെങ്കിലും ഞാൻ ആ വേഷത്തിൽ അത്താഴവിരുന്നിൽ പങ്കെടുക്കില്ല. എന്റെ കാലു റകളുടെ മുട്ടിന്റെഭാഗം നിറംമങ്ങിപ്പോയിരുന്നതായിരുന്നു മറ്റൊരു പ്രധാന പ്രശ്നം. ആ നിറം മങ്ങിയ പാടു കാരണം എനിക്കു കിട്ടാനുള്ള ബഹു മാനത്തിന്റെ പത്തിൽ ഒൻപതുഭാഗവും നഷ്ടമാകുമെന്ന് എനിക്ക് ഉറപ്പായിരുന്നു. ഇങ്ങനെയൊക്കെ ആലോചിക്കുന്നത് എനിക്കു ചേർന്ന തല്ലെന്ന് നന്നായി അറിയാം. ഞാൻ ആലോചിച്ചു 'ഇപ്പോൾ ആലോചി ക്കാനുള്ള സമയമല്ല. യാഥാർത്ഥ്യബോധത്തോടെ പ്രവർത്തിക്കുവാനുള്ള സമയമാണ്.' ഈ കാര്യങ്ങൾ എല്ലാം ഞാൻ രാക്ഷസീയമായി അതിശ യോക്തി കലർത്തി വർണിക്കുകയാണെന്ന് എനിക്ക് നന്നായി അറിയാം. പക്ഷേ എനിക്ക് അങ്ങനെ ചെയ്യാതിരിക്കാൻ കഴിയില്ല. എനിക്ക് എന്റെ മേലുള്ള നിയന്ത്രണം നഷ്ടമായി. പനിപിടിപെട്ടവനെപോലെ ഞാൻ വിറ യ്ക്കാൻ തുടങ്ങി. നീചനായ സ്വർക്കോവ് എനിക്കു തരാൻപോകുന്ന തണുത്ത സ്വീകരണത്തിന്റെ ചിത്രം മനസിൽ തെളിഞ്ഞുവന്നു. മന്ദബു ദ്ധിയായ ട്രുഡോ ല്യൂബോവിന്റെ പുറമേ കാണാൻ കഴിയാത്ത അവ ജ്ഞത എനിക്ക് അനുഭവിക്കാൻ കഴിഞ്ഞു. സ്വർക്കോവിന്റെ സഹതാപം കിട്ടാൻവേണ്ടി ഫർഫിച്ച്കിൻ എന്റെ ചെലവിൽ നടത്താൻ പോകുന്ന അടക്കിപ്പിടിച്ച ചിരികൾ എനിക്ക് മുൻകൂട്ടി കാണാൻ കഴിയുന്നുണ്ടാ യിരുന്നു. സിമോനോവിന് ഇതൊക്കെ എങ്ങനെയാണ് മനസിലാക്കാൻ കഴിയുന്നത്? എന്റെ ദുരഭിമാനവും അൽപ്പത്വവുമായേ അയാൾക്ക് അതു മനസിലാക്കാൻ കഴിയുകയുള്ളൂ. അപ്പോൾ തീർച്ചയായും ഞാൻ വിരു ന്നിന് പോകാതിരിക്കുന്നതാണ് ഏറ്റവും നല്ലത്. എന്തെങ്കിലും ഒരു കാര്യം എന്റെ തലയിൽ കയറിയാൽ എനിക്ക് അതിൽനിന്ന് ഒഴിവാകാൻ കഴി യില്ല. അതുകൊണ്ട് വിരുന്നിന് പോകാതിരിക്കാൻ എനിക്ക് ഒരുതര ത്തിലും സാധ്യമല്ല. പോകാതിരുന്നാൽ ജീവിതകാലം മുഴുവൻ ഞാൻ എന്നെതന്നെ പരിഹസിക്കും. 'നീ പേടിച്ച് പിന്മാറിക്കളഞ്ഞു. നിനക്ക് യാഥാർഥ്യങ്ങളെ നേരിടാൻ ഭയമാണ്.' ഞാൻ ഒരു പേടിത്തൊണ്ടൻ അല്ലെന്ന് അവർക്കു കാണിച്ചുകൊടുക്കണം എന്നായിരുന്നു എന്റെ

ആഗ്രഹം. എന്റെ ഭീരുത്വത്തിന്റെ പാരമ്യതയിലും ഞാൻ അവരെ പരാജയപ്പെടുത്തി. എന്നെപ്പോലെ ബുദ്ധിശക്തിയും ആശയങ്ങളും ഉള്ളവരായി ഞാൻ അവരെ മാറ്റി എടുത്തതായി സ്വപ്നം കണ്ടു. അവർ സ്വർക്കോവിനെ ഉപേക്ഷിച്ച് എനിക്കു ചുറ്റുംകൂടും. സ്വർക്കോവ് നാണംകെട്ട് ഒറ്റയ്ക്ക് ഒരു മൂലയിൽ ചുരുണ്ടുകൂടും. ഞാൻ അവനെ പരിഹസിക്കും. അതിനുശേഷം ഒരുപക്ഷേ ഞങ്ങൾ പിണക്കം അവസാനിപ്പിച്ച് ഞങ്ങളുടെ സൗഹൃദത്തിനുവേണ്ടി മദ്യം കഴിച്ചെന്നു വരാം. സത്യത്തിൽ ഇതൊന്നും ഞാൻ ആഗ്രഹിച്ചിരുന്നില്ലെന്ന് എനിക്ക് വ്യക്തമായി അറിയാമായിരുന്നു എന്നതാണ് ഏറ്റവും നാണക്കേട് ഉണ്ടാക്കുന്ന കാര്യം. സത്യത്തിൽ അവരെ വശീകരിക്കാനോ അടിമകളാക്കാനോ എനിക്ക് യാതൊരു ആഗ്രഹവും ഉണ്ടായിരുന്നില്ല. അവരെ അടിമകളാക്കാൻവേണ്ടി ഒരു ചില്ലിക്കാശുപോലും ഞാൻ ചെലവാക്കില്ല. അന്നത്തെദിവസം ഒന്ന് അവസാനിച്ചുകിട്ടാൻ ഞാൻ എന്തുമാത്രം പ്രാർഥിച്ചു? തീവ്രമായ മനോവേദനയോടെ ഞാൻ ജനൽ പാളിതുറന്ന് നനഞ്ഞ മഞ്ഞുകട്ടകൾ ചുഴികളിൽവീണ് അപ്രത്യക്ഷമാ കുന്നതും നോക്കി വെറുതെ നിന്നു.

ഒടുവിൽ ഭിത്തിയിലെ വിലകുറഞ്ഞ നാഴികമണി ദീർഘനിശ്വാസം വലിച്ചുകൊണ്ട് അഞ്ചുമണിയായെന്ന് അറിയിച്ചു. ഞാൻ തൊപ്പി കയ്യിൽ എടുത്തു. രാവിലെ മുതൽ ശമ്പളം ചോദിക്കില്ല എന്നവാശിയോടെ അതിനുവേണ്ടി മാത്രം കാത്തിരിക്കുന്ന അപ്പൊലോണിന്റെ നേർക്ക് നോക്കാൻ പോലും മെനക്കെടാതെ, എന്റെ പോക്കറ്റിൽ അവശേഷിച്ചിരുന്ന അൻപതുകോപ്പക്കിന് വാടകയ്ക്കെടുത്ത വണ്ടിയിൽ, ഹോട്ടൽ ഡി പാരീസിനെ ലക്ഷ്യംവച്ച് ഒരു പ്രഭുവിനെപോലെ യാത്ര ആരംഭിച്ചു.

നാല്

ഇന്നലെ വൈകുന്നേരംമുതൽ ഞാൻ ആയിരിക്കും ആദ്യം എത്തിച്ചേരുന്നതെന്ന് എനിക്ക് അറിയാമായിരുന്നു. പക്ഷേ ഞങ്ങളിൽ ആര് ആദ്യം വന്നു എന്നതിന് ഇനിയും വലിയ പ്രാധാന്യമില്ല.

ഹോട്ടൽ ഡി പാരീസിൽ ആരും ഉണ്ടായിരുന്നില്ല. ഞങ്ങളുടെ മുറി കണ്ടുപിടിക്കാനും വിഷമം ആയിരുന്നു. എന്താണ് ഇതിന്റെ കാരണം? പലരോടും അന്വേഷിച്ച് ഒടുവിൽ ജോലിക്കാരുടെ അടുത്തുനിന്നും വിരുന്ന് അഞ്ചുമണിക്കല്ല ആറുമണിക്കാണ് പറഞ്ഞിരിക്കുന്നത് എന്നു ഞാൻ മനസിലാക്കി. ബാറിലെ പരിചാരകരും അതു ശരിയാണെന്ന് സമ്മതിച്ചു. അങ്ങനെ ചോദിക്കേണ്ടിവന്നതിൽ എനിക്ക് നാണക്കേടു തോന്നുന്നുണ്ടായിരുന്നു. അപ്പോൾ സമയം അഞ്ച് മുപ്പത്തിയഞ്ച്. ആറുമണിക്ക് ഇനിയും ഇരുപത്തിഅഞ്ച് മിനിട്ടുകൂടി ബാക്കിയുണ്ട്. സമയം മാറ്റിയവിവരം കുറഞ്ഞപക്ഷം അവർ എന്നെ അറിയിക്കേണ്ടിയി രുന്നു.

മറ്റുള്ളവരുടെ കണ്ണിൽ എന്നെ ഇങ്ങനെ നാണംകെടുത്താൻ പാടില്ലായിരുന്നു. ജോലിക്കാർ മാത്രമാണ് അവിടെ ഉണ്ടായിരുന്നതെങ്കി ലും എന്നോട് അവർ ഇങ്ങനെ ചെയ്തത് ഒട്ടും ശരിയായില്ല. ഒരു ജോലിക്കാരൻ മേശ ഒരുക്കാൻ തുടങ്ങി. അവന്റെ സാന്നിധ്യവും എനിക്ക് അപമാനമായി തോന്നി. ആറുമണിക്ക് കത്തിച്ചുവച്ച വിളക്കുകൾ കൂടാതെ മെഴുകുതിരികളും ജോലിക്കാർ അവിടെ കൊണ്ടുവച്ചു. ഞാൻ വന്നപ്പോൾ മെഴുകുതിരികൾ എടുത്തുകൊണ്ട് വരണമെന്ന് അവർക്ക് തോന്നിയില്ല. അടുത്തമുറിയിൽ ഹോട്ടലിൽ എത്തിയ മറ്റുരണ്ട് അതിഥികൾ ഭക്ഷണം കഴിക്കുന്നുണ്ടായിരുന്നു. അവർ പ്രത്യേകം ഒരുക്കിയ മേശകൾക്ക് അരുകിൽ നിശ്ശബ്ദരായി ഇരുന്ന് ഭക്ഷണം കഴിച്ചു. കുറച്ച് ദൂരെയുള്ള മറ്റൊരു മുറിയിൽനിന്ന് വലിയ ശബ്ദകോലാഹലം കേൾക്കുന്നുണ്ടായിരുന്നു. ഒരുസംഘം മനുഷ്യരുടെ കൂട്ടച്ചിരിയും ഒപ്പം ഫ്രഞ്ചുരീതിയിലുള്ള വൃത്തികെട്ട ഞരക്കങ്ങളും ആ മുറിയിൽനിന്ന് പുറത്തു വന്നു കൊണ്ടിരുന്നു. സ്ത്രീകളെ സൽക്കരിക്കുന്നതിന്റെ ബഹളമായിരുന്നു അവിടെ നടന്നുകൊണ്ടിരുന്നത്. മൊത്തത്തിൽ അവിടുത്തെ ചുറ്റുപാടുകളിൽ ആർക്കും വെറുപ്പുതോന്നും. അതുകൊ ണ്ടായിരിക്കണം കൃത്യം ആറുമണിക്കുതന്നെ അവർ എത്തിയപ്പോൾ എനിക്ക് വളരെ ആഹ്ലാദം തോന്നിയത്. സമയംമാറ്റിയവിവരം അറിയിക്കാ ത്തതിലുള്ള ദേഷ്യം മുഖത്തുകാണിക്കാൻപോലും ഞാൻ മറന്നുപോയി.

നേതാവിന്റെ ഭാഗം സ്വർക്കോവാണ് അഭിനയിച്ചിരുന്നത്. എല്ലാവർക്കും മുന്നിലായി ചിരിച്ചുകൊണ്ട് അയാൾ മുറിയിലേക്ക് കടന്നുവന്നു. എന്നെ കണ്ടപ്പോൾ സ്വർക്കോവ് സാവധാനം എന്റെ അടുത്തെത്തി. പിന്നീട് സമുന്നതനായ ഒരു വ്യക്തിയെപ്പോലെ അൽപ്പം മുന്നോട്ടു കുനിഞ്ഞ് അൽപ്പം ദൂരത്തുനിന്ന് എന്റെ കൈപിടിച്ചു കുലുക്കി. എനിക്ക് കൈതരുന്നതിലൂടെ അയാൾ സ്വയം സംരക്ഷിക്കുകയാണെന്ന തോന്നൽ എനിക്ക് ഉണ്ടായി. ഞാൻ അവന്റെ ചിരിയും തറഫലിതങ്ങളു മാണ് പ്രതീക്ഷിച്ചിരുന്നത്. ഇന്നലെമുതൽ ഞാൻ അതിനുവേണ്ടി തയാറെടുക്കുകയായിരുന്നു. ഈ രീതിയിൽ എളിയവരോട് ദയ കാണിക്കുന്ന രീതിയിലുള്ള ഒരു ഉപചാരമല്ല ഞാൻ പ്രതീക്ഷിച്ചത്. അതിന്റെ അർഥം അവൻ എന്നെക്കാൾ വലിയവനാണെന്ന് നേരത്തേ തന്നെ സ്വയം തീരുമാനിച്ചിട്ടുണ്ട് എന്നതാണ്. അവന്റെ പെരുമാറ്റംകൊണ്ട് എന്നെ വേദനിപ്പിക്കാനാണ് ഉദ്ദേശ്യമെങ്കിൽ അതു പ്രശ്നമാക്കേണ്ട കാര്യമില്ല. പക്ഷേ അവന്റെ മണ്ടത്തലയിൽ അവൻ എന്നെക്കാൾ ഉന്നതനാണെന്നു ധരിച്ച് എന്നെ അനുകമ്പ അർഹിക്കുന്നവനായി കാണുകയാണെങ്കിൽ? അത്തരത്തിൽ ഒരു ഊഹം മനസിൽ തോന്നിയപ്പോൾതന്നെ ധാർമികരോഷം കൊണ്ട് എനിക്ക് ശ്വാസതടസം അനുഭവപ്പെടാൻ തുടങ്ങി.

നീട്ടിവലിച്ച് ഇതുവരെ സംസാരിച്ചിട്ടില്ലാത്ത രീതിയിൽ കാപട്യത്തോടെ സ്വർക്കോവ് പറഞ്ഞു:

“നീ ഞങ്ങളുടെ കൂടെ ചേരുന്നെന്ന് കേട്ടപ്പോൾ ഞാൻ അത്ഭുതപ്പെട്ടുപോയി. നമ്മൾ കാണാറുണ്ടായിരുന്നില്ല ല്ലൊ. നീ നാണിക്കേണ്ട കാര്യമൊന്നുമില്ല. നീ വിചാരിക്കുന്നതുപോലെ ഞങ്ങളെ അത്രയ്ക്കൊന്നും ഭയപ്പെടേണ്ട കാര്യമില്ല. എന്തായാലും നമ്മുടെ ബന്ധം പുതുക്കാൻ കഴിഞ്ഞതിൽ എനിക്ക് സന്തോഷമുണ്ട്.”

പിന്നീട് തൊപ്പി ജനൽപ്പടിയിൽ വയ്ക്കാൻവേണ്ടി സ്വർക്കോവ് തിരിച്ചു നടന്നു.

ട്രുഡോ ല്യൂബോവ് ചോദിച്ചു “നീ വളരെ സമയമായി കാത്തിരിക്കുകയാണോ?”

ഞാൻ അമർഷം ഒളിച്ചുവച്ച് ഉച്ചത്തിൽ പറഞ്ഞു. എന്റെ ശബ്ദം വരാൻ പോകുന്ന ഒരു വലിയ സ്ഫോടനം പ്രവചിക്കുന്നതായി തോന്നി.

“ഞാൻ ഇന്നലെ നിങ്ങൾ പറഞ്ഞ സമയത്തുതന്നെ വന്നു. കൃത്യം അഞ്ചുമണിക്ക്.”

ട്രുഡോ ല്യൂബോവ് സിമോനോവിനോട് ചോദിച്ചു “നമ്മൾ സമയം മാറ്റിയത് അവനോട് പറഞ്ഞില്ലേ?”

ഒരു പശ്ചാത്താപത്തിന്റെ കണികപോലുമില്ലാതെ സിമോനോവ് മറുപടി പറഞ്ഞു:

“ഇല്ല. ഞാൻ മറന്നുപോയി.”

സ്വർക്കോവ് ചിരിച്ചുകൊണ്ട് പറഞ്ഞു:

“അപ്പോൾ നീ ഇവിടെ ഒരു മണിക്കൂറായി നോക്കിയിരിക്കുകയായിരുന്നു. പാവം” സ്വർക്കോവിന്റെ ഉന്നതനിലവാരം അനുസരിച്ച് സംഭവിച്ചകാര്യം ഭയങ്കരമായ ഒരു ഫലിതം ആയിരുന്നു. ഫർഫിച്ച്കിൻ സ്വർക്കോവിന്റെ ചിരിയെ അനുകരിച്ച് ഉറക്കെ ചിരിച്ചു. പട്ടിക്കൊപ്പം കുരയ്ക്കാൻ ശ്രമിക്കുന്ന കൊച്ചുപട്ടിയെ ഞാൻ ഓർത്തു. എന്റെ അവസ്ഥയിൽ അവനും തമാശയാണ് തോന്നിയത്.

കോപത്തോടെ ഞാൻ ഫർഫിച്ച്കിന്നിനോട് തട്ടിക്കയറി:

“അതിൽ ഇത്ര ചിരിക്കാൻ എന്തോണുള്ളത്? എന്റെ കുറ്റംകൊണ്ടല്ല ഞാൻ കാത്തിരുന്നത്. മറ്റുള്ളവരുടെ കുഴപ്പമാണ്. എന്നോട് പറയാൻ ആരും മെനക്കെട്ടില്ല. സമയം മാറ്റിയത് എന്നോടു പറയാതിരുന്നത് വളരെ മോശമായിപ്പോയി.”

ട്രുഡോ ല്യൂബോവ് ഒന്നും അറിയാത്ത ഒരു പച്ചപരമാർഥിയെപ്പോലെ പറഞ്ഞു “വളരെ മോശമായി എന്നുപറഞ്ഞാൽ പോരാ അതിലും മോശമായിപ്പോയി. സിമോനോവ് എന്തായാലും അറിഞ്ഞുകൊണ്ട് അങ്ങനെ ചെയ്യില്ല.”

ഫർഫിച്ച്കിൻ പറഞ്ഞു “എന്നോട് ആരെങ്കിലും ഇങ്ങനെ ചെയ്തിരുന്നെങ്കിൽ ഞാൻ അവനെ.........”

സ്വർക്കോവ് ഇടയ്ക്കു കയറി പറഞ്ഞു “നിനക്ക് ഞങ്ങളെ കാത്തിരിക്കാതെ ഭക്ഷണം കഴിക്കാമായിരുന്നു.”

ഞാൻ തിരിച്ചു പറഞ്ഞു: "എനിക്ക് ഭക്ഷണം കഴിക്കാൻ ആരുടേയും അനുവാദം വേണ്ട. ഞാൻ കാത്തിരുന്നതിന്റെ കാരണം......"

സിമോനോവ് ഉറക്കെ പറഞ്ഞു: "എല്ലാവരും ഇരിക്ക്. എല്ലാം റെഡിയായിക്കഴിഞ്ഞു. ഷാംപെയിൻ നന്നായി തണുത്തിട്ട് ഞാൻ മറുപടി പറയാം. എനിക്ക് നിന്റെ മേൽവിലാസം അറിയില്ല. പിന്നെ നിന്നെ ഞാൻ എങ്ങനെ കണ്ടുപിടിക്കും."

അവൻ എന്നോടു സംസാരിച്ചുകൊണ്ടി രുന്നെങ്കിലും എന്റെ മുഖത്ത് നോക്കുന്നുണ്ടായിരുന്നില്ല. എനിക്ക് എതിരായി അവൻ എന്തോ കണക്കുകൂട്ടലുകൾ നടത്തിയിട്ടുണ്ടെന്ന് അവന്റെ പെരുമാറ്റത്തിൽനിന്ന് വ്യക്തമായിരുന്നു. ഇന്നലെതന്നെ അവൻ അത് ആലോചിച്ച് ഉറപ്പിച്ചിട്ടുണ്ട്.

എല്ലാവരും ഇരുന്നു. ഞാനും ഇരുന്നു. വട്ടത്തിലുള്ള ഒരു മേശയ്ക്കു ചുറ്റുമാണ് ഞങ്ങൾ ഇരുന്നത്. എന്റെ ഇടതുവശത്ത് ട്രുഡോ ല്യൂബോവും വലതുവശത്ത് സിമോനോവും ആയിരുന്നു. എതിർവശത്ത് സ്വർക്കോവായിരുന്നു. ട്രുഡോ ല്യൂബോവിനും സ്വർക്കോവിനും നടുക്കായിരുന്നു ഫർഫിച്ച്കിന്നിന്റെ കസേര.

സ്വർക്കോവ് എന്നോടു കാണിച്ചുകൊണ്ടിരുന്ന താൽപ്പര്യം ഉപേക്ഷിക്കാതെ സംസാരം തുടർന്നു:

"നിന്റെ ജോലി മന്ത്രിയുടെ ഓഫീസിലാണോ?"

ഞാൻ ആകെ താറുമാറായ അവസ്ഥയിൽ ആയിരുന്നതുകൊണ്ട് എന്നോട് അനുകമ്പാപൂർവം പെരുമാറണമെന്ന് അയാൾക്ക് തോന്നിയിരിക്കാം. ഞാൻ ആലോചിച്ചു 'അവൻ എന്തിനുള്ള ശ്രമമാണ് നടത്തുന്നത്?' മറ്റുള്ളവരുമായി ഇടപെടാനുള്ള എന്റെ പരിചയക്കുറവുകാരണം എന്റെ ദേഷ്യം അസാധാരണവേഗതയിൽ വർധിച്ചുകൊണ്ടിരുന്നു.

എന്റെ പ്ലേറ്റിൽനിന്ന് ഞാൻ കണ്ണെടുത്തില്ല. ഒന്നും ആലോചിക്കാതെ ഞാൻ എന്റെ മന്ത്രിയുടെ വകുപ്പ് ഏതാണെന്ന് ഉറക്കെ പറഞ്ഞു.

"നിനക്ക് അവിടെ സുഖമാണോ? നിന്റെ പഴയ ഉദ്യോഗം ഉപേക്ഷിക്കാൻ എന്തായിരുന്നു പ്രേരണ?"

"എന്റെ പ്രേരണ എന്റെ ആഗ്രഹമായിരുന്നു." ഞാൻ സാവധാനം മറുപടി പറഞ്ഞു. ഫർഫിച്ച്കിൻ ശബ്ദത്തോടെ ദീർഘശ്വാസം പുറപ്പെടുവിച്ചു. സിമോനോവ് അർഥംവച്ച് ചിരിച്ചു. ട്രുഡോ ല്യൂബോവ് ഭക്ഷണം നിർത്തി എന്റെ മുഖത്തേക്കുനോക്കി.

സ്വർക്കോവിന് എന്തോ അപസ്വരം തോന്നിയെങ്കിലും അയാൾ ശ്രദ്ധിക്കുന്നതായി ഭാവിച്ചില്ല.

"ശരി. അവിടെ സാമ്പത്തികം എങ്ങനെയാണ്? നിനക്ക് എന്തു ശമ്പളംകിട്ടും എന്നാണ് ഞാൻ ഉദ്ദേശിച്ചത്."

"എന്നെ ഇങ്ങനെ ചോദ്യം ചെയ്യുന്നത് എന്തിനാണ്?" ഞാൻ എന്റെ ശമ്പളം എത്രയെന്ന് പറഞ്ഞു. ഞങ്ങളുടെ ഇടയിൽ സ്വന്തം പ്രാധാന്യം പ്രകടിപ്പിച്ചുകൊണ്ട് സ്വർക്കോവു പറഞ്ഞു. "അതു വളരെ കുറവല്ലേ?"

ഫർഫിച്ച്കിൻ ധിക്കാരത്തോടെ കൂട്ടിച്ചേർത്തു: "ഈ ശമ്പളം കൊണ്ട് നല്ല ഹോട്ടലിൽ നിന്നൊന്നും ആഹാരം കഴിക്കാൻ പറ്റില്ല."

ട്രുഡോ ല്യൂബോവ് പറഞ്ഞു "നിനക്ക് ശമ്പളം വളരെ കുറവാണ്."

സ്വർക്കോവ് എന്റെ വേഷങ്ങൾ ശ്രദ്ധിച്ചുകൊണ്ട് അനുകമ്പ പ്രകടിപ്പിച്ചു. "നീ വളരെ ക്ഷീണിച്ചിരിക്കുന്നു. അന്നത്തേതിൽനിന്ന് നിനക്ക് വളരെ വ്യത്യാസം വന്നിട്ടുണ്ട്."

അമർത്തി ചിരിച്ചുകൊണ്ട് ഫർഫിച്ച്കിൻ പറഞ്ഞു: "അവനെ വിഷമിപ്പിക്കാതിരിക്ക്......"

ഇത്രയും ആയപ്പോൾ ഞാൻ പൊട്ടിത്തെറിച്ചു. "എന്റെ പൊന്നു സാറമ്മാരെ, എനിക്ക് ഒരു വിഷമവും ഇല്ല. ഞാൻ സ്വന്തം ചെലവിനാണ് ഈ നല്ല ഹോട്ടലിൽ ഇരുന്ന് ഭക്ഷണം കഴിക്കുന്നത്. ഫർഫിച്ച്കിൻ ഇതൊന്നു പ്രത്യേകം ശ്രദ്ധിക്കണം. ഞാൻ ഭക്ഷണം കഴിക്കുന്നതുകൊണ്ട് മറ്റാർക്കുംതന്നെ ഇവിടെ പണച്ചെലവ് ഇല്ല.

"നീ എന്താണ് പറയുന്നത്. ഞങ്ങളിൽ ആരെങ്കിലും സ്വന്തം ചെലവിലല്ലാതെ ഇവിടെ ആഹാരം കഴിക്കുന്നുണ്ടോ?"

സംസാരം അൽപ്പം കൂടിപ്പോയെന്ന് എനിക്കു തോന്നി. ഞാൻ പറഞ്ഞു. "ശരി നമുക്ക് കുറേക്കൂടി വകതിരിവുള്ള കാര്യങ്ങൾ സംസാരിക്കാം."

"നിന്റെ ബുദ്ധിശക്തി ഞങ്ങൾക്കു മനസിലാക്കിത്തരാനാണ് നിന്റെ ഉദ്ദേശ്യം എന്നുതോന്നുന്നു."

"അതു നിങ്ങൾ പേടിക്കേണ്ട. ഞാൻ അതു പ്രയോജനമില്ലാതെ ചെലവാക്കില്ല."

"നിന്റെ പുതിയ മുറിയിലെ താമസത്തോടെ നിനക്ക് ഭ്രാന്തു പിടിച്ചോ?"

സ്വർക്കോവ് അധികാരത്തോടെ പറഞ്ഞു "നിങ്ങൾ ഈ സംസാരം നിർത്തണം. ഇത്രയും സംസാരിച്ചാൽ മതി."

സിമോനോവ് മുറുമുറുത്തു "എന്തു വിഡ്ഢിത്തങ്ങളാണ് എല്ലാവരും കൂടി എഴുന്നള്ളിക്കുന്നത്."

ട്രുഡോ ല്യൂബോവ് ഞാൻ കേൾക്കണം എന്ന ഉദ്ദേശ്യത്തോടെ സ്വയം പറയുന്ന മട്ടിൽ പറഞ്ഞു. "ശരിക്കും വിഡ്ഢിത്തരമാണ് നമ്മൾ കാണിക്കുന്നത്. നമ്മുടെ ഒരു സഹപാഠി ദൂരെ പോകുന്നതുകൊണ്ട് ഒരു യാത്ര അയപ്പ് നൽകാൻ വന്നവരാണ് നിങ്ങൾ ഇപ്പോൾ അതിന്റെ ചെലവിനെ പറ്റിയാണ് സംസാരിക്കുന്നത്."

എന്റെ നേർക്ക് തിരിഞ്ഞുനിന്ന് ട്രുഡോ ല്യൂബോവ് കൂട്ടിച്ചേർത്തു. "നീ സ്വയം ക്ഷണം നടത്തിയാണ് ഇവിടെ എത്തിയിരിക്കുന്നത്. അതുകൊണ്ട് ഇവിടെ കിടന്ന് സ്വൈരക്കേട് ഉണ്ടാക്കരുത്."

സ്വർക്കോവ് പറഞ്ഞു. "മതി നിർത്ത്. മിനിഞ്ഞാന്ന് എന്റെ വിവാഹം നടക്കേണ്ടതായി രുന്നു. ആ കഥ പറയാം. ഇതിലുംഭേദം അതാണ്."

രണ്ടുദിവസം മുൻപ് വിവാഹത്തിൽനിന്നും രക്ഷപ്പെട്ടതിന്റെ നാണം കെട്ട സുദീർഘമായ കഥകേൾക്കാൻ മാന്യന്മാർ അപ്പോഴേക്കും തയ്യാർ എടുത്തുകഴിഞ്ഞിരുന്നു. വിവാഹത്തെപ്പറ്റി പരാമർശം ഉണ്ടായി ല്ലെങ്കിലും അവന്റെ കഥയിൽ ജനറലമാരുടേയും കേണലുകളുടേയും ഒരു നിരതന്നെ ഉണ്ടായിരുന്നു. ഇവരെ കൂടാതെ കഥയിലേക്കു കടക്കാൻ കാത്തുനിന്നിരുന്ന ധാരാളം മാന്യന്മാരും ഉണ്ടായിരുന്നു. എങ്കിലും അവരുടെ കൂട്ടത്തിൽ ഏറ്റവും മുന്നിലായിരുന്നു സ്വർക്കോവിന്റെ സ്ഥാനം. സ്വർക്കോവിനുള്ള അംഗീകാരമായി ചിരിമുഴങ്ങിക്കൊണ്ടിരുന്നു. ഫർഫിച്ച്കിൻ സന്തോഷം കൊണ്ട് അലറിവിളിച്ചു.

ഞാൻ അവഗണനസഹിച്ച് നാണക്കേടു പുറത്തുകാട്ടാതെ അവിടെ ഇരുന്നു. ഞാൻ വിചാരിച്ചു 'ദൈവമേ, ഇവർ എനിക്കു പറ്റിയവരല്ല. അവർക്കൊപ്പം ഇരിക്കാൻ ഒരു കസേര തന്നതുകൊണ്ട് എനിക്ക് എന്തോ സഹായം ചെയ്തതെന്നാണ് വിഡ്ഢികൾ ധരിച്ചിരിക്കുന്നത്.' എന്റെ കാലുറയുടെ മുട്ടിന്റെ ഭാഗത്ത് നിറം മങ്ങിയിരിക്കുന്നത് സ്വർക്കോവ് അപ്പോഴാണ് ശ്രദ്ധിച്ചത്.

"നീ വളരെ ക്ഷീണിച്ചിരിക്കുന്നു. നിന്റെ ഈ വേഷം കൊണ്ടുതന്നെ ക്ഷീണം കൂടുതൽ തോന്നും."

ഞാൻ ആലോചിച്ചു. 'ഈ നിമിഷം തൊപ്പി എടുത്ത് ഇവിടെനിന്ന് പുറത്തുപോവുകയാണ് വേണ്ടത്. നാളെ ഇതുമൂലം ഒരു വഴക്ക് നടന്നാലും കുഴപ്പമില്ല. ആ നീചന്റെ ഒരു സംസാരം! ഏഴു റൂബിൾ ചെലവാക്കാൻ എന്റെ കയ്യിൽ ഇല്ലപോലും. അവർ എന്തുവേണമെങ്കിലും വിചാരിക്കട്ടെ. എനിക്ക് ഏഴു റൂബിൾ ചെലവാക്കാൻ മനസില്ല. ഞാൻ ഈ നിമിഷം ഇവിടെ നിന്നു പോകുന്നതാണ് നല്ലത്.' പക്ഷേ ഞാൻ പോയില്ല. അവിടെത്തന്നെ ഇരുന്നു.

എന്റെ ദുഃഖങ്ങളെ ഷെറിയിലും ക്ലാരറ്റിലുമായി മാറിമാറി ഞാൻ മുക്കിക്കൊന്നു. പരിചയക്കുറവ് കാരണം പെട്ടെന്നുതന്നെ ലഹരിക്ക് അടിമപ്പെട്ടു. ലഹരി കൂടുന്നതിനൊപ്പം എന്റെ ദേഷ്യവും വർധിച്ചു കൊണ്ടിരുന്നു. പെട്ടെന്ന് അവരോടെല്ലാം പരുഷമായി പെരുമാറിയതിനു ശേഷം അവിടെനിന്ന് ഇറങ്ങിപ്പോകണമെന്ന് എനിക്ക് തോന്നിതുടങ്ങി. ഞാൻ ആരാണെന്ന് അവർക്ക് കാണിച്ചുകൊടുക്കണം. അവരെക്കൊണ്ട് പറയിക്കും. അവൻ മണ്ടത്തരങ്ങൾ കാണിക്കുമെങ്കിലും സത്യത്തിൽ അവൻ ശരിക്കും ബുദ്ധിമാനാണ്.

ഞാൻ പെട്ടെന്ന് അവരെ ശ്രദ്ധിച്ചു. എന്റെ നോട്ടത്തിൽ ധിക്കാരം ഉണ്ടായിരുന്നു. പക്ഷേ അവർ എന്നെത്തന്നെ മറന്നുപോയതായിതോന്നി. അവർ അപ്പോൾ ശബ്ദം ഉയർത്തി ആഹ്ലാദിക്കുകയായിരുന്നു. സ്വർക്കോവു മാത്രം സംസാരിച്ചുകൊണ്ടിരുന്നു. അയാൾ പറയുന്നത് ഞാനും ശ്രദ്ധിച്ചുതുടങ്ങി. എതോ നല്ല നിലയിലുള്ള സ്ത്രീയെപ്പറ്റിയായി രുന്നു സ്വർക്കോവ് സംസാരിച്ചുകൊണ്ടിരുന്നത്. അവനോട് അവർക്കുള്ള പ്രേമം

ഒടുവിൽ അവൾ സ്വയം അവനോട് ഏറ്റുപറഞ്ഞതിന്റെ വിശദമായ വിവരണം സ്വർക്കോവ് നടത്തിക്കൊണ്ടിരുന്നു. കൂടാതെ മൂവായിരം സോൾ എസ്റ്റേറ്റിന്റെ ഉടമയും അവന്റെ ആത്മസുഹൃത്തുമായ ഏതോ ഒരു കോല്യാരാജകുമാരനിൽനിന്ന് അവന്റെ ഈ പ്രേമം സഫലമാക്കുന്നതിനു ലഭിച്ച സഹായസഹകരണങ്ങളും ആവേശത്തോടെ അവൻ വിശദീകരിച്ചു. (കുതിരപ്പടയാളികളുടെ വീമ്പുപറച്ചിൽപോലെ അവൻ പറയുന്നതെല്ലാം പച്ചക്കള്ളമാണെന്ന് ഉറപ്പായിരുന്നു).

ഞാൻ ഇടയ്ക്കു കയറി പറഞ്ഞു. "ഏതായാലും മൂവായിരം സോൾ എസ്റ്റേറ്റുള്ള കോല്യാരാജകുമാരൻ നിന്നെ യാത്രയാക്കാൻ ഇപ്പോൾ ഇവിടെ എത്തിയിട്ടില്ല." നിമിഷനേരത്തേക്ക് ആരും ഒന്നും പറഞ്ഞില്ല.

ഒടുവിൽ മേനിനടിച്ചുകൊണ്ട് വെറുപ്പോടെ ട്രുഡോ ല്യൂബോവ് എന്നെപ്പറ്റി അഭിപ്രായപ്രകടനം നടത്തി. "നീ ഇപ്പോൾ തന്നെ ശരിക്കും മദ്യപിച്ചിട്ടുണ്ട്."

ഞാൻ ഇഴഞ്ഞു നടക്കുന്ന ഏതോ പ്രാണിയാണെന്നമട്ടിൽ സ്വർക്കോവ് ഇടയ്ക്കിടയ്ക്ക് എന്നെ നോക്കിക്കൊണ്ടിരുന്നു. ഞാൻ ആരുടേയും മുഖത്തു നോക്കാതെ തല കുമ്പിട്ടിരുന്നു. സിമോനോവ് ധൃതിയിൽ ഗ്ലാസിലേക്ക് ഷാംപെയിൻ പകരാൻ തുടങ്ങി.

ട്രുഡോ ല്യൂബോവ് ഗ്ലാസ് ഉയർത്തി. ഞാൻ ഒഴിച്ച് എല്ലാവരും അവനെ അനുകരിച്ച് ഗ്ലാസുകൾ ഉയർത്തി. അവൻ വിളിച്ചുകൂവി.

"സ്വർക്കോവിന്റെ ആരോഗ്യത്തിനും ശുഭയാത്രയ്ക്കും വേണ്ടി. നമ്മുടെ പഴയദിവസങ്ങൾക്കും ഭാവിദിനങ്ങൾക്കും വേണ്ടി......."

മറ്റുള്ളവരെല്ലാം ഗ്ലാസുകാലിയാക്കി സ്വർക്കോവിനെ ആലിംഗനം ചെയ്യാൻ വേണ്ടി എഴുന്നേറ്റു. ഞാൻ അനങ്ങിയില്ല. എന്റെ ഗ്ലാസ് നിറഞ്ഞുതന്നെയിരുന്നു.

ട്രുഡോ ല്യൂബോവ് ക്ഷമനശിച്ച് വിളിച്ചുകൂവി "നീ മര്യാദ പാലിക്കുമെന്ന് വിശ്വസിക്കുന്നു. നീ മാത്രം ഷാംപെയിൻ കുടിച്ചിട്ടില്ല."

"ഞാൻ സംസാരിക്കാൻ പോവുകയാണ്. ട്രുഡോ ല്യൂബോവ് വിഷമിക്കേണ്ട. അതിനുശേഷം ഞാൻ കുടിച്ചുകൊള്ളാം."

സിമോനോവ് മുറുമുറുത്തു: "വൃത്തികെട്ടവൻ."

ഞാൻ കസേരയിൽ നിവർന്നിരുന്ന് ഗ്ലാസ് മുറുകെ പിടിച്ചുകൊണ്ട് സംസാരിക്കാൻ തയാറെടുത്തു. പക്ഷേ എന്ത് പറയണമെന്ന് എനിക്ക് ഒരു രൂപവും ഉണ്ടായിരുന്നില്ല.

ഫർഫിച്ച്കിൻ ഉറക്കെ പറഞ്ഞു "എല്ലാവരും നിശ്ശബ്ദരാകണം. തികച്ചും ബുദ്ധിപൂർവമായ ചില കാര്യങ്ങളാണ് ഇവിടെ സംസാരിക്കാൻ പോകുന്നത്." സ്വർക്കോവിന് അവിടെ സംഭവിക്കുന്നതെല്ലാം മനസിലാകുന്നുണ്ടായിരുന്നു.

ഞാൻ സംസാരിക്കാൻ തുടങ്ങി "ലെഫ്റ്റനന്റ് സ്വർക്കോവ് ഒരു കാര്യം മനസിലാക്കണം. കഴമ്പില്ലാത്ത സംസാരവും അങ്ങനെ സംസാ

രിക്കുന്നവരേയും എനിക്ക് ഇഷ്ടമല്ല എന്നു പറയാതിരിക്കാൻ വയ്യ. കടുത്ത ഔപചാരികതയോടും എനിക്ക് വെറുപ്പാണ്. ഇതാണ് എനിക്കു പറയാനുള്ള ഒന്നാമത്തെ കാര്യം. ഇനി രണ്ടാമത്തേത് പറയാം."

മൊത്തത്തിൽ ഒരു ചെറിയ ചലനം ഉണ്ടായി.

"രണ്ടാമത്തെ കാര്യം വൃത്തികെട്ട കഥകളോടും അതു പറയുന്ന വരോടും എനിക്ക് വെറുപ്പാണ്. പ്രത്യേകിച്ച് അത്തരം കഥകൾ പറയു ന്നവരോട് കൂടുതൽ വെറുപ്പാണ്. മൂന്നാമത്തെ കാര്യം വിശ്വസ്തത, ആത്മാർഥത, സത്യസന്ധത ഇതൊക്കെയാണ് എനിക്ക് ഇഷ്ടപ്പെട്ട സംഗതികൾ." ഞാൻ യാന്ത്രികമായി സംസാരം തുടർന്നുകൊണ്ടിരുന്നു. സത്യത്തിൽ എനിക്ക് എന്നോടുതന്നെ ഭയം തോന്നിത്തുടങ്ങി. ഈ രീതി യിൽ സംസാരിക്കാൻ എങ്ങനെ കഴിയുന്നു എന്ന് എനിക്കുതന്നെ മന സിലാകുന്നുണ്ടായിരുന്നില്ല." സ്വർക്കോവ് ഒരുകാര്യം മനസിലാക്കണം. സുന്ദരികളെ മുഴുവൻ നിനക്ക് കീഴ്പ്പെടുത്താൻ കഴിയുമോ? നിന്റെ മാതൃ രാജ്യത്തിന്റെ ശത്രുക്കളെ മുഴുവൻ നിനക്ക് വെടിവച്ചുകൊല്ലാൻ കഴി യുമോ? നിനക്ക് ഇതൊക്കെ സാധ്യമാണെങ്കിൽ നിന്റെ ആരോഗ്യം ആരെയും അത്ഭുതപ്പെടുത്തും."

എന്റെ സംസാരം അവനെ വല്ലാതെ മുറിവേൽപ്പിച്ചു. അവൻ ആകെ വിളറിപ്പോയി. ട്രുഡോ ല്യൂബോവ് മുഷ്ടിചുരുട്ടി മേശപ്പുറത്ത് ഇടിച്ചു.

ഫർഫിച്ച്കിൻ വിളിച്ചുകൂവി "അവന്റെ താടിക്ക് ഒരിടിവേണമെ ന്നാണ് അവൻ പറയുന്നതിന്റെ രത്നച്ചുരുക്കം."

സിമോനോവ് പറഞ്ഞു "അവനെ പിടിച്ച് പുറത്താക്ക്."

സ്വർക്കോവ് ഗൗരവം വിടാതെ പറഞ്ഞു. "ആരും ഒന്നും പറയണ്ട. ഒന്നും ചെയ്യുകയും വേണ്ട. അവൻ പറഞ്ഞതിന്റെ വില എന്താണെന്ന് നാളെ ഞാൻ അവന് കാണിച്ചുകൊടുത്തുകൊള്ളാം. അതിനുള്ള കഴിവ് എനിക്കുണ്ട്."

ഞാൻ വ്യക്തമായി വിളിച്ചു പറഞ്ഞു "ഫർഫിച്ച്കിൻ നീ എനിക്ക് തരാമെന്ന് പറഞ്ഞത് നാളെതന്നെ തരണം."

ഫർഫിച്ച്കിൻ പറഞ്ഞു "നീ എന്നോട് വഴക്കിടാൻ തയാറാണെ ന്നാണോ പറയുന്നത്." എന്റെ ആരോഗ്യസ്ഥിതിവച്ച് അത്തരം ഒരു വെല്ലു വിളി നടത്തിയതുകേട്ട് എല്ലാവരും ആർത്തുചിരിച്ചു. ഫർഫിച്ച്കി ന്നിനു പോലും ചിരിക്കാതിരിക്കാൻ കഴിഞ്ഞില്ല.

ട്രുഡോ ല്യൂബോവ് പറഞ്ഞു "അവനെ ഒറ്റയ്ക്കു വിട്ടാൽമതി. അവന് കുടിച്ച് ബോധമില്ല."

സിമോനോവ് മുറുമുറുത്തു "അവനെ വിരുന്നിൽ ഉൾപ്പെടുത്തിയ തിന് എന്നോട് ക്ഷമിക്കണം."

എന്റെ ഗ്ലാസു നിറയ്ക്കുന്നതിനിടയിൽ ഞാൻ വിചാരിച്ചു. 'ഈ നിമിഷം ഒരു കുപ്പി എനിക്ക് അവർക്കിടയിലേക്ക് എറിഞ്ഞുകൊടുക്കാൻ കഴിഞ്ഞിരുന്നെങ്കിൽ നന്നായിരുന്നു. അല്ലെങ്കിൽ വേണ്ട. അവസാനംവരെ

ഞാൻ ഇവിടെതന്നെ ഇരിക്കും. ഞാൻ ഇവിടുന്ന് പോകുന്നത് നിങ്ങൾ മാന്യന്മാർക്ക് സന്തോഷമായിരിക്കും. പക്ഷേ ഞാൻ പോകില്ല. ആർക്കും എന്നെ ഇവിടെനിന്ന് പറഞ്ഞയയ്ക്കാൻ കഴിയില്ല. നിങ്ങൾക്ക് ഞാൻ ഒരു പ്രാധാന്യവും നൽകിയിട്ടില്ലെന്ന് മനസിലാക്കാൻവേണ്ടി ഇവിടെ ഇരുന്ന് അവസാനംവരെ ഞാൻ കുടിക്കും. ഇതൊരു പൊതുസ്ഥലം ആണ്. ഇവിടെ കയറാൻ ഞാൻ പണം കൊടുത്തിട്ടുമുണ്ട്. ഞാൻ ഇവിടെതന്നെയിരുന്ന് കുടിക്കും. നിങ്ങളൊക്കെതന്നെ ജീവൻ ഇല്ലാത്ത വസ്തുക്കളായി എനിക്കു തോന്നുന്നതുകൊണ്ട് ഞാൻ ഇവിടെ ഇരുന്ന് എന്റെ ഇഷ്ടത്തിനു കുടിക്കും. കുടിച്ചിട്ട് പാടണമെന്ന് തോന്നിയാൽ ഞാൻ പാടും. കാരണം എനിക്ക് പാടാനുള്ള അവകാശം ഉണ്ട്. ഞാൻ പാടും.'

പക്ഷേ ഞാൻ പാടിയില്ല. ഒരാളുടെ മുഖത്തും നോക്കാതിരിക്കാൻ വേണ്ടി വെറുതെ ഞാൻ ശ്രമിച്ചുകൊണ്ടിരുന്നു. അവരിൽ ആരെങ്കിലും എന്നോട് സംസാരം തുടങ്ങാൻവേണ്ടി ഞാൻ കാത്തിരുന്നു. പക്ഷേ അവരാരും ആ ഭാഗ്യദോഷത്തിന് മുൻകൈ എടുത്തില്ല. ആ നിമിഷത്തിൽ അവരുമായി യോജിപ്പിലെത്താൻ വേണ്ടി എന്തും നൽകാൻ ഞാൻ തയാറായിരുന്നു. എട്ടുമണി അടിച്ചു. പിന്നീട് അത് ഒൻപതായി. അവർ ഞങ്ങൾ ഇരുന്നിരുന്ന മേശ ഉപേക്ഷിച്ച് കൂടുതൽ നല്ല ഇരിപ്പിടങ്ങളിലേക്ക് മാറിയിരുന്നു. സ്വർക്കോവ് ഒരു സോഫയിൽ നീണ്ടുനിവർന്നു കിടന്നു. ഒരുകാൽ മേശപ്പുറത്ത് ഉയർത്തിവച്ചാണ് അയാൾ കിടന്നത്. വൈൻ എല്ലാ സ്ഥലത്തും എത്തുന്നുണ്ടായിരുന്നു. സ്വർക്കോവ് മൂന്നുകുപ്പി അയാളുടെ വകയായി സംഭാവന ചെയ്തിരുന്നു. ആ വൈൻ പങ്കിടാൻ അവർ എന്നെ ക്ഷണിച്ചില്ല. സോഫയ്ക്കുചുറ്റും കൂട്ടംകൂടിനിന്ന് അയാൾ പറയുന്നത് അവർ വിനയപൂർവം കേട്ടുകൊണ്ടിരുന്നു. അവർക്ക് അവനോട് മമതയുണ്ടെന്ന് അവരുടെ നിൽപ്പിൽ നിന്ന് വ്യക്തമായിരുന്നു. അവർക്ക് അവനോട് മമത തോന്നാൻ കാരണം എന്തായിരിക്കും? ഞാൻ സ്വയം അത്ഭുതപ്പെട്ടു. ഇടയ്ക്കിടയ്ക്ക് മദ്യത്തിന്റെ ലഹരിയിൽ അവനെ അവർ ആലിംഗനം ചെയ്യുന്നുണ്ടായിരുന്നു. അവർ സത്യസന്ധമായ വൈകാരികബന്ധങ്ങളെപ്പറ്റി സംസാരിച്ചു. കോല്യാരാജകുമാരന്റെ ഭാരിച്ച വരുമാനം എത്രയായിരിക്കും എന്നതും അവരുടെ സംസാരവിഷയമായി. (അവർക്കാർക്കും തന്നെ കോല്യാരാജ കുമാരനെ നേരിട്ട് പരിചയം ഇല്ലല്ലൊ). എന്തായാലും ഷേക്സ്പിയർ ഒരിക്കലും മരിക്കുന്നില്ല എന്ന തീരുമാനത്തിലായിരുന്നു അവർ സംസാരം അവസാനിപ്പിച്ചത്.

അവജ്ഞയോടെ അവരെനോക്കി ചിരിച്ചുകൊണ്ട് ഞാൻ മുറിക്കുള്ളിൽ സോഫയുടെ പിന്നിലൂടെയുള്ള നടത്തം തുടർന്നു. എല്ലാശക്തിയുമെടുത്ത് അവരില്ലെങ്കിലും എനിക്കൊരു ചുക്കുമില്ല എന്ന് സ്ഥാപിക്കാനായിരുന്നു എന്റെ ശ്രമം. അതിനായി അറിഞ്ഞുകൊണ്ട് ബൂട്ടുകൾ കൂട്ടിമുട്ടിച്ച് ഞാൻ ശബ്ദം ഉണ്ടാക്കി. എട്ടുമണി മുതൽ വേണ്ടിവന്നാൽ

പതിനൊന്നുമണിവരെ അവർക്കു മുന്നിലൂടെ ഞാൻ നടന്നുകൊണ്ടിരിക്കും. അതിനുള്ള ക്ഷമ എനിക്കുണ്ട്. 'ഞാൻ നടക്കുന്നത് എന്റെ സന്തോഷത്തിനാണ്. ഒരുത്തനും എന്നെ തടയാൻ കഴിയില്ല.' നടക്കുന്നതിനിടയിൽ ഞാൻ ചിന്തിച്ചു. ഹോട്ടലിലെ ജോലിക്കാരൻ പലതവണ മുറിയിൽ വന്നുപോയി. മുറിയുടെ പലഭാഗത്തുനിന്നും അയാൾ എന്നെ സൂക്ഷിച്ചുനോക്കുന്നുണ്ടായിരുന്നു. ചിലപ്പോഴൊക്കെ ഭ്രാന്തമായ ചിന്തകളിലേക്ക് ഞാൻ വഴുതിവീഴുന്നതായി എനിക്ക് തോന്നി. പത്തോ ഇരുപതോ നാൽപ്പതോ വർഷങ്ങൾക്കു ശേഷവും ഞാൻ വെറുപ്പോടെ ഇവിടെ ചെലവിട്ട മണിക്കൂറുകളെ എന്റെ ജീവിതത്തിലെ ഏറ്റവും വൃത്തികെട്ട ഏറ്റവും പരിഹാസ്യമായ മണിക്കൂറുകളായി ഞാൻ കണക്കാക്കും എന്ന ചിന്ത തീവ്രവേദനയോടെ എന്റെ ഹൃദയത്തിലേക്ക് തുളച്ചിറങ്ങി. ഇതിൽ കൂടുതൽ ഒരു മനുഷ്യനെ നാണം കെടുത്താൻ കഴിയില്ല എന്ന് എനിക്ക് വ്യക്തമായി അറിയാമായിരുന്നു. എന്നിട്ടും ഞാൻ ആ മുറിയിൽ ഉണ്ടായിരുന്ന സ്റ്റൗവിന്റെ അടുത്തുനിന്ന് മേശയുടെ അടുത്തേക്കും തിരിച്ചും നടന്നുകൊണ്ടിരുന്നു. എന്റെ ശത്രുക്കൾ ഇരുന്നിരുന്ന സോഫയുടെ നേർക്ക് നടന്നുചെല്ലുന്നതായി മനസിൽ സങ്കൽപ്പിച്ചുകൊണ്ട് ഞാൻ വിചാരിച്ചു. 'എനിക്ക് എന്തെല്ലാം ചിന്തിക്കാൻ കഴിയുമെന്നും ഞാൻ എന്തുമാത്രം അറിവുള്ളവനാണെന്നും നീയൊക്കെ മനസിലാക്കിയിരുന്നെങ്കിൽ എത്ര നന്നായിരുന്നു.' പക്ഷേ ഞാൻ മുറിയിൽ ഇല്ലെന്നുള്ള രീതിയിലായിരുന്നു എന്റെ ശത്രുക്കളുടെ പെരുമാറ്റം. സ്വർക്കോവ് ഷേക്സ്പിയറെപ്പറ്റി സംസാരിച്ചുതുടങ്ങിയപ്പോൾ പുച്ഛത്തോടെ ഞാൻ പൊട്ടിച്ചിരിച്ചു. അപ്പോൾ മാത്രം അവർ എന്റെ നേരെ തിരിഞ്ഞുനോക്കി. എന്റെ ചിരിയിൽ അടങ്ങിയിരുന്ന നിന്ദ മനസിലാക്കിയിട്ടാവണം രണ്ടുമിനിട്ട് നേരത്തേക്ക് അവർ സംസാരം നിർത്തി എന്നെതന്നെ ശ്രദ്ധയോടെ നോക്കിയിരുന്നു. ഞാനാകട്ടെ അവരെ ഒട്ടും ഗൗനിക്കാതെ മേശയ്ക്ക് അരുകിൽ നിന്ന് സ്റ്റൗ ഇരിക്കുന്ന ഭാഗത്തേക്കും തിരിച്ച് മേശയ്ക്ക് അരികിലേക്കും ഉള്ള എന്റെ നടത്തം തുടർന്നു. പിന്നീട് പക്ഷേ ഒന്നും സംഭവിച്ചില്ല. അവരിൽ ആരുംതന്നെ എന്നോട് സംസാരിക്കാൻ തുനിഞ്ഞില്ല. രണ്ടുമിനിട്ട് കഴിഞ്ഞപ്പോൾ വീണ്ടും അവർ എന്നെ ഗൗനിക്കാതായി. അപ്പോഴായിരുന്നു ക്ലോക്കിൽ പതിനൊന്നുമണി അടിച്ചത്.

സോഫയിൽനിന്ന് എഴുന്നേറ്റുകൊണ്ട് സ്വർക്കോവ് ഉച്ചത്തിൽ കൂവി. "മാന്യന്മാരേ, നമുക്ക് അങ്ങോട്ടുപോകാം."

അവർ പറഞ്ഞു "തീർച്ചയായും."

ഞാൻ കൃത്യമായി സ്വർക്കോവിന്റെ അടുത്തെത്തി. ഞാൻ ആകെ ക്ഷീണിച്ചുതളർന്ന അവസ്ഥയിലായിരുന്നു. വിയർപ്പിൽ കുതിർന്ന മുടിയിഴകൾ ഉണങ്ങിവരണ്ട് എന്റെ നെറ്റിയിലും കവിളിലും പറ്റിപിടിച്ച് കിടന്നിരുന്നു. ഞാൻ പറഞ്ഞു

"സ്വർക്കോവ്, ഞാൻ നിന്നോട് ക്ഷമ ചോദിക്കുന്നു."

ഫർഫിച്ച്കിൻ പകയോടെ കാറിത്തുപ്പി. അവൻ ചോദിച്ചു

"അപ്പോൾ നീ യുദ്ധത്തിനില്ല"

എന്റെ ക്ഷമനശിച്ചു. ഞാൻ പറഞ്ഞു

"ഫർഫിച്ച്കിൻ, നിനക്കു തെറ്റുപറ്റി. വഴക്കിടാൻ എനിക്ക് ഒട്ടും ഭയമില്ല. ഞാൻ അതിന് തയാറാണ്. അനുരഞ്ജനത്തിനുശേഷവും ഞാൻ അതിനു തയാറാണ്. നീ ആദ്യം വെടിവെച്ചോ. ഞാൻ ആകാശ ത്തേക്ക് വെടിവെച്ചുകൊള്ളാം.

സിമോനോവ് പറഞ്ഞു "അവൻ നല്ലപിള്ള ചമയാൻ ശ്രമിക്കുക യാണ്."

ട്രുഡോ ല്യൂബോവ് പറഞ്ഞു "അവനു വട്ടാ."

സ്വർക്കോവ് വെറുപ്പോടെ മുരണ്ടു "നീ ഞങ്ങളുടെ വഴിയിൽ കയറിനിൽക്കാതെ അൽപ്പം മാറി നിൽക്കാനുള്ള ദയ കാണിക്ക്. നിനക്ക് ഇപ്പോൾ എന്താണ് വേണ്ടത്."

എല്ലാവരുടേയും മുഖം ചുവന്നുതുടുത്തിരുന്നു. അവരുടെ കണ്ണു കൾ തിളങ്ങി. അവർ എല്ലാവരും ആവശ്യത്തിലധികം മദ്യം അകത്താ ക്കിക്കഴിഞ്ഞിരുന്നു.

ഞാൻ പറഞ്ഞു "സ്വർക്കോവ് നമുക്ക് സുഹൃത്തുക്കളായി തന്നെ കഴിയാം. പക്ഷേ ഞാൻ നിന്നെ അപമാനിച്ചുപോയി."

സ്വർക്കോവ് പറഞ്ഞു "എന്നെ അപമാനിച്ചെന്നോ? നീയോ? എന്റെ പ്രിയപ്പെട്ടവനേ ഞാനൊരു കാര്യം പറയാം. നിനക്ക് ഒരു ചുറ്റുപാടിലും എന്നെ അപമാനിക്കാൻ കഴിയില്ല."

ട്രുഡോ ല്യൂബോവ് തർക്കം അവസാനിപ്പിച്ചുകൊണ്ട് പ്രഖ്യാപിച്ചു:

"മതി മതി. നീ ഒന്നു സ്ഥലം കാലിയാക്ക്. ഞങ്ങൾ പോവുക യാണ്."

സ്വർക്കോവ് വിളിച്ചു പറഞ്ഞു "മാന്യന്മാർ എല്ലാവരും ഒരുകാര്യം ശ്രദ്ധിച്ചുകേൾക്കണം. ഇന്ന് ഒളിമ്പിയ എന്റേതു മാത്രമാണ്. അതു വിലപേശി മുൻകൂട്ടി ഉറപ്പിച്ചകാര്യമാണ്."

അവർ ചിരിച്ചുകൊണ്ട് സമ്മതിച്ചു. "ഞങ്ങൾക്ക് അതിൽ തർക്ക മില്ല."

എന്നെ അവർ അപമാനിച്ചു. അവർമാത്രം സംഘംചേർന്ന് ശബ്ദ കോലാഹലത്തോടെ പുറത്തേക്ക് ഒഴുകി. ട്രുഡോ ല്യൂബോവ് ഏതോ വൃത്തികെട്ട പാട്ട് വലിച്ചുനീട്ടി ഉച്ചത്തിൽ പാടിക്കൊണ്ടിരുന്നു. വെയിറ്റർക്ക് ടിപ്പ് കൊടുക്കാൻവേണ്ടി സിമോനോവ് അരനിമിഷം മുറിയിൽതങ്ങി. ആ സമയം നോക്കി ഞാൻ അവന്റെ അടുത്തെത്തി കടം കിട്ടുമെന്ന് പെട്ടെന്ന് എനിക്ക് പ്രതീക്ഷ ഉണ്ടായിരുന്നില്ല. ഞാൻ അവനോടു പറഞ്ഞു

"സിമോനോവ്, നീ എനിക്ക് ആറുറൂബിൾ കടം തരണം."

അത്ഭുതത്തോടെ മങ്ങിയ കണ്ണുകൾകൊണ്ട് അവൻ എന്നെ നോക്കി. അവനും നന്നായി കുടിച്ചിട്ടുണ്ടായിരുന്നു. "നീ ഞങ്ങളുടെ കൂടെ അവിടേക്ക് വരുന്നുണ്ടോ?"

"ഉണ്ട്" ഞാൻ പറഞ്ഞു.

വെറുപ്പോടെ അവൻ പല്ലിളിച്ചുകാട്ടി. പുറത്തേക്ക് നടക്കുന്നതിനിടയിൽ സിമോനോവ് പെട്ടെന്ന് പൊട്ടിത്തെറിച്ചു "എന്റെ കയ്യിൽ പണമില്ല."

ഞാൻ അവന്റെ കോട്ടിൽ കടന്നുപിടിച്ചു. ഓർക്കുമ്പോൾ ഒരു പേടിസ്വപ്നംപോലെ തോന്നുന്ന അനുഭവമായിരുന്നു അത്.

ഞാൻ പറഞ്ഞു "സിമോനോവ്, നിന്റെ കയ്യിൽ പണം ഉണ്ടെന്ന് എനിക്ക് അറിയാം. നിന്റെ കയ്യിൽ പണം ഇരിക്കുന്നത് ഞാൻ കണ്ടു കഴിഞ്ഞ കാര്യമാണ്. നീ എന്താണ് എനിക്ക് കടം തരില്ലെന്ന് പറയുന്നത്? ഞാൻ അത്രയ്ക്ക് നീചനാണോ? എനിക്ക് ഈ പണം എന്തിനാണെന്ന് നീ അറിഞ്ഞാൽ അതു തരാതിരിക്കില്ല. എന്റെ ഭാവി ആ പണവുമായി ബന്ധപ്പെട്ടാണിരിക്കുന്നത്. എന്റെ എല്ലാ പദ്ധതികളുടേയും അടിസ്ഥാനം ആ പണമാണ്." സിമോനോവ് എന്റെ നേർക്ക് പണം വലിച്ചെറിഞ്ഞെന്നു വേണമെങ്കിൽ പറയാം.

"നാണം എന്നൊന്നില്ലെങ്കിൽ ഇതുനിനക്ക് കൊണ്ടുപോകാം." അവന്റെ ശബ്ദം തികച്ചും ക്രൂരമായിരുന്നു. ഒട്ടും സമയം പാഴാക്കാതെ മറ്റുള്ളവർക്കൊപ്പം എത്താൻവേണ്ടി അവൻ ധൃതിയിൽ സ്ഥലംവിട്ടു.

അൽപ്പസമയം ഞാൻ അവിടെത്തന്നെ നിന്നു. അവിടം മൊത്തം അലങ്കോലപ്പെട്ടിരുന്നു. അങ്ങിങ്ങ് ചിതറിക്കിടക്കുന്ന എച്ചിൽ; തറയിൽ വീണുടഞ്ഞുപോയ ഒരു ഗ്ലാസ്, തൂവിപ്പോയ വീഞ്ഞുതുള്ളികൾ എരിഞ്ഞുതീരാറായ സിഗററ്റുകുറ്റികൾ, മനസിൽ ലഹരിയുടെ പുലമ്പൽ......

എല്ലാം കണ്ടും കേട്ടും സഹിച്ച വെയ്റ്റർ എന്റെ മുഖത്തേക്ക് സൂക്ഷിച്ചുനോക്കി.

ഞാൻ ആരോടെന്നില്ലാതെ വിളിച്ചുകൂവി "എനിക്ക് അവിടെ പോകണം. ഒന്നുകിൽ അവർ എന്റെ സൗഹൃദം യാചിച്ചുകൊണ്ട് എന്റെ കാലിൽ കെട്ടിപ്പിടിച്ച് തലകുനിക്കണം. അല്ലെങ്കിൽ സ്വർക്കോവിന്റെ കരണക്കുറ്റിക്കുതന്നെ എനിക്ക് ഒന്നുപൊട്ടിക്കണം."

അഞ്ച്

'നടന്നകാര്യങ്ങൾ ആലോചിച്ച് നിനക്ക് ഇപ്പോഴും ചിരിക്കാൻ കഴിയുന്നില്ലെങ്കിൽ നീ ഒരു നീചനാണ്.' എന്നെപറ്റി എന്റെ മനസിലൂടെ ഇത്തരത്തിൽ ഒരു ചിന്ത കടന്നുപോയി. ഞാൻ ധൃതിയിൽ കോവണിപ്പടികൾ ഇറങ്ങിനടന്നു. ഞാൻ വിചാരിച്ച കാര്യത്തിനുള്ള മറുപടിയായി ഞാൻ എന്നോടുതന്നെ പറഞ്ഞു: "ഇതൊക്കെ ആരു ശ്രദ്ധിക്കുന്നു. എന്തായാലും അതെല്ലാം അവസാനിച്ചു കഴിഞ്ഞു."

അവർ എവിടെയാണ് പോയതെന്ന് എനിക്ക് അറിയാം. കോവണിപ്പടികൾക്കു താഴെ ഒറ്റപ്പെട്ടുപോയ ഒരു വണ്ടിക്കാരൻ നിന്നിരുന്നു. അയാളുടെ വലിയ ഓവർകോട്ടിൽ വരണ്ട മഞ്ഞുകട്ടകൾ പറ്റിപ്പിടിച്ചിരുന്നു. ഒരുതരം ശ്വാസംമുട്ട് ഉണ്ടാക്കുന്ന ചുറ്റുപാട്. അയാളുടെ കുതിരയുടെ പുറത്തും മഞ്ഞുവീണിരുന്നു. കുതിര ചുമച്ചുകൊണ്ടിരുന്നത് എനിക്ക് വ്യക്തമായി ഓർക്കാൻ കഴിയുന്നുണ്ട്. ചക്രങ്ങളില്ലാത്ത മഞ്ഞുവണ്ടിയിലേക്ക് കാലെടുത്ത് വയ്ക്കാൻ തുടങ്ങിയപ്പോൾ സിമോനോവ് എന്റെ നേർക്ക് ആറു റൂബിൾ വലിച്ചെറിഞ്ഞതിന്റെ ഓർമയിൽ എന്റെ കാൽമുട്ടുകൾ തളർന്നു. ഒരു ചാക്കുകെട്ടുപോലെ ഞാൻ വണ്ടിക്കുള്ളിലേക്ക് കുഴഞ്ഞുവീണു.

ഞാൻ വിളിച്ചുകൂവി "എന്റെ സ്ഥാനം വീണ്ടെടുക്കുന്നതിന് ധാരാളം കാര്യങ്ങൾ ചെയ്യേണ്ടതുണ്ട്. പക്ഷേ എനിക്ക് അത് വീണ്ടെടുത്തേ പറ്റൂ. അല്ലെങ്കിൽ ഈ രാത്രിയിൽ തന്നെ ഞാൻ മരിക്കണം. വണ്ടിപോട്ടെ."

ഞങ്ങൾ ചലിച്ചുതുടങ്ങി. എന്റെ തലയ്ക്കുള്ളിൽ ഒരു ചുഴലി രൂപം കൊണ്ടുകഴിഞ്ഞിരുന്നു.

"എന്റെ സൗഹൃദത്തിനു വേണ്ടി അവർ മുട്ടുകുത്തില്ല. എന്റെ മുന്നിൽ മുട്ടുകുത്തും എന്നത് വെറും മരീചികയാണ്. അതുകൊണ്ടാണ് എനിക്ക് സ്വർക്കോവിന്റെ മുഖത്ത് അടിക്കേണ്ടിവരുന്നത്. അത് എന്റെ കടമയാണ്. അപ്പോൾ എന്താണു സംഭവിക്കാൻ പോകുന്നതെന്ന കാര്യത്തിൽ തീരുമാനമായി. വണ്ടി പെട്ടെന്നു പോകട്ടെ. അവന്റെ മുഖത്ത് അടികൊടുക്കാൻ സമയമായി." കടിഞ്ഞാണിന്റെ ചലനത്തിനൊപ്പിച്ച് വണ്ടി കുലുങ്ങിക്കൊണ്ടിരുന്നു.

'ഞാൻ ചെല്ലുന്നവഴി അവന് അത് കൊടുക്കും. അടിക്കുന്നതിനു മുൻപ് ഞാൻ എന്തെങ്കിലും സംസാരിക്കണോ? കൃത്യത്തിനുള്ള മുഖവുരപോലെ വേണ്ട. വെറുതെ അവന്റെ അടുത്തേക്ക് നടന്നുചെന്ന് അടിക്കുന്നതാണ് നല്ലത്. സ്വർക്കോവൊഴികെ മറ്റെല്ലാവരും ആ വലിയ സ്വീകരണമുറിയിൽ ഇരിക്കുന്നുണ്ടാവും. അവൻ ഒളിമ്പിയായോടൊപ്പം സോഫയിൽ ആയിരിക്കും. എന്റെ മുഖം കണ്ടാൽ ചിരിക്കാൻ തോന്നുമെന്ന് പറഞ്ഞ് ഒരിക്കൽ അവൾ എനിക്ക് അനുവാദം തന്നില്ല. വൃത്തികെട്ടവൾ. ഞാൻ ഒളിമ്പിയായുടെ മുടിക്കു കുത്തിപ്പിടിച്ച് അവളെ വലിച്ചു തറയിൽ ഇടും. സ്വർക്കോവിന്റെ രണ്ടുചെവിയിലും കൈ തിരുമ്മിക്കൊണ്ട് ഞാൻ അവനെ മേലോട്ട് ഉയർത്തും. അതുവേണ്ട ഒരു ചെവിമതി. ഒറ്റച്ചെവിയിൽ പിടിച്ച് ഞാൻ അവനെകൊണ്ട് മുറിയിൽ അങ്ങോട്ടും ഇങ്ങോട്ടും കവാത്തുനടത്തിക്കും. ഒരുപക്ഷേ അപ്പോൾ അവരെല്ലാംകൂടി എന്റെ പുറത്തുകയറാൻ സാധ്യതയുണ്ട്. ഒരുപക്ഷേയല്ല. തീർച്ചയായും അവർ എന്റെ പുറത്തുകയറും. അവൻ അങ്ങനെ ചെയ്താലും ആദ്യത്തെ അടി ഞാൻ കൊടുത്തിരിക്കും. തുടക്കം എന്തായാലും എന്റെ ഭാഗത്തു നിന്നായിരിക്കും. അടിപിടിയുടെ നിയമപ്രകാരം ബഹുമാനം ലഭിക്കേണ്ടത്

അടിതുടങ്ങുന്നവനാണ്. എത്രതവണ മുഖം കഴുകിയാലും അവന്റെ മുഖത്തുനിന്ന് എന്റെ അടിയുടെ പാട് മാഞ്ഞുപോവില്ല. അതിന് പിന്നീട് ഒരു പ്രതിവിധിയേയുള്ളൂ. പരസ്പരം പോരാടുക. അവൻ എന്നോട് നേരിട്ട് എതിർത്തു നിൽക്കണം. അവരെല്ലാവരും ചേർന്ന് എന്നെ അടിക്കട്ടെ. ട്രുഡോ ല്യൂബോവിന്റെ അടിക്ക് നല്ല ശക്തിയായിരിക്കും. അവന് നല്ല ആരോഗ്യമുണ്ട്. ഫർഫിച്ച്കിൻ മിക്കവാറും എന്റെ മുടിയിൽ തൂങ്ങിക്കിടന്നുകൊള്ളും. അവർക്കു കഴിയുന്നതൊക്കെ അവർ ചെയ്യട്ടെ. അതിനാണല്ലോ ഞാൻ അവിടെ പോകുന്നത്. എന്നെ വലിച്ചിഴച്ച് പുറത്തുകളയാൻവേണ്ടി വാതിലിലേക്ക് കൊണ്ടുവരുമ്പോൾ അവരുടെ അവിഞ്ഞ തലച്ചോറിന് എല്ലാ കാര്യങ്ങളും പിടികിട്ടും. അവർ എന്നെ വാതിലിലേക്ക് വലിച്ചിഴച്ച് കൊണ്ടുവരുമ്പോൾ എന്റെ കുഞ്ഞുവിരലിന്റെ വില അവർക്കില്ലെന്ന് ഞാൻ വിളിച്ചുകൂവും. പെട്ടെന്ന് വണ്ടിക്കാരൻ കേൾക്കാൻ വേണ്ടി ഞാൻ വിളിച്ചുകൂവി "വണ്ടി ഒന്ന് വേഗം ഓടിക്ക്" വണ്ടിക്കാരൻ ഞെട്ടി ഉണർന്ന് ചാട്ട ആഞ്ഞുവീശി. ഞാൻ വിളിച്ചുകൂവി യത് വളരെ ഉച്ചത്തിൽ ആയിരുന്നിരിക്കണം.

നമുക്ക് പുലർച്ചെതന്നെ പരസ്പരം നേരിട്ടുനോക്കാം. അതു തീരുമാനിച്ചു കഴിഞ്ഞിരിക്കുന്നു. പക്ഷേ പിസ്റ്റൾ എവിടെനിന്ന് കിട്ടും? അതൊരു പ്രശ്നമാണ്. സാരമില്ല. ശമ്പളം മുൻകൂർ വാങ്ങി ഒരു പിസ്റ്റൾ വാങ്ങാം. ബുള്ളറ്റും പൊടിയും എവിടെനിന്ന് കിട്ടും. എനിക്ക് പരിചയം ഉള്ളവർ ആരും തന്നെ ഇല്ല. അതെല്ലാം സംഘടിപ്പിക്കേണ്ടത് എന്റെ സഹായിയുടെ ജോലിയല്ലേ? പക്ഷേ നേരം വെളുക്കുന്നതിനുമുൻപ് ഇതിനൊക്കെ സമയം എവിടെ? ഒരു സഹായിയെ ഞാൻ എവിടെനിന്ന് കണ്ടുപിടിക്കും? ആദ്യം ഞാൻ കണ്ടുമുട്ടുന്ന വഴിയാത്രക്കാരൻ വെള്ളത്തിൽ മുങ്ങിത്താഴാൻ പോകുന്നവനെ പിടിച്ചു കയറ്റുന്ന ഭാവത്തിൽ എന്നെ സഹായിക്കാമെന്ന് സമ്മതിക്കും. എന്റെ വകുപ്പു മേധാവിയോട് ചോദിച്ചിരുന്നെങ്കിൽ അയാൾപോലും ദാക്ഷിണ്യം വിചാരിച്ച് എന്നെ സഹായിക്കാമെന്ന് സമ്മതിക്കുമായിരുന്നു –ആന്റൺ ആന്റനോവിച്ച്..........'

ആ നിമിഷത്തിൽ എന്റെ കണക്കുകൂട്ടലുകളുടെ മണ്ടത്തരം ഈ വലിയ ലോകത്ത് മറ്റാരെക്കാളും എനിക്ക് കൂടുതൽ വ്യക്തമായിക്കൊണ്ടിരുന്നു. പക്ഷേ.....

"വണ്ടി ഒന്ന് വേഗം ഓടിക്ക് വണ്ടിക്കാരാ......"

"ശരിസാർ" വണ്ടിക്കാരൻ മുരണ്ടു.

പെട്ടെന്ന് തണുപ്പ് എന്നെ പിടികൂടി.

'ഞാൻ ഇപ്പോൾ വീട്ടിൽ പോകുന്നതല്ലേ എന്തുകൊണ്ടും നല്ലത്. ഇന്നലെ അത്താഴവിരുന്നിന് ഞാൻ സ്വയം എന്നെ ക്ഷണിപ്പിച്ചത് എന്തിനായിരുന്നു? സ്റ്റൗവിനും മേശയ്ക്കും ഇടയിലായി ഞാൻ നടന്നുതീർത്ത മൂന്നുമണിക്കൂറുകൾക്കു പകരംവീട്ടാൻ അവരോട് ഞാൻ എന്താണ് ചെയ്യേണ്ടത്? തീർച്ചയായും ആ ഉല്ലാസസവാരിക്ക് അവർ മറുപടി

പറയണം. അതിന് മറുപടിതരാൻ അവർക്കല്ലാതെ മറ്റാർക്കും കഴിയില്ല. ആ അപമാനം അവർതന്നെ തുടച്ചുമാറ്റണം.' "പെട്ടെന്നു വണ്ടിവിട്."

'അവർ എന്നെ പോലീസിനെക്കൊണ്ട് പിടിപ്പിക്കാൻ ഇടയുണ്ടോ? ഏയ് ഒരിക്കലുമില്ല. അവർക്ക് അപവാദങ്ങൾ പേടിയാണ്. സ്വർക്കോവ് എന്നെ നേരിടാൻ തയാറായില്ലെങ്കിൽ എന്തുചെയ്യും? അങ്ങനെ സംഭവിക്കാനും സാധ്യതയുണ്ട്. പക്ഷേ അങ്ങനെയാണെങ്കിൽ ഞാൻ അവർക്ക് ചിലത് കാണിച്ചുകൊടുക്കും. അവന് നിയമനം കിട്ടിയിട്ടുള്ള സ്ഥലത്ത് നാളെ ഞാൻ പാഞ്ഞെത്തും. വണ്ടിയിൽ കയറാൻ തുടങ്ങു മ്പോൾ കാലിൽ പിടിച്ചുവലിച്ചുകൊണ്ടുവന്ന് അവന്റെ കോട്ടു ഞാൻ ഊരിയെടുക്കും. എന്റെ പല്ലുകൾ അവന്റെ കയ്യിൽ ഉറച്ചുപോകുന്നതു വരെ അവനെ ഞാൻ കടിക്കും. ആശ നശിച്ച ഒരു മനുഷ്യൻ ഏതറ്റംവരെ പോകുമെന്ന് എല്ലാവരും ശ്രദ്ധിക്കണം. അവൻ എന്റെ തലയിൽ അടിക്കട്ടെ. ബാക്കിയുള്ളവർ എന്നെ പിന്നിൽനിന്ന് ആക്രമിക്കട്ടെ. ഞാൻ അവിടെയുള്ള എല്ലാവരോടുമായി വിളിച്ചുപറയും "സിർക്കോഷ്യയിലെ സുന്ദരികളെ വശത്താക്കാൻ പോകുന്ന ഈ പട്ടിക്കുട്ടിയുടെ മുഖത്ത് എന്റെ തുപ്പൽ ഇരിക്കുന്നത് നിങ്ങൾ കാണുന്നുണ്ടോ? ഞാൻ പിടികൂടപ്പെട്ടെന്നുവരാം. വിചാരണയ്ക്കുശേഷം എന്നെ ജോലിയിൽനിന്ന് പിരിച്ചുവിട്ടെന്നുവരാം. എന്നെ അവർ ജയിലിൽ അടയ്ക്കുകയോ സൈബീരിയയിലേക്ക് നാടുകടത്തുകയോ ചെയ്യാനും ഇടയുണ്ട്. അതൊന്നും കാര്യമാക്കേണ്ടതില്ല. പതിനഞ്ചുവർഷങ്ങൾക്കകം ഞാൻ ജയിൽ മോചിതനാകുമ്പോൾ അഗതിയായി മാറിക്കഴിഞ്ഞ ഞാൻ കീറത്തുണിയും ഉടുത്ത് അവനെത്തന്നെ തെരഞ്ഞുനടക്കും. ഏതെങ്കിലും പ്രവശ്യയുടെ തലസ്ഥാനത്ത് ഞാൻ അവനെ കണ്ടെത്തും അവൻ അപ്പോൾ വിവാഹിതനായിരിക്കും. സന്തോഷമായി ജീവിക്കുന്ന അവന് അപ്പോൾ മുതിർന്ന ഒരു മകളും ഉണ്ടായിരിക്കും. ഞാൻ അവനോടു പറയും "നീ എന്റെ കീറത്തുണികളും മാറാപ്പും കണ്ടോ. എനിക്ക് എല്ലാം നഷ്ടപ്പെട്ടു. എന്റെ ജോലി, എന്റെ സന്തോഷം, എന്റെ കല, എന്റെ ശാസ്ത്രം, ഞാൻ സ്നേഹിച്ച സ്ത്രീ അങ്ങനെ എല്ലാം എനിക്കു നഷ്ടമായി. നീ കാരണമാണ് എനിക്ക് ഇതെല്ലാം നഷ്ടമായത്. ഞാൻ ഇപ്പോൾ വന്നത് നിന്നെ വെടിവച്ചുകൊല്ലാൻ ആണ്...... പക്ഷേ നിനക്ക് മാപ്പുതരുന്നു.' പിന്നീട് ഞാൻ അന്തരീക്ഷത്തിലേക്ക് വെടി ഉതിർക്കും.

ഞാൻ കരച്ചിലിന്റെ വക്കത്ത് എത്തിയിരുന്നു. എന്റെ ചിന്തകൾക്കു കാരണം മദ്യം അണിയിച്ച മുഖാവരണമാണെന്ന് എനിക്ക് അറിയാമായിരുന്നു. എനിക്ക് വല്ലാത്ത നാണക്കേടുതോന്നി. ഞാൻ വണ്ടി നിർത്തി അതിൽനിന്ന് ചാടി ഇറങ്ങി റോഡുമൂടിക്കിടന്നിരുന്ന മഞ്ഞിനുമുകളിൽ നിലയുറപ്പിച്ചു. വണ്ടിക്കാരൻ എന്നെ നോക്കി അത്ഭുതത്തോടെ നെടുവീർപ്പിട്ടു.

ഞാൻ എന്തുചെയ്യണം? എനിക്ക് അവിടെ പോകാൻ കഴിയില്ല. അവിടെ പോകുന്നതിൽ എന്ത് അർഥമാണ് ഉള്ളത്? എനിക്ക് ഇവിടെവച്ച്

ഇതെല്ലാം നിർത്തിപ്പോകാനും കഴിയുന്നില്ല. എന്റെ ദൈവമേ! ഇത്രയും അപമാനം സഹിച്ചതിനുശേഷം ഞാൻ എങ്ങനെ അവിടെ പോകാതിരിക്കും? പറ്റില്ല. വണ്ടിക്കുള്ളിലേക്ക് ചാടിവീണുകൊണ്ട് ഞാൻ അലറി.

"ഇതെല്ലാം മുൻകൂട്ടി തീരുമാനിച്ചിട്ടുള്ള കാര്യങ്ങളാണ്. എന്റെ വിധിയാണിത്. വണ്ടിവിട്. വണ്ടി അവിടേക്കുതന്നെ പോകട്ടെ." അക്ഷമയോടെ ഞാൻ വണ്ടിക്കാരന്റെ കഴുത്തിൽ തൊട്ടുവിളിച്ചു.

"എന്തിനാണ് എന്റെ പുറത്ത് നിങ്ങൾ ഇടിക്കുന്നത്?" വണ്ടിക്കാരൻ ഉറക്കെ പറഞ്ഞു. വണ്ടിവലിക്കാൻ കഷ്ടപ്പെടുന്ന കുതിരയുടെ പുറത്ത് അപ്പോൾതന്നെ ചാട്ടവീണു.

നനഞ്ഞപാളികളായി മഞ്ഞു വീണുകൊണ്ടിരുന്നു. മഞ്ഞുവീഴ്ച ഞാൻ ശ്രദ്ധിച്ചില്ല. ബട്ടൺ ഇടാതെ കോട്ട് ഞാൻ തുറന്നിട്ടിരിക്കയായിരുന്നു. അടികൊടുക്കാനുള്ള ഉറച്ചതീരുമാനം എടുത്തതിനുശേഷം എല്ലാ കാര്യങ്ങളും ഞാൻ മറന്നുപോയിരുന്നു. ലോകത്തെ ഒരു ശക്തിക്കും എന്നെ തടയാൻ കഴിയില്ലെന്ന തോന്നലിലായിരുന്നു ഞാൻ. മൂടൽ മഞ്ഞിൽ മുങ്ങിപ്പോയ തെരുവുവിളക്കുകൾ അന്ത്യയാത്രയുടെ ദീപങ്ങൾ പോലെ തോന്നി. എന്റെ വസ്ത്രങ്ങൾക്കുള്ളിൽ മഞ്ഞ് കട്ടപിടിച്ച് അലിഞ്ഞുതുടങ്ങി. ഞാൻ അതുപോലും ശ്രദ്ധിച്ചിട്ടില്ല. ഒടുവിൽ ഞങ്ങൾ അവിടെ എത്തിച്ചേർന്നു. എന്താണു ചെയ്യുന്നതെന്ന് അറിയാതെ വണ്ടിയിൽ നിന്ന് ഞാൻ ചാടി ഇറങ്ങി. പടികൾ ഞാൻ ഓടിക്കയറി. വാതിലിൽ കയ്യുംകാലുംകൊണ്ട് ഞാൻ തട്ടിവിളിച്ചു. എന്റെ കാൽമുട്ടുകൾ കഴയ്ക്കുന്നുണ്ടായിരുന്നു. എന്റെ വരവ് നേരത്തേ അറിഞ്ഞിരുന്നു എന്നു തോന്നുംപോലെ ആരോ പെട്ടെന്നുതന്നെ കതകുതുറന്നു. (അവിടെ മുൻകൂട്ടി വിവരം ധരിപ്പിക്കണ്ടേ സ്ഥലമായതുകൊണ്ട് സിമോനോവ് ഒരാൾ കൂടി വരാനുണ്ടെന്ന് പറഞ്ഞിട്ടുണ്ടാവും. പണ്ടെന്നോ പോലീസ് നശിപ്പിച്ചുകളഞ്ഞ ഒരു ഫാഷൻകടയായിരുന്നു അത്. ഇന്നും പകൽ സമയത്ത് അതൊരു സാധാരണ കടതന്നെയാണ്. എന്നാൽ രാത്രിയിൽ വേണ്ടത്ര പിടിപാടുള്ള സന്ദർശകരെ അവർ സ്വീകരിക്കാറുണ്ട്). ഞാൻ ഇരുട്ടിലൂടെ നടന്ന് ഒരു വലിയ മുറിയിൽ എത്തി. അവിടെ ഒരു മെഴുകുതിരി കത്തുന്നുണ്ടായിരുന്നു. എനിക്ക് അത്ഭുതം തോന്നി. ആ മുറിയിൽ ആരും ഉണ്ടായിരുന്നില്ല.

ഞാൻ ചോദിച്ചു "അവർ എവിടെ?"

തീർച്ചയായും അവർ തിരിച്ചുപോയിട്ടുണ്ടാവണം.

വീടിന്റെ ഉടമസ്ഥ ഒരു വിഡ്ഢിച്ചിരിയമായി എന്റെ മുന്നിൽ വന്നു നിന്നു. അവർക്ക് എന്നെ ചെറിയ പരിചയം ഉണ്ട്. അൽപ്പസമയം കഴിഞ്ഞ് ഒരു കതകുതുറന്ന് മറ്റൊരാൾകൂടി അവിടേക്ക് കടന്നുവന്നു.

ഒന്നും ശ്രദ്ധിക്കാതെ ഞാൻ മുറിക്കുള്ളിൽ നടന്നുകൊണ്ടിരുന്നു. എന്റെ ഓർമ ശരിയാണെങ്കിൽ ഞാൻ ഉറക്കെ സംസാരിച്ചിരുന്നു. മരണത്തിൽ നിന്ന് രക്ഷപ്പെട്ടതിന്റെ സന്തോഷം ഞാൻ അനുഭവിക്കുന്ന

തായി തോന്നി. തീർച്ചയായും ഞാൻ അടികൊടുക്കുമായിരുന്നു. പക്ഷേ ഇപ്പോൾ അവരാരുംതന്നെ ഇവിടെ ഇല്ല. കാര്യങ്ങൾക്കെല്ലാം വ്യത്യാസം വന്നിരിക്കുന്നു. ഞാൻ ചുറ്റിലും നോക്കി. എന്താണ് സംഭവിച്ചിരിക്കുന്ന തെന്ന് അപ്പോഴും എനിക്ക് വ്യക്തമായിരുന്നില്ല. കതകുതുറന്ന് അവി ടേക്കുകടന്നു വന്നത് ഒരു പെൺകുട്ടി ആയിരുന്നു. ഞാൻ അവളെ കണ്ടു. അവൾക്ക് ഇരുണ്ടപുരികങ്ങൾ ഉണ്ടായിരുന്നു. പുതുമയുള്ള യുവത്വം തുളുമ്പുന്ന അവളുടെ മുഖം പക്ഷേ വിളറിയിരുന്നു. എന്തോ അത്ഭുതം കാണുന്നതുപോലെയായിരുന്നു അവളുടെ നോട്ടം. ഒരുപക്ഷേ അവൾ ചിരിച്ചിരുന്നെങ്കിൽ എനിക്ക് അവളോട് വെറുപ്പ് തോന്നുമായി രുന്നു. ഞാൻ അവളെ കൂടുതൽ ശ്രദ്ധയോടെ നോക്കാൻ തുടങ്ങി. അവളുടെ മുഖത്ത് നിഷ്കളങ്കമായ അനുകമ്പ സ്ഫുരിക്കുന്നുണ്ടായി രുന്നു. എന്നാൽ അതോടൊപ്പം അവളുടെ മുഖത്തുകണ്ട പക്വത വളരെ വിചിത്രമായി തോന്നി. അവളുടെ അങ്ങനെയുള്ള ഒരുമുഖഭാവം ഇതുപോലെയുള്ള ഒരുസ്ഥലത്ത് ഗുണം ചെയ്യില്ല. ആ വിഡ്ഢികളിൽ ആരുംതന്നെ അവളെ ശ്രദ്ധിച്ചിട്ടുണ്ടാവില്ലെന്നും എനിക്ക് ഉറപ്പുണ്ടായിരു ന്നു. അവൾക്ക് നല്ല പൊക്കവും ആകർഷകമായ ശരീരവടിവുകളും ഉണ്ടായിരുന്നെങ്കിലും സുന്ദരി എന്നു വിളിക്കാൻ ബുദ്ധിമുട്ടായിരുന്നു. വളരെ ലളിതമായ വസ്ത്രങ്ങളായിരുന്നു അവൾ ധരിച്ചിരുന്നത്. വളരെ മോശമായ ചിന്തകൾ എന്നെ പീഡിപ്പിക്കാൻ തുടങ്ങി. ഞാൻ നേരെ അവളുടെ അടുത്തേക്ക് ചെന്നു.

പെട്ടെന്ന് ഞാൻ എന്റെ രൂപം ഒരു കണ്ണാടിയിൽ കണ്ടു. അസ്വസ്ഥ മായ എന്റെ മുഖം അറപ്പുളവാക്കുന്നതായി തോന്നി. വിളറിയ മുഖത്ത് മുടിചിതറിക്കിടന്നിരുന്നു. ഞാൻ വിചാരിച്ചു 'അതെല്ലാം അങ്ങനെതന്നെ കിടക്കട്ടെ. അവൾക്ക് എന്നോട് അറപ്പുതോന്നുന്നുണ്ടെ ങ്കിൽ ഞാൻ സന്തുഷ്ടനാണ്. ഞാൻ അത് ഇഷ്ടപ്പെടുന്നു.'

ആറ്

ക്ലോക്കിനെ ആരോ പിടിച്ചു ഞെരുക്കുന്നതുപോലെ ഭിത്തിയുടെ മറുവശത്തുനിന്ന് അതിന്റെ ഞരക്കം കേൾക്കുന്നുണ്ടായിരുന്നു. അസാധാ രണ ദൈർഘ്യമുള്ള ഒരു ഞരക്കത്തിനുശേഷം ആരോചകമായ രണ്ടു മണിമുഴക്കങ്ങൾ കേട്ടു. ഞാൻ എഴുന്നേറ്റു. ഞാൻ ഉറങ്ങുകയായിരുന്നില്ല. പകുതിമയക്കത്തിൽ വെറുതെ കിടക്കുകയായിരുന്നു.

ആ മുറിയുടെ മച്ചിന് തീരെ ഉയരം ഉണ്ടായിരുന്നില്ല. മുറിക്കുള്ളിൽ വളരെ വലിയ ഒരു അലമാര ഉണ്ടായിരുന്നു. കൂടാതെ തുണികൾ ചിന്നിച്ചിതറിയാണ് കിടന്നിരുന്നത്. ഉള്ള ചപ്പും ചവറും എല്ലാം അതി നുള്ളിൽ തന്നെ കുന്നുകൂടി കിടന്നു. നിന്നുതിരിയാൻ സ്ഥലമില്ലാത്ത അവസ്ഥ. മുറിക്കുള്ളിൽ ഏതാണ്ട് ഇരുട്ടാണെന്നുതന്നെ പറയാം. മുറി

യുടെ മൂലയിൽ കിടന്നിരുന്ന മേശപ്പുറത്ത് ഒരു മെഴുകുതിരി കത്തിത്തീരാറായിരുന്നു. എപ്പോഴെന്നില്ലാതെ ഇടവിട്ട് അതു മിന്നിക്കൊണ്ടിരിക്കുന്നു. കുറച്ചുനിമിഷങ്ങൾക്കകം മുറിക്കുള്ളിൽ ഇരുട്ട് പൂർണമാകും.

ഉറക്കത്തിൽനിന്ന് ഉണരാൻ ഞാൻ അധികം സമയം എടുത്തില്ല. പെട്ടെന്നുതന്നെ എന്റെ ഓർമയിൽ എല്ലാ കാര്യങ്ങളും തിരിച്ചെത്തി. എനിക്കുവേണ്ടി കാത്തിരുന്നതുപോലെ ഒരു ബുദ്ധിമുട്ടുംകൂടാതെയാണ് അവ തിരിച്ചെത്തിയത്. അവിടെക്കിടന്ന് മയങ്ങുന്ന സമയത്തും എന്റെ മനസിലെ ലക്ഷ്യം ഞാൻ മറന്നിരുന്നില്ല. അതിനുചുറ്റുമായി എന്റെ മയക്കം ബാധിച്ച കൽപ്പനകൾ ചുറ്റിത്തിരിയുകയായിരുന്നു. അന്നു നടന്നതെല്ലാം ഉണർന്നപ്പോൾ വളരെക്കാലം മുൻപ് നടന്നതായി തോന്നി. കഴിഞ്ഞകാലത്തെന്നോ ഞാൻ അനുഭവിച്ച കാര്യങ്ങളായി അവ മാറിയത് സത്യത്തിൽ വിചിത്രമായ അനുഭവമായിരുന്നു.

എന്റെ തല പുകയുന്നതുപോലെ തോന്നി. തലയ്ക്കുമുകളിൽ എന്നെ ശല്യപ്പെടുത്തിക്കൊണ്ട് എന്തോ വട്ടമിട്ട് പറക്കുന്നതുപോലെ. പുറത്തു കടക്കാനുള്ള വഴി അന്വേഷിച്ച് എന്റെ മനസിനുള്ളിൽ കോപവും വിഷമവും തിളച്ചുമറിയുന്നുണ്ടായിരുന്നു. പെട്ടെന്ന് രണ്ടു കണ്ണുകൾ ജിജ്ഞാസയോടെ എന്നെ നോക്കുന്നത് ഞാൻ കണ്ടു. വളരെ വ്യത്യസ്തമായ ആ നോട്ടത്തിൽ അശ്രദ്ധ നിഴലിച്ചിരുന്നു. എനിക്ക് ആ നോട്ടം അസഹ്യമായി തോന്നി. എന്റെ മനസിൽ ഉയർന്നുവന്ന വെറുപ്പ് ഒരു പഴയനിലവറയ്ക്കുള്ളിലേക്ക് ഈർപ്പം പടരുന്നതുപോലെ എന്റെ ശരീരത്തിലൂടെ ഒഴുകിയിറങ്ങി. തികച്ചും അസാധാരണമായ ഒരു അനുഭവമായിരുന്നു അത്. ആ സമയത്താണ് അവൾ എന്നെ ശ്രദ്ധിക്കാനുള്ള തീരുമാനം എടുത്തത്. കഴിഞ്ഞ രണ്ടു മണിക്കൂറായി ഞാൻ അവളോട് ഒന്നും സംസാരിച്ചിട്ടില്ലെന്നും എനിക്ക് അവളോട് സംസാരിക്കണമെന്ന് തോന്നിയിരുന്നില്ലെന്നും ഞാൻ ഓർത്തു. അൽപ്പസമയം മുൻപായിരുന്നെങ്കിൽ അവളോട് സംസാരിക്കുവാൻ സത്യത്തിൽ എനിക്ക് സന്തോഷം തോന്നുമായിരുന്നു. പക്ഷേ ഇപ്പോൾ അറപ്പുണ്ടാക്കുന്ന ഒരു എട്ടുകാലിയെപ്പോലെ കാമം എന്റെ ഉള്ളിൽ അരിച്ചുകയറാൻ തുടങ്ങി. ഞങ്ങൾ പരസ്പരം കണ്ണെടുക്കാതെ വളരെ സമയം അവിടെ കിടന്നു. ഒരിക്കൽപോലും അവൾ കണ്ണുകൾ താഴ്ത്തിയില്ല. അവളുടെ മുഖഭാവത്തിലും മാറ്റങ്ങൾ ഉണ്ടായില്ല. ഒടുവിൽ ഭയം എന്നെ കീഴടക്കുന്നതായി തോന്നി. എത്രയും പെട്ടെന്ന് ആ തോന്നലിൽനിന്ന് രക്ഷപ്പെടാനായി ഞാൻ ചോദിച്ചു.

"എന്താണ് നിന്റെ പേര്?"

ഒട്ടുംതന്നെ സൗഹൃദം സ്ഫുരിക്കാത്ത ശബ്ദത്തിൽ മുഖത്തു നോക്കാതെ ഒരു രഹസ്യം പറയുന്നതുപോലെ അവൾ പറഞ്ഞു

"ലിസ"

പിന്നീട് കുറച്ചുസമയം ഞാൻ ഒന്നും സംസാരിച്ചില്ല. തലയ്ക്കു പിന്നിൽ കൈകൾ പിണച്ചുവച്ച് മച്ചിലേക്കു നോക്കി കിടന്നുകൊണ്ട്

ആത്മഗതംപോലെ ഞാൻ പറഞ്ഞു: "ഇന്നത്തെ ഒരു കാലാവസ്ഥ...... എന്തൊരു മഞ്ഞാണ്....... ശല്യം....."

എനിക്ക് ബോറടിക്കുന്നുണ്ടായിരുന്നു.

അവൾ മറുപടി പറഞ്ഞില്ല. ഒരു നിമിഷം കഴിഞ്ഞ് അവളുടെ മുഖത്തുനോക്കി കോപത്തോടെ ഞാൻ ചോദിച്ചു "നീ സെന്റ് പീറ്റേഴ്സ് ബർഗിൽ നിന്നാണോ?"

"അല്ല."

"പിന്നെ എവിടെനിന്നാണ്?"

താൽപ്പര്യം പ്രകടിപ്പിക്കാതെ അവൾ മറുപടി പറഞ്ഞു. "റിഗ"

"നീ ജർമൻകാരിയാണോ?"

"അല്ല. റഷ്യാക്കാരിയാണ്."

"ഇവിടെ വന്നിട്ട് വളരെക്കാലമായോ?"

"എവിടെ?"

"ഈ വീട്ടിൽ"

"രണ്ടാഴ്ചയായി" അവൾ ഇപ്പോൾ പെട്ടെന്ന് മറുപടി പറഞ്ഞു തുടങ്ങിയിരുന്നു. മെഴുകുതിരി അണഞ്ഞു. അവളുടെ മുഖം എനിക്ക് ഇപ്പോൾ കാണാൻ കഴിയുന്നുണ്ടായിരുന്നില്ല.

"നിന്റെ അച്ഛനും അമ്മയും ജീവിച്ചിരിപ്പുണ്ടോ?"

"ഉണ്ട്.... ഇല്ല..... ഉണ്ട്. അവർ ജീവിച്ചിരിപ്പുണ്ട്."

"അവർ എവിടെയാണ്?"

"അവിടെത്തന്നെ, റിഗയിൽ."

"അവർ എന്താണ്?"

"മനുഷ്യർ"

"നീ എന്താണ് ഉദ്ദേശിക്കുന്നത്? അവർ ആരാണ്? എന്തുചെയ്യുന്നു?"

"കട നടത്തുന്നു."

"അവരോടൊപ്പമായിരുന്നോ നീ ജീവിച്ചിരുന്നത്?"

"അതെ."

"നിനക്ക് എത്ര വയസുണ്ട്?"

"ഇരുപത്."

"നീ എന്താണ് അവരെ ഉപേക്ഷിച്ചുപോന്നത്?"

"അതിന്റെ കാരണം............"

'അതിന്റെ കാരണംകൊണ്ട് അവൾ ഉദ്ദേശിച്ചത്–നിങ്ങളുടെ ചോദ്യങ്ങൾ കേട്ട് ഞാൻ മടുത്തിരിക്കുന്നു. ഒന്നു ശല്യപ്പെടുത്താതെ പോകാമോ' എന്നായിരുന്നു.

എന്നിട്ടും ഞാൻ പോകാതിരുന്നതിന്റെ കാരണം ദൈവത്തിനു മാത്രം അറിയാം. എന്റെ വെറുപ്പും വിഷാദവും കൂടിക്കൊണ്ടിരുന്നു. അന്നത്തെ സംഭവങ്ങൾ എന്റെ അനുവാദം ഇല്ലാതെതന്നെ മനസിൽ കടന്ന് കുഴഞ്ഞുമറിഞ്ഞ അവസ്ഥയിൽ കുന്നുകൂടിക്കിടന്നു. രാവിലെ ഓഫീ

സിൽ പോകുമ്പോൾ വഴിയിൽ കണ്ട ഒരു സംഭവം പെട്ടെന്ന് എനിക്ക് ഓർമവന്നു.

ഞാൻ ഉറക്കെ പറഞ്ഞുതുടങ്ങി. എനിക്ക് സംസാരം തുടങ്ങാനുള്ള ഒരു ഉദ്ദേശ്യവും ഉണ്ടായിരുന്നില്ല. ഞാൻ അറിയാതെതന്നെ സംസാരിച്ചു തുടങ്ങുകയായിരുന്നു.

"ഇന്നുരാവിലെ ചന്തയിൽവച്ച് ഞാനൊരു കാഴ്ചകണ്ടു. ചുമട്ടുകാരുടെ കയ്യിൽനിന്ന് ഒരു ശവപ്പെട്ടി താഴെ വീഴാൻപോയി."

"ചന്തയിൽ ശവപ്പെട്ടി എവിടെ നിന്നുകൊണ്ടുവന്നതാണ്?"

"ചന്തയിലെ ഏതോ കുടുസുമുറിയിൽ നിന്ന് കൊണ്ടുവന്നതാണ്."

"കുടുസുമുറിയിൽ നിന്നോ?"

"നിനക്ക് അറിയില്ലേ? മൊട്ടത്തോടും പൊടീം ദുർഗന്ധവുമുള്ള താഴ്ചയിലുള്ള വൃത്തികെട്ട വീടുകൾ."

അൽപ്പനേരത്തെ നിശ്ശബ്ദതയ്ക്കുശേഷം ഞാൻ വീണ്ടും സംസാരം തുടങ്ങി. "ഇന്ന് ശവമടക്കിന് പറ്റിയ ദിവസമല്ല."

"എന്തുകൊണ്ട്?"

ഞാൻ കോട്ടുവായിട്ടുകൊണ്ടു പറഞ്ഞു. "ഈ മഞ്ഞും തണുപ്പും കൊണ്ടുതന്നെ."

അവൾ പെട്ടെന്നു പറഞ്ഞു "അതിൽ വലിയ പ്രശ്നമൊന്നുമില്ല."

ഞാൻ വീണ്ടും കോട്ടുവായിട്ടുകൊണ്ടുപറഞ്ഞു "പ്രശ്നമുണ്ട്. ശ്മശാനം ആകെ വൃത്തികേടായിരിക്കും. ശവക്കുഴിതോണ്ടുന്നവൻ മിക്കവാറും ശപിച്ചുകൊണ്ടായിരിക്കും കുഴി എടുക്കുന്നത്. ഇതിനൊക്കെ പുറമേ കുഴിക്കുള്ളിൽ വെള്ളം കെട്ടിനിൽക്കുന്നുണ്ടാവും."

ജിജ്ഞാസയോടെ അവൾ പറഞ്ഞു "ശവക്കുഴിയിൽ എവിടുന്നാ വെള്ളം?" അവളുടെ ശബ്ദം പതിവിലും കൂടുതൽ പരുക്കനായിരുന്നു.

"വെള്ളം എവിടുന്നാണെന്നോ? ഇവിടെ വോൾക്കോവോയിൽ കഷ്ടിച്ച് ഒരടി കുഴിച്ചാൽ വെള്ളം കിട്ടും. ഇവിടെ ശവക്കുഴിതോണ്ടാൻ ബുദ്ധിമുട്ടാണ്."

"എന്തുകൊണ്ട്?"

"ഇവിടം മുഴുവൻ ചതുപ്പാണ്. കൂടുതൽ ഈർപ്പം ഉള്ള സ്ഥലമാണ്. അതുകൊണ്ട് അവർ ശവം വെള്ളത്തിൽ തന്നെയാണ് കുഴിച്ചിടുന്നത്. പല തവണ ഞാൻ തന്നെ നേരിട്ട് കണ്ടിട്ടുണ്ട്."

"ഞാൻ അത് ഒരിക്കൽപോലും കണ്ടിട്ടില്ല. വോൾക്കോവോയിലെ ശ്മശാനത്തിൽ ഞാൻ ഇതുവരെ പോയിട്ടില്ല. ആളുകൾ പറഞ്ഞ് കേട്ടിട്ടുണ്ട്. അത്രതന്നെ."

"മരിക്കുന്നതിനെപ്പറ്റി ആലോചിച്ചിട്ടുണ്ടോ?"

"ഞാൻ എന്തിനാണ് മരിക്കുന്നത്?"

"ഒരുദിവസം നീയും മരിക്കും. ഞാനിന്നു കണ്ട ആ സ്ത്രീ മരിച്ചതുപോലെയായിരിക്കും നിന്റെ മരണം. അവളും നിന്നെപ്പോലെയുള്ള സ്ത്രീ ആയിരുന്നു. ക്ഷയം പിടിച്ചാണ് അവൾ മരിച്ചത്."

“ആ വേശ്യക്ക് ആശുപത്രിയിൽ കിടന്ന് മരിക്കാമായിരുന്നു.” (സ്ത്രീ എന്നല്ല വേശ്യ എന്നാണ് അവൾ പറഞ്ഞത്. ആ സ്ത്രീയുടെ മരണം ഞാൻ പറയുന്നതിനുമുൻപു തന്നെ അവൾ അറിഞ്ഞിരുന്നതായി എനിക്കു തോന്നി). സംസാരം തുടരണമെന്നു വിചാരിച്ചുകൊണ്ട് ഞാൻ പറഞ്ഞു:

“അവൾ കടക്കാരിയായിരുന്നു. ഉടമസ്ഥക്ക് അവൾ പണം കൊടുക്കാൻ ഉണ്ടായിരുന്നു.”

“അവസാനംവരെ ക്ഷയരോഗംപോലും വകവയ്ക്കാതെ അവൾ അവർക്കുവേണ്ടി ജോലിചെയ്തു. പട്ടാളക്കാരും വണ്ടിക്കാരും എല്ലാം അവളെപ്പറ്റി സംസാരിക്കുന്നുണ്ടായിരുന്നു. ഒരുപക്ഷേ അവൾ അവരുടെയെല്ലാം പരിചയക്കാരി ആയിരുന്നിരിക്കാൻ സാധ്യതയുണ്ട്.”

പിന്നീട് അൽപ്പസമയം പൂർണ നിശ്ശബ്ദത ആയിരുന്നു. ഒരു ചെറിയ ചലനംപോലും ഉണ്ടായിരുന്നില്ല.”

“മരിക്കാൻ ആശുപത്രിയിൽ പോകുന്നതാണ് കൂടുതൽ നല്ലകാര്യം എന്നാണോ നിന്റെ അഭിപ്രായം.”

അവൾക്ക് കോപം വന്നു “ഞാൻ മരിക്കാൻ എന്തിനാണ് അവിടെ പോകുന്നത്?”

“ഞാൻ പറഞ്ഞത് ഇപ്പോൾ പോകണം എന്നല്ല. പിന്നീട് എപ്പോഴെങ്കിലും.”

“അതു പിന്നീടല്ലേ?”

“ഉടനെ എന്തായാലും വേണ്ടിവരില്ല. നീ ഇപ്പോൾ സുന്ദരിയാണ്. ചെറുപ്പമാണ്. അവരെ സംബന്ധിച്ചിടത്തോളം നിനക്ക് ഇപ്പോൾ വിലയുണ്ട്. പക്ഷേ ഒരുവർഷം ഈ ജീവിതം തുടർന്നാൽ പിന്നീട് നീ ഇങ്ങനെ ആയിരിക്കില്ല. ഇന്നുള്ള പുതുമ അന്ന് നിനക്ക് നഷ്ടപ്പെട്ടിരിക്കും.”

“ഒരുവർഷംകൊണ്ട് എല്ലാം നഷ്ടപ്പെടും എന്നാണോ പറയുന്നത്?”

ഞാൻ പറഞ്ഞു “എന്തു തന്നെയായാലും ഒരുവർഷംകഴിയുമ്പോൾ നിന്റെ വില ഇടിയും എന്നത് ഉറപ്പാണ്.”

“ഇതിലും മോശം അവസ്ഥയിലുള്ള മറ്റൊരു വീട്ടിലേക്ക് മാറും. അങ്ങനെ അതു തുടർന്നുകൊണ്ടിരിക്കും. മോശം വീട്ടിൽനിന്ന് അതിലും മോശമായ വീട്ടിലേക്ക്. ഒടുവിൽ ഏഴുകൊല്ലംകൊണ്ട് നീ ചന്തയിലെ കുടുസുമുറിയിൽ എത്തും. അതിലും കഷ്ടം എന്തെങ്കിലും അസുഖം പിടിപെട്ടാലാണ്. ഉദാഹരണത്തിന് ചുമ അല്ലെങ്കിൽ ജലദോഷം പിടിപെട്ടെന്ന് വിചാരിക്കുക. ഇത്തരം ജീവിതമാകുമ്പോൾ രോഗങ്ങൾ വിട്ടുമാറാൻ വളരെക്കാലമെടുക്കും. ഒരുപക്ഷേ അതിൽനിന്ന് നിനക്ക് രക്ഷപ്പെടാൻ കഴിഞ്ഞില്ലെന്നുംവരാം. അങ്ങനെ ഒടുവിൽ നീ മരിക്കും.”

അവൾ കോപത്തോടെ പറഞ്ഞു “ശരി. അങ്ങനെ ഞാൻ മരിക്കട്ടെ.”

“പക്ഷേ എനിക്ക് അതിൽ വിഷമമുണ്ട്.”

“എന്തിന്?”

"നീ ജീവിക്കുന്ന ഈ ജീവിതം കണ്ടിട്ട്."

വീണ്ടും നിശ്ശബ്ദതയുടെ ഒരു ഇടവേള.

"നിനക്ക് ഏതെങ്കിലും ചെറുപ്പക്കാരനായ സുഹൃത്ത് ഉണ്ടോ?"

"എന്തിനാണ് അങ്ങനെ ചോദിച്ചത്?"

"ഞാൻ നിന്നെപ്പറ്റി മനസിലാക്കാൻ ശ്രമിക്കുകയല്ല. എനിക്ക് അതിന്റെ ആവശ്യമില്ല. നീ എന്തിനാണ് ദേഷ്യപ്പെടുന്നത്. തീർച്ചയായും നിനക്ക് നിന്റേതായ പ്രശ്നങ്ങൾ ഉണ്ടായിരിക്കും. ഞാൻ എന്തിനാണ് അതൊക്കെ അറിയുന്നത്? എനിക്ക് സത്യത്തിൽ വിഷമമുണ്ട്."

"നിങ്ങൾ എന്തിനാണ് വിഷമിക്കുന്നത്?"

"എനിക്ക് നിന്നെപ്പറ്റി വിഷമം ഉണ്ട്."

അടക്കം പറയുന്നതുപോലെ അവൾ പറഞ്ഞു "അതിന്റെ ഒരാവശ്യവും ഇല്ല."

അവളുടെ ഈ സംസാരം എന്നെ ദേഷ്യംപിടിപ്പിച്ചു. ഞാൻ അവളോട് എത്ര മാന്യമായാണ് പെരുമാറിയത്. എന്നിട്ടും അവൾ........

"നീ എന്താണ് വിചാരിക്കുന്നത്? നീ ചിന്തിക്കുന്നത് നിന്റെ യാത്ര ശരിയായ വഴിക്ക് ആണെന്നാണോ?"

"ഞാൻ ഒന്നും ചിന്തിക്കുന്നില്ല."

"അതുപാടില്ല. ചിന്തിക്കാതിരിക്കരുത്. നല്ല സമയം തീർന്നുപോകുന്നതിനുമുൻപ് ഉണർന്നുതന്നെയിരിക്കണം. ഇപ്പോൾ സമയം കഴിഞ്ഞിട്ടില്ല. നീ ചെറുപ്പമാണ്. സുന്ദരിയാണ്. ആരെങ്കിലുമായി നിനക്ക് ഇപ്പോൾ പ്രണയത്തിലാകാൻ കഴിയും. അങ്ങനെ വിവാഹംകഴിച്ച് നിനക്ക് സന്തോഷമായി ജീവിച്ചുകൂടെ?"

പരുക്കൻ ശബ്ദത്തിൽ അവൾ പറഞ്ഞു "വിവാഹംകഴിച്ച എല്ലാ സ്ത്രീകളും സന്തോഷമായി ജീവിക്കുന്നില്ല."

"തീർച്ചയായും. എല്ലാവർക്കും സന്തോഷമില്ല. എങ്കിലും അവരുടെ ജീവിതം ഇതിലും ഭേദമാണ്. സ്നേഹം ഉണ്ടെങ്കിൽ സന്തോഷം ഇല്ലെങ്കിലും നമുക്ക് ജീവിക്കാൻ കഴിയും. ദുഃഖത്തിൽപോലും ജീവിതത്തിന് അതിന്റേതായ സുഖമുണ്ട്. നിങ്ങൾ ജീവിച്ചിരിക്കുന്നതു വരെ ഈ ലോകം ജീവിക്കാൻ യോഗ്യമാണ്. പക്ഷേ ഇവിടെ ഈ മുറിക്കുള്ളിൽ ദുർഗന്ധമല്ലാതെ മറ്റെന്തുണ്ട്?"

വിഷമത്തോടെ ഞാൻ മുഖം തിരിച്ചു. എനിക്ക് അപ്പോഴേക്കും യുക്തി നഷ്ടപ്പെട്ടുകഴിഞ്ഞിരുന്നു. ഞാൻ മനസിൽ താലോലിച്ചിരുന്ന ആശയങ്ങൾ വിശദീകരിക്കാനുള്ള വെമ്പൽ എനിക്ക് ബോധ്യപ്പെടുന്നുണ്ടായിരുന്നു. എന്റെ മുറിയുടെ ഒഴിഞ്ഞ മൂലയിൽ ചുരുണ്ടുകൂടിയതിന്റെ ഫലമായി എനിക്ക് ലഭിച്ച ചെറിയ ആശയങ്ങൾ പുറത്തുപറയാനുള്ള ഒരു വെമ്പലായിരുന്നു അത്. എന്റെ ഉള്ളിൽ എന്തിനോ തീ പിടിച്ചു.

"ഞാൻ ഇവിടെ ഉണ്ടെന്നുള്ള കാര്യം നീ കണക്കിലെടുക്കേണ്ട. ആർക്കുംതന്നെ പിൻതുടരാൻപറ്റിയ ഒരു മാതൃകയല്ല ഞാൻ. ഒരുപക്ഷേ

നിന്നേക്കാൾ മോശമായ ഒരുവനാണ് ഞാൻ. ഇവിടെ വരുമ്പോൾ ഞാൻ നന്നായി മദ്യപിച്ചിരുന്നു." സ്വയം രക്ഷപ്പെടാനായി ഞാൻ പറഞ്ഞു. "അല്ലെങ്കിൽ തന്നെ ഒരു പുരുഷൻ ഒരിക്കലും സ്ത്രീക്ക് പറ്റിയ മാതൃകയാവില്ല. അവർ രണ്ടും രണ്ടുതന്നെയാണ്. ഞാൻ പാപത്തിൽ കിടന്ന് ഉരുളുന്നുണ്ടാവാം. പക്ഷേ ഞാൻ ആരുടേയും അടിമയല്ല. എനിക്ക് എപ്പോൾ വേണമെങ്കിലും ഇവിടെ വരാം. പോകാം. ഇതെല്ലാം കുടഞ്ഞുകളഞ്ഞാൽ ഞാൻ വേറൊരു മനുഷ്യനാണ്. പക്ഷേ തുടക്കം മുതൽ നീ ഒരു അടിമയാണ്. അതെ വെറും ഒരു അടിമ. നിന്റെ മനസും ശരീരവും നീ പൂർണമായി അടിയറവ് വയ്ക്കുന്നു. പിന്നീട് ചങ്ങലകൾ പൊട്ടിക്കാനുള്ള മോഹം തോന്നുമ്പോഴേക്കും വളരെ താമസിച്ചുപോയിരി ക്കും. ചങ്ങലക്കണ്ണികൾക്ക് ബലം കൂടിയിട്ടുണ്ടെന്ന് അപ്പോഴായിരിക്കും നീ മനസിലാക്കുന്നത്. ഈ നാശംപിടിച്ച ചങ്ങലകളെപറ്റി എനിക്ക് അറിയാം. ഞാൻ മറ്റു കാര്യങ്ങൾ ഒന്നും പറയുന്നില്ല. അതൊന്നും ഒരുപക്ഷേ നിനക്ക് മനസിലായി എന്നുവരില്ല. എന്തുതന്നെയായാലും ഈ ഒരു കാര്യം നീ എന്നോട് പറയണം. ഈ വീടിന്റെ ഉടമസ്ഥയ്ക്ക് നീ കടം തിരിച്ചുകൊടുക്കാനുണ്ടോ? മിക്കവാറും നീ കടം തിരികെ കൊടുക്കാൻ ഉണ്ടാവും. ഇല്ലേ? അപ്പോൾ നിന്റെ കാലിൽ ചങ്ങല വീണു കഴിഞ്ഞു. ആ കടം നീ ഒരിക്കലും വീട്ടിത്തീരില്ല. അവർ അതിനു സമ്മതിക്കില്ല. എപ്പോഴും അതു സംഭവിക്കുന്നത് അങ്ങനെതന്നെയാണ്. നിങ്ങളുടെ മനസ്സ് ചെകുത്താന് വിൽക്കുന്നതുപോലെയാണത്."

ഞാൻ സംസാരം തുടർന്നു. അവൾ മറുപടി പറയാതെ നിശ്ശബ്ദയായി എല്ലാം ശ്രദ്ധിച്ചുകേട്ടു.

"ഞാൻ ദുരിതജീവിതം നയിക്കുന്ന ഒരു നികൃഷ്ടനാണെന്ന് നിനക്ക് എങ്ങനെ അറിയാൻ കഴിയും? ഈ അഴുക്കിലേക്ക് ഞാൻ നുഴഞ്ഞുകയറിയത് ഒരു ഉദ്ദേശ്യത്തോടെയാണ്. മനുഷ്യർ കുടിക്കുന്നത് ദുഃഖം അകറ്റാൻ കൂടിയാണ്. അതു നല്ല കാര്യമാണോ? ഞാനും നീയും ഈ മുറിയിലേക്ക് കടന്നുവന്നത് ഏതാണ്ട് ഒരേ സമയത്ത് ആയിരുന്നു. സന്തോഷിക്കാനാണ് ഞാൻ ഇവിടെ എത്തിയത്. നമ്മൾ പരസ്പരം വളരെ നേരത്തേക്ക് ഒന്നും സംസാരിച്ചില്ല. അതിനുശേഷം ഒരു വന്യമൃഗത്തെ പെട്ടെന്നുകണ്ടപോലെ നീ എന്നെ തുറിച്ചുനോക്കി. ഞാനും അതുതന്നെ ആവർത്തിച്ചു. രണ്ടു മനുഷ്യജീവികൾ തമ്മിൽ ബന്ധപ്പെടുന്നത് ഇങ്ങനെയാണോ? ഇങ്ങനെയാണെങ്കിൽ അതു ശുദ്ധ വൃത്തികേടാണ്."

"ശരിയാണ്" അവൾ പെട്ടെന്നു സമ്മതിച്ചു. അവളുടെ മറുപടിയുടെ വേഗതകണ്ട് ഞാൻ അത്ഭുതപ്പെട്ടുപോയി. കുറച്ചുസമയം മുൻപ് എന്നെത്തന്നെ സൂക്ഷിച്ചുനോക്കിക്കൊണ്ട് കിടന്നപ്പോൾ ഇതുതന്നെ ആയിരിക്കണം അവളും ചിന്തിച്ചിരുന്നത്. അവൾക്കുപോലും ഈ ആശ

യങ്ങൾ മനസിലുണ്ട്. നാശം എങ്കിലും ഞങ്ങൾ തമ്മിൽ സാദൃശ്യമുണ്ടെന്ന കാര്യം എത്ര രസകരമായ വസ്തുതയാണ്.

അവൾ ചരിഞ്ഞുകിടന്നു. അവളുടെ മുഖം അപ്പോൾ എന്നോട് കൂടുതൽ അടുത്തു. അവൾ കൈമുട്ടിൽ മുഖം താങ്ങിനിർത്തിയിരിക്കുകയാണെന്ന തോന്നൽ എനിക്ക് ഉണ്ടായി. ഒരുപക്ഷേ അവൾ എന്നെ ശ്രദ്ധിക്കുകയായിരിക്കും. ഇരുട്ടുകൊണ്ട് അവളുടെ കണ്ണുകൾ എനിക്കു കാണാൻ കഴിയാത്തതിൽ എനിക്ക് വിഷമം തോന്നി. എങ്കിലും അവളുടെ ദീർഘനിശ്വാസങ്ങൾ എനിക്ക് കേൾക്കാൻ കഴിയുന്നുണ്ടായിരുന്നു.

ഞാൻ വീണ്ടും സംസാരം ആരംഭിച്ചു "നീ എങ്ങനെയാണ് ഇവിടെ വന്നത്?"

"ഞാൻ വന്നത് എങ്ങനെയാണെന്നോ?"

"നീ നിന്റെ കുട്ടിക്കാലം ഒന്ന് ആലോചിച്ചുനോക്ക്. അന്നത്തെ ജീവിതം എത്ര സുന്ദരമായിരുന്നു. അന്ന് അനുഭവിച്ച സ്നേഹവും സ്വാതന്ത്ര്യവും എത്ര വലുതായിരുന്നു."

"കുട്ടിക്കാലം അങ്ങനെ ആയിരുന്നില്ലെങ്കിൽ?"

അതിഭാവുകത്വംകൊണ്ട് പ്രയോജനമില്ലെന്ന് പെട്ടെന്നു ഞാൻ ആലോചിച്ചുപോയി.

അവളെപ്പറ്റി എനിക്ക് ശരിക്കും താൽപ്പര്യം തോന്നിയിരുന്നു. ഞാൻ വീണ്ടും സംസാരിച്ചു തുടങ്ങി.

"നിന്നോട് ആരോ തെറ്റുചെയ്തിട്ടുണ്ട്. ആ കാര്യം എനിക്ക് ഉറപ്പാണ്. ആ തെറ്റിനുപുറമേ നീ കൂടുതൽ തെറ്റുകൾ ചെയ്തു. എനിക്ക് നിന്റെ ചരിത്രം അറിയില്ല. പക്ഷേ ഒരു പെൺകുട്ടി സ്വന്തം ഇഷ്ടംകൊണ്ട് ഇവിടെ വരില്ല എന്ന് എനിക്ക് അറിയാം."

"ഞാൻ എന്തൊരു പെൺകുട്ടിയാണ്" ശബ്ദം അടക്കിയാണ് അവൾ അതു പറഞ്ഞതെങ്കിലും ഞാൻ അതു കേട്ടു.

നാശം. ഞാൻ അവളെ പുകഴ്ത്തുകയായിരുന്നു. അതുകുറച്ച് അധികമായിപ്പോയി. അല്ലെങ്കിൽ ഒരുപക്ഷേ അതു നല്ലതിനായിരിക്കാം. അവൾ നിശ്ശബ്ദയായി വീണ്ടും ശ്രദ്ധിച്ചിരിക്കാൻ തുടങ്ങി.

"ലിസ, ഞാൻ നിന്നോട് എന്നെപ്പറ്റി പറയാം. ഞാൻ വളർന്നത് ഒരു വീട്ടിൽ ആയിരുന്നെങ്കിൽ തീർച്ചയായും ഞാൻ ഇങ്ങനെ ആയിരിക്കുകയില്ല. ഈ കാര്യം ഞാൻ പലപ്പോഴും ആലോചിക്കാറുണ്ട്. എത്ര മോശപ്പെട്ട കുടുംബമായാലും അവിടെ നിങ്ങൾക്ക് സ്വന്തം അച്ഛനും അമ്മയുമാണ് ഉള്ളത്. ശത്രുക്കളും അപരിചിതരും അല്ല. വർഷത്തിൽ ഒരിക്കലെങ്കിലും അവരുടെ സ്നേഹം നിങ്ങൾ അറിയാതിരിക്കില്ല. ഞാൻ വീടില്ലാതെ വളർന്നവനാണ്. ഒരുപക്ഷേ അതുകൊണ്ടായിരിക്കും എനിക്ക് വികാരങ്ങൾ ഇല്ലാത്തത്."

ഞാൻ അവളുടെ മറുപടിക്കുവേണ്ടി അൽപ്പസമയം സംസാരം നിർത്തി. ചിലപ്പോൾ അവൾക്ക് എന്റെ സംസാരം മനസിലാവുന്നുണ്ടാ

വില്ലെന്ന് ഞാൻ സംശയിച്ചു. അല്ലെങ്കിലും ഈ ധർമോപദേശം സത്യത്തിൽ വെറും പരിഹാസ്യമായ പരിപാടിയാണ്.

ഞാൻ അവളെ അത്ഭുതപ്പെടുത്താൻവേണ്ടി മറ്റൊരു ദിശയിൽനിന്ന് വീണ്ടും സംസാരം തുടങ്ങി.

"ഞാൻ അച്ഛനായിരുന്നെങ്കിൽ ആൺമക്കളേക്കാൾ കൂടുതൽ ഞാൻ എന്റെ മകളെ സ്നേഹിക്കുമായിരുന്നിരിക്കണം."

അവൾ ചോദിച്ചു "അതെന്തിനാണ്?"

"അത് അങ്ങനെ ആയിരിക്കും. കാരണം എനിക്കും അറിയില്ല. ലിസ നീ ഇതു ശ്രദ്ധിച്ചു കേൾക്കണം. കർക്കശസ്വഭാവക്കാരനായ ഒരാളെ എനിക്ക് അറിയാം. പക്ഷേ ജീവിതകാലം മുഴുവൻ അയാൾ മകളുടെ മുന്നിൽ മുട്ടിൽ ഇഴയുകയായിരുന്നു. വൈകുന്നേരം അവൾ നൃത്തം തുടങ്ങിയാൽ വേണമെങ്കിൽ അഞ്ചുമണിക്കൂർ അയാൾ അവളെമാത്രം നോക്കിക്കൊണ്ടിരിക്കും. അവളെപ്പറ്റി അയാൾക്ക് ഭ്രാന്തായിരുന്നു. എനിക്ക് അതു മനസിലാക്കാൻ കഴിയും. രാത്രിയിൽ അവൾ ഉറങ്ങിക്കഴിഞ്ഞാൽ അയാൾ ദിവസവും അവളുടെ അടുത്തെത്തി നെറ്റിയിൽ ചുംബിച്ച് അനുഗ്രഹിക്കും. എന്നാൽ മറ്റ് എല്ലാവരോടും വേണ്ടിവന്നാലും ഇല്ലെങ്കിലും വഴക്കുണ്ടാക്കാൻ അയാൾ എപ്പോഴും തയാറായിരുന്നു. പക്ഷേ അവൾക്കുവേണ്ടി അവസാനത്തെ നാണയവും അയാൾ ചെലവാക്കും. അയാൾ ഒരു പഴയ കോട്ടാണ് ധരിച്ചിരുന്നത്. പക്ഷേ അവൾക്ക് വിലകൂടിയ സമ്മാനങ്ങൾ അയാൾ വാങ്ങും. അവൾക്ക് അയാളുടെ സമ്മാനങ്ങൾ ഇഷ്ടപ്പെട്ടാൽ അയാൾക്ക് അതിൽ കൂടുതൽ സന്തോഷം ഉണ്ടാവാനില്ല. എപ്പോഴും അമ്മയേക്കാൾ കൂടുതൽ അച്ഛൻ പെൺമക്കളെ സ്നേഹിക്കും. ചില പെൺകുട്ടികൾക്ക് അവരുടെ വീട് വളരെ അധികം സന്തോഷം നൽകുന്ന സ്ഥലമാണ്. എന്റെ മകളുടെ വിവാഹത്തിന് ഞാൻ മുൻകൈ എടുക്കരുതെന്നാണ് എന്റെ അഭിപ്രായം."

ചിരിയുടെ അകമ്പടിയോടെ ശബ്ദം വളരെ താഴ്ത്തി അവൾ ചോദിച്ചു "അതെന്താണ് അങ്ങനെ ഒരു അഭിപ്രായം?"

"സത്യം പറഞ്ഞാൽ എനിക്ക് അസൂയയാണ്. മറ്റൊരു പുരുഷനെ അവൾ ചുംബിക്കുന്നത് ഞാൻ എങ്ങനെ സഹിക്കും? അവളുടെ അച്ഛനേക്കാൾ കൂടുതൽ ഒരു അപരിചിതനെ അവൾ എന്തിന് സ്നേഹിക്കണം? അതിനെപ്പറ്റി ആലോചിക്കുന്നതുപോലും വേദനാജനക മാണ്. ഓരോരുത്തരും അവരവരുടേതായ കാരണങ്ങൾ കണ്ടെത്തും. പക്ഷേ എന്റെ മകളുടെ വരനെ കണ്ടെത്താൻവേണ്ടി ഞാൻ വലിയബുദ്ധിമുട്ടുകൾ സഹിക്കും. എന്തായാലും ഒടുവിൽ അവൾ ഇഷ്ടപ്പെടുന്ന ഒരുവനുമായി ആയിരിക്കും ഞാൻ അവളുടെ വിവാഹം നടത്തുന്നത്. സ്വന്തം മകൾ സ്നേഹിക്കുന്ന പുരുഷനെ മറ്റു ചെറുപ്പക്കാരേക്കാൾ മോശക്കാരനായി മാത്രമേ ഒരു അച്ഛനു കാണാൻ കഴിയുകയുള്ളു. പല കുടുംബങ്ങളിലും ഇതുകൊണ്ടുതന്നെ പല പ്രശ്നങ്ങളും ഉണ്ടാകുന്നുണ്ട്."

അവൾ പെട്ടെന്ന് ഇടയ്ക്കുകയറി പറഞ്ഞു "പക്ഷേ ചിലർക്ക് വിവാഹം നടത്തുന്നതിലല്ല, മകളെ വിൽക്കുന്നതിലാണ് താൽപ്പര്യം." അപ്പോൾ അതാണു കാര്യം.

"ലിസ, നീ പറഞ്ഞതു ശരിയാണ്. സ്നേഹം ഇല്ലാത്തിടത്താണ് അങ്ങനെ സംഭവിക്കുന്നത്." പെട്ടെന്നു ഞാൻ മറുപടി പറഞ്ഞു.

"അങ്ങനെയുള്ള കുടുംബങ്ങൾ ഉണ്ട്. പക്ഷേ ഞാൻ അവരുടെ കാര്യമല്ല പറയുന്നത്. നീ പറയുന്നതിനനുസരിച്ച് നിന്റെ വീട്ടിൽ നിന്ന് നീ സ്നേഹം എന്താണെന്ന് അറിഞ്ഞിട്ടില്ല. നീ ശരിക്കും ഒരു ഭാഗ്യദോഷിയാണ്. പലപ്പോഴും ദാരിദ്ര്യംകൊണ്ടാണ് ഇങ്ങനെ സംഭവിക്കുന്നത്."

ലിസ പറഞ്ഞു "സമ്പത്തുള്ളവരുടെ ഇടയിൽ കാര്യങ്ങൾ മെച്ചമാണെന്നാണോ പറയുന്നത്. അങ്ങനെയൊന്നുമില്ല. നല്ല മനുഷ്യർ ദരിദ്രരാണെങ്കിലും നല്ല രീതിയിൽ തന്നെയാണ് ജീവിക്കുന്നത്."

"ഒരുപക്ഷേ ലിസ പറയുന്നത് ശരിയായിരിക്കാം. പക്ഷേ മറ്റൊരു കാര്യമുണ്ട്. മനുഷ്യർ അവരുടെ ദുഃഖങ്ങൾ മാത്രമാണ് കണക്കിലെടുക്കുന്നത്. സുഖങ്ങൾ അവർ ശ്രദ്ധിക്കാറില്ല. കൃത്യമായി പരിശോധിച്ചാൽ അവരവരുടെ പങ്ക് സുഖവും ദുഃഖവും എല്ലാവർക്കും ലഭിക്കുന്നുണ്ടെന്ന് ബോധ്യപ്പെടും. നിന്റെ കുടുംബത്തിൽ എല്ലാകാര്യങ്ങളും ഭംഗിയായി നടക്കുന്നുണ്ടെന്നു വിചാരിക്കുക. ദൈവം നിന്നോട് കരുണ കാണിക്കുന്നു. നിന്റെ ഭർത്താവ് ഒരു നല്ല മനുഷ്യനാണെന്ന് തെളിഞ്ഞുകഴിഞ്ഞു. അയാൾ നിന്നെ സ്നേഹിക്കുന്നു. താലോലിക്കുന്നു. ഒരിക്കലും അയാൾ നിന്നെ ഉപേക്ഷിക്കില്ല. അങ്ങനെയുള്ള ഒരു കുടുംബത്തിൽ സന്തോഷം മാത്രമാണ് ഉള്ളത്. ഒരുപക്ഷേ ലിസ വിവാഹം കഴിച്ചാൽ നിനക്കുതന്നെ അത് ബോധ്യമാകും. നീ സ്നേഹിക്കുന്ന ഒരുവനെ വിവാഹംകഴിച്ച് ജീവിക്കുന്ന ആദ്യനാളുകൾ എന്തുമാത്രം സന്തോഷകരമായിരിക്കും. വീണ്ടും വീണ്ടും ആ സന്തോഷം നിങ്ങൾ പുതുക്കും. ഒരു ഭർത്താവുമായി ഉണ്ടാവുന്ന വഴക്കുകൾപോലും സന്തോഷത്തിലാണ് അവസാനിക്കുന്നത്. ഒരു സ്ത്രീക്ക് അവളുടെ ഭർത്താവിനോടുള്ള സ്നേഹം കൂടുന്നതിന് അനുസരിച്ച് അവൾ കൂടുതൽ വഴക്കുകളും സൃഷ്ടിക്കുമെന്ന് ചിലപ്പോൾ തോന്നിപ്പോകും. എനിക്ക് അത്തരത്തിലുള്ള ഒരു സ്ത്രീയെ പരിചയമുണ്ട്. അവർ ഭർത്താവിനോട് പറയും. 'എനിക്ക് നിങ്ങളോട് ഭയങ്കര സ്നേഹമാണ്. സ്നേഹക്കൂടുതൽകൊണ്ടാണ് ഞാൻ നിങ്ങളെ പീഡിപ്പിക്കുന്നത്.' ഒരുവനെ സ്നേഹിച്ച് പീഡിപ്പിക്കാമെന്ന് നിനക്ക് അറിയാമോ? സ്ത്രീകൾക്ക് അതിന് ഒരു പ്രത്യേക കഴിവുതന്നെ ഉണ്ട്. അവർ ചിന്തിക്കുന്നത് ഇങ്ങനെയൊക്കെയായിരിക്കും പിന്നീട് ഞാൻ അവനെ കൂടുതൽ സ്നേഹിക്കും. അപ്പോൾ ഞാൻ പീഡിപ്പിച്ചതിൽ തെറ്റുണ്ടെന്ന് ഒരിക്കലും അവന് തോന്നില്ല.

മറ്റു ചില സ്ത്രീകൾ ഉണ്ട്. അവൾക്ക് അസൂയയാണ്. എനിക്ക് അങ്ങനെയുള്ള ഒരു സ്ത്രീയെ അറിയാം. ഭർത്താവ് വീട്ടിൽ ഇല്ലെങ്കിൽ

അവൾക്ക് വിശ്രമം ഇല്ലാതാകും. അവൾ അർധരാത്രിയിൽ എഴുന്നേറ്റ് ഭർത്താവ് മറ്റേ സ്ത്രീയോടൊപ്പം ഉണ്ടോ എന്ന് ഒളിഞ്ഞുനോക്കാൻ പോകും. സത്യത്തിൽ താൻ ചെയ്യുന്നകാര്യം മോശമാണെന്ന് അവൾക്ക് അറിയാം. തെറ്റുചെയ്യുന്നതിന് അവൾ സ്വയം ശകാരിക്കും. അവൾ ഇതൊക്കെ കാട്ടിക്കൂട്ടുന്നത് അവൾക്ക് അയാളോടുള്ള സ്നേഹംകൊണ്ടാണ്. എല്ലാം സ്നേഹത്തിനുവേണ്ടി മാത്രം. ഒരു വഴക്കിനുശേഷമുള്ള ഒത്തുചേരൽ വളരെ സന്തോഷകരമായിരിക്കും. അവർ ആദ്യം കണ്ടുമുട്ടിയപ്പോഴോ വിവാഹിതരായപ്പോഴോ പരസ്പരം പ്രണയത്തിലാ യപ്പോഴോ തോന്നിയ സന്തോഷം അവർക്കു വീണ്ടും ലഭിക്കും. പുരുഷനും സ്ത്രീയും പരസ്പരം സ്നേഹിക്കുകയാണെങ്കിൽ അവർക്കിടയിൽ നടക്കുന്നതൊന്നും മറ്റൊരാൾ ഒരിക്കലും അറിയില്ല. അവർ തമ്മിൽ വഴക്കുനടന്നാൽ സ്വന്തം അമ്മമാരുടെ അടുത്തുപോലും വിധിപറയാൻ വേണ്ടി അവർ സമീപിക്കില്ല. അവരുടെ വിധികർത്താക്കൾ അവർ തന്നെ ആയിരിക്കും. പ്രേമം മറ്റുള്ളവരിൽ നിന്ന് മറച്ചുവയ്ക്കേണ്ട പവിത്രമായ ഒരു രഹസ്യമാണ്. പ്രേമിക്കുന്നവർ പരസ്പരം ബഹുമാനി ക്കുന്നു. ബഹുമാനമാണ് പലതിനും അടിസ്ഥാനം. അവർ പ്രേമിച്ചു വിവാഹിതരായവർ ആണെങ്കിൽ എങ്ങനെയാണ് പ്രേമം അവസാനിച്ചു പോകുന്നത്? പ്രേമം തുടരാൻ പറ്റാതെ വരുന്നത് വളരെ ചുരുക്കം സന്ദർഭങ്ങളിൽ മാത്രമാണ്. ഭർത്താവ് നല്ലവനും സത്യസന്ധനുമാണെ ങ്കിൽ ജീവിതം മുന്നോട്ടു പോകുമ്പോൾ പ്രേമം എങ്ങനെയാണ് മരിക്കുന്നത്? വിവാഹിതരാകുമ്പോഴുള്ള പ്രേമം അവസാനിക്കും. അതു സത്യംതന്നെ ആണ്. പക്ഷേ അതിനുശേഷമാണ് മറ്റൊരു പ്രേമം ആരംഭിക്കുന്നത്. അപ്പോഴാണ് അവരുടെ മനസുകൾ ഒന്നാകുന്നത്. പിന്നീട് ഒന്നും സ്വന്തമായി ഇല്ല. എല്ലാം നമ്മുടേതായി മാറും. അവർക്കിടയിൽ രഹസ്യങ്ങൾ ഇല്ലാതാകും. പിന്നീട് കുട്ടികൾ ഉണ്ടായിക്കഴിയുമ്പോൾ ഏറ്റവും പ്രയാസമേറിയ സന്ദർഭങ്ങളിൽപ്പോലും അവർക്ക് സന്തോഷം കണ്ടെത്താൻ കഴിയും. സ്നേഹം കൈമുതലായി ഉണ്ടെങ്കിൽ ജീവിക്കാനുള്ള ധൈര്യം തനിയേ വന്നുകൊള്ളും. ജോലി യിൽ സംതൃപ്തിതോന്നും. കുട്ടികൾക്കുവേണ്ടി നിങ്ങളുടെ ഭക്ഷണം ഉപേക്ഷിക്കേണ്ടി വന്നാൽപോലും നിങ്ങൾക്ക് അതിൽ നിന്ന് സന്തോഷം കിട്ടും. ഇതിനെല്ലാം പകരമായി അവർ നിങ്ങളെ പിന്നീട് സ്നേഹിക്കും. സത്യത്തിൽ നിങ്ങൾക്കുവേണ്ടിയുള്ള ഒരു മുൻകരുതൽ മാത്രമാണ് ഇവിടെ സംഭവിക്കുന്നത്. കുട്ടികൾ വളരുന്നതിനൊത്ത് അവർക്ക് ഒരു തുണയും മാതൃകയുമാവണം എന്ന് നിങ്ങൾ വിചാരിക്കും. നിങ്ങൾ അഥവാ മരിച്ചുപോയാലും നിങ്ങളുടെ വികാരങ്ങളും ചിന്തകളും അവരിലൂടെ നിലനിൽക്കും. നിങ്ങളിൽനിന്നു ലഭിച്ചതായതുകൊണ്ട് ആ ചിന്തകൾക്കും വികാരങ്ങൾക്കും നിങ്ങളുമായി ഒരു സാമ്യം ഉണ്ടായിരിക്കും. കുട്ടികൾ ഒരു വലിയ ചുമതലയാണ്. അച്ഛനും അമ്മയും തമ്മിൽ കൂടുതൽ അടുക്കാൻ അവർ കാരണമാകാതിരിക്കാൻ കഴിയില്ലല്ലോ.

കുട്ടികൾ ഒരു ഭാരമാണെന്ന് ചിന്തിക്കുന്നത് എന്തിനാണ്? അവർ സ്വർഗത്തിൽനിന്നുള്ള വരദാനമാണ്. ലിസ, നിനക്ക് ചെറിയ കുട്ടികളെ ഇഷ്ടമാണോ? എനിക്ക് കുട്ടികളോട് ഭയങ്കര ഇഷ്ടമാണ്. ചുവന്നു തുടുത്ത ഒരു കുഞ്ഞ് നിന്റെ മുലകുടിക്കുന്നതിനെപ്പറ്റി ഒന്ന് ആലോചിച്ചു നോക്കൂ. മുലയൂട്ടിക്കൊണ്ടിരിക്കുന്ന ഭാര്യയെ കാണുന്ന ഏതു ഭർത്താവിന്റെയും മനസ്സ് അവളിൽനിന്ന് പിന്നീട് വിട്ടുമാറില്ല. കൈകാലുകൾ കുടഞ്ഞു കളിച്ചുകൊണ്ടിരിക്കുന്ന ചുവന്നുതുടുത്ത ഒരു കുഞ്ഞിനെ ഒന്ന് ഓർത്ത് നോക്കൂ. അവന്റെ സുതാര്യമായ നഖങ്ങൾ എത്ര ചെറുതാണ്. അതു കാണുമ്പോൾ നിങ്ങൾ അറിയാതെ ചിരിച്ചുപോകും. എനിക്ക് എല്ലാം മനസിലാകുന്നുണ്ടെന്ന മട്ടിൽ തുറന്നിരിക്കുന്ന ചെറിയ കണ്ണുകൾ. മുലകുടിക്കുന്നതിനിടയിൽ കുഞ്ഞിക്കൈകൊണ്ട് അവൻ പിച്ചുകയും കളിക്കുകയും ചെയ്യും. അച്ഛൻ അടുത്തുവരുമ്പോൾ അവൻ മുലയിൽ നിന്നും ചുണ്ടുമാറ്റി എന്തോ ഫലിതം കേട്ടപോലെ അയാളെ നോക്കി ചിരിച്ചിട്ട് വീണ്ടും അവൻ മുലകുടി തുടരും. പല്ലുവന്നു തുടങ്ങിയിട്ടുണ്ടെങ്കിൽ കൊച്ചുകണ്ണുകൾകൊണ്ട് ഒരു കള്ളനോട്ടം നോക്കിയതിനുശേഷം അവൻ അമ്മയുടെ മുലയിൽ കടിക്കും. ഭാര്യയും ഭർത്താവും കുഞ്ഞും ഒന്നിക്കുന്നതിൽ കൂടുതൽ സന്തോഷം എന്തുണ്ട്? ആ നിമിഷങ്ങൾക്കു വേണ്ടി പലതും ഉപേക്ഷിക്കാം. ജീവിക്കേണ്ടത് എങ്ങനെയാണെന്ന് ലിസ പഠിക്കേണ്ടിയിരിക്കുന്നു. അതിനുശേഷം മതി നീ മനുഷ്യരെ വിമർശി ക്കുന്നത്."

എന്റെ സംസാരത്തിൽ അടങ്ങിയിരുന്ന വികാരങ്ങൾ സത്യസന്ധമായിരുന്നെന്ന് ഞാൻ സത്യം ചെയ്യുന്നു. ഇത്തരം സുന്ദരമായ ചിത്രങ്ങൾ ഞാൻ വരച്ചുകൊണ്ടേയിരിക്കണം എന്നായിരുന്നു എന്റെ ആലോചന. പെട്ടെന്ന് എനിക്ക് ലജ്ജ തോന്നി. ഒരുപക്ഷേ എന്റെ സംസാരം കേട്ട് അവൾ പൊട്ടിച്ചിരിക്കാനാണ് പോകുന്നതെങ്കിൽ എനിക്ക് എന്തുചെയ്യാൻ കഴിയും. എനിക്ക് കോപം വന്നു. അവസാനഘട്ടത്തിൽ എന്റെ സംസാരം ശരിക്കും സ്നേഹപൂർണമായിമാറിക്കഴിഞ്ഞിരുന്നു. അവൾ ചിരിക്കുകയാണെങ്കിൽ എന്റെ ദുരഭിമാനത്തിന് ക്ഷതം ഏൽക്കും. ഞങ്ങളുടെ ഇടയിലെ നിശ്ശബ്ദതയുടെ ദൈർഘ്യം കൂടിക്കൊണ്ടിരുന്നു. അവളെ ഒന്നുതൊട്ടു വിളിച്ചാലെന്തെന്ന് ഞാൻ ആലോചിച്ചു.

പെട്ടെന്ന് അവൾ സംസാരിക്കാൻ തുടങ്ങുകയും അപ്പോൾതന്നെ അത് അവസാനിപ്പിക്കുകയും ചെയ്തു. "എന്തായാലും..........നിങ്ങൾ."

പക്ഷേ അവളുടെ ശബ്ദം ഇടറിയിരുന്നു. നേരത്തെ കേട്ട പരുക്കൻ സ്വരം ആയിരുന്നില്ല. സംസാരം തുടരാൻ അവൾക്ക് എന്തോ സങ്കോചം ഉണ്ടായിരുന്നു. എനിക്ക് അതിൽ കുറ്റബോധം തോന്നി. ജിജ്ഞാസയോടെ ഞാൻ ചോദിച്ചു:

"നിനക്ക് എന്താണ് പറയാനുള്ളത്?"

"എന്തായാലും നിങ്ങളുടെ"

"എന്താണെന്ന് പറയൂ."

"എന്തായാലും നിങ്ങളുടെ സംസാരം അച്ചടിച്ച പുസ്തകം പോലെയുണ്ട്."

അവളുടെ സംസാരത്തിൽ പരിഹാസം നിഴലിച്ചിരുന്നു. അവളുടെ പ്രസ്താവന എന്നെ വേദനിപ്പിച്ചു. ഇത്തരത്തിലുള്ള ഒരു പ്രതികരണം ആയിരുന്നില്ല ഞാൻ പ്രതീക്ഷിച്ചത്.

അവളുടെ പരിഹാസം മനഃപൂർവം എടുത്തണിഞ്ഞ ഒരു പൊയ്മുഖം ആണെന്ന് തിരിച്ചറിയാൻ എനിക്ക് കഴിഞ്ഞില്ല. നിങ്ങൾ എത്ര ചുഴിഞ്ഞിറങ്ങിയാലും അവസാന നിമിഷംവരെ സ്വന്തം വികാരങ്ങൾ പുറത്തുകാട്ടാൻ മടിക്കുന്ന ശുദ്ധമനസ്കരുടെ അവസാന ത്തെ അടവാണ് അവളുടെ പരിഹാസം എന്ന് ഞാൻ മനസിലാക്കിയില്ല. കളിയാക്കാൻ മുതിരുന്നതിനു മുൻപ് അവൾ കാണിച്ച ഭീരുത്വവും അഭിപ്രായം പറയുന്നതിന് പല പ്രാവശ്യം അവൾ നടത്തിയ പരിശ്രമവും കണ്ടപ്പോൾ എനിക്ക് അത് ഊഹിക്കാൻ കഴിയേണ്ടതായിരുന്നു. പക്ഷേ അതിനു കഴിഞ്ഞില്ല. എന്റെ മനസിൽ അവളോടുള്ള വിദ്വേഷം തിളച്ചുമറിയാൻ തുടങ്ങി. 'നീ ഒരൽപ്പംകൂടി കാത്തിരിക്ക്.' ഞാൻ മനസിൽ വിചാരിച്ചു.

ഏഴ്

"**ലി**സ, നിനക്ക് ഇതു നിർത്തികൂടെ? എനിക്ക് വെറുപ്പ് തോന്നുന്നു. നിനക്കുവേണ്ടിയാണ് ഞാൻ സംസാരിച്ചത്. അച്ചടിച്ച ഒരു പുസ്തകമായും അതിന് ബന്ധമില്ല. നിനക്കുവേണ്ടിമാത്രം എന്നു പറയാൻ കഴിയില്ല. ഞാൻ പറഞ്ഞതെല്ലാം എന്റെ ചിന്തയിൽ സ്വയം ഉയർന്നുവന്നതാണ്. നിനക്ക് അസഹ്യത തോന്നിയിരിക്കാം. ഇല്ലേ? നിശ്ചയമായും ശീലങ്ങൾ ഒരുവനെ സംബന്ധിച്ച് വളരെ പ്രധാനമാണ്. ഒരു മനുഷ്യന്റെ പുറത്ത് ശീലങ്ങൾക്ക് എന്തെല്ലാം ചെയ്യാൻ കഴയുമെന്ന് ചെകുത്താനു മാത്രമേ അറിയൂ. എന്തായാലും നീ എന്നും സുന്ദരി ആയിരിക്കുമെന്നും അവർ എന്നും നിന്നെ ഈ വീട്ടിൽ താമസിക്കാൻ അനുവദിക്കുമെന്നും വിശ്വസിക്കുവാൻ നിനക്കു കഴിയില്ല. ഇവിടം വൃത്തികെട്ട സ്ഥലമാണെന്നുപോലും ഞാൻ ഇതുവരെ നിന്നോട് സൂചിപ്പിച്ചില്ല. നീ ജീവിക്കുന്ന ഈ സ്ഥലത്തെപ്പറ്റി ഞാൻ ഇത്രയും പറയാം. നീ ചെറുപ്പക്കാരിയായ സുന്ദരി ആയിട്ടുപോലും, ഞാൻ ഉണർന്ന ഉടനെ ഈ വീട്ടിലാണെന്ന ഓർമ എനിക്ക് അസഹനീയമായിരുന്നു. നന്നായി മദ്യപിക്കാതെ ആർക്കും ഇവിടെ വരാൻ കഴിയില്ല. പക്ഷേ നീ മറ്റൊരു സ്ഥലത്ത് മാന്യമായി ജീവിക്കുകയാണെങ്കിൽ ഞാൻ നിന്റെ പിന്നാലെ ഇങ്ങനെ കറങ്ങിനടക്കുകയില്ല. അപ്പോൾ എനിക്ക് നിന്നോടു തോന്നുന്ന വികാരം പ്രണയമായിരിക്കും. നിന്റെ ഒരു നോട്ടമോ ഒരു വാക്കോ എന്നെ സന്തോഷിപ്പിക്കും. നിന്റെ മുന്നിൽ നിന്റെ കൽപ്പനകൾക്കുവേണ്ടി ഞാൻ എപ്പോഴും

മുട്ടുകുത്തി നിൽക്കുന്നുണ്ടാവും. നിന്റെ വാതിലിൽ പ്രതീക്ഷയോടെ ഞാൻ കാത്തിരിക്കും. എന്റെ ഭാവി ഭാര്യയായി ഞാൻ നിന്നെ കരുതും. നിന്നെപ്പറ്റി ഒരുതരത്തിലുള്ള അധമചിന്തകളും എനിക്ക് ഉണ്ടാവില്ല. പക്ഷേ ഇവിടുത്തെ കാര്യം എന്താണ്? ഞാൻ ഒന്നു ചൂളംവിളിച്ചാൽ മതി നീ എന്റെ സമീപത്ത് എത്തിയിരിക്കുമെന്ന് എനിക്ക് അറിയാം. നിനക്ക് എന്നെ ഇഷ്ടപ്പെട്ടാലും ഇല്ലെങ്കിലും നീ പിന്നീട് എന്റെ വിളിപ്പുറത്തായിരിക്കും. ഏറ്റവും തരം താണ ജോലികൾ ചെയ്യുന്നവനെ ഒരു നിശ്ചിത സമയത്തേക്ക് വാടകയ്ക്ക് എടുക്കാൻ കഴിയും. പക്ഷേ അവൻ അപ്പോഴും അടിമയല്ല. അധികം താമസിയാതെ ജോലി അവസാനിപ്പിച്ച് പോകാമെന്ന് അവന് ഉറപ്പുണ്ട്. പക്ഷേ നീ എപ്പോഴാണ് സ്വതന്ത്രയാവുക? നീ ഇവിടെ നഷ്ടപ്പെടുത്തു ന്നത് എന്തൊക്കെയാണെന്ന് ഓർത്തുനോക്കിയിട്ടുണ്ടോ? ഈ അടിമത്തത്തിനുപകരം എന്തെല്ലാമാണ് നീ ഇവിടെ വിൽക്കുന്നത്? നിന്റെ ആത്മാവും ശരീരവും നീ ഇവിടെ വിൽപ്പനയ്ക്കു വെച്ചിരിക്കുന്നു. ആത്മാവിനെ വിൽപ്പനയ്ക്ക് വയ്ക്കാൻ സത്യത്തിൽ നിനക്ക് ഒരു അവകാശവും ഇല്ല. ഏതു മുഴുക്കുടിയനുവേണ്ടിയും നീ നിന്റെ പ്രേമത്തെ കളങ്കപ്പെടുത്തുന്നു. നിന്റെ പ്രേമം സത്യത്തിൽ വജ്രമാണ്. ഏതു പെൺകുട്ടിക്കും അവളുടെ പ്രേമം ഒരു നിധിതന്നെയാണ്. ആ പ്രേമത്തിനുവേണ്ടി ജീവൻവരെ ത്യജിക്കാൻ പല പുരുഷന്മാരും തയാറാണ്. പക്ഷേ നിന്റെ പ്രേമത്തിന്റെ ഇപ്പോഴത്തെ വില എന്താണ്? നിന്നെ മൊത്തമായി മനുഷ്യർ വിലയ്ക്കെടുക്കുന്നു. പ്രേമിക്കാതെതന്നെ എല്ലാം ലഭിക്കുമ്പോൾ നിന്റെ പ്രേമത്തിനുവേണ്ടി ആരെങ്കിലും ശ്രമിക്കാൻ ഇടയുണ്ടോ? ഒരു പെൺകുട്ടിക്ക് നീ ചെയ്യുന്നതിലും വലിയ ഒരു കുറ്റം ചെയ്യാൻ കഴിയില്ല. നിനക്ക് ഞാൻ പറയുന്നത് മനസിലാകുന്നുണ്ടോ? നിങ്ങളുടെ സന്തോഷത്തിനുവേണ്ടി സ്വന്തം കാമുകന്മാർക്ക് അവർ അനുവാദം തരാറുണ്ടെന്ന് ഞാൻ കേട്ടിട്ടുണ്ട്. പക്ഷേ അതു നിങ്ങളെ സുഖിപ്പിക്കാനാണ്. സത്യത്തിൽ അവർ നിങ്ങളെ വിഡ്ഢികളാക്കുകയാണ്. നിങ്ങളെ കബളിപ്പിച്ചതോർത്ത് അവർ ചിരിക്കും. എന്നിട്ടും നിങ്ങൾ അവരെ വിശ്വസിക്കുന്നു. ആ കാമുകന്മാർ നിങ്ങളെ സ്നേഹിക്കുന്നുണ്ടോ? ഞാൻ അതു വിശ്വസിക്കുന്നില്ല. ഏതു നിമിഷവും നിങ്ങൾ മറ്റൊരാളുടേതാകാം എന്ന് അറിയുന്ന അവൻ എന്തിനാണ് നിങ്ങളെ സ്നേഹിക്കുന്നത്? അവൻ ഒരു പരമനികൃഷ്ടനേക്കാൾ ഒട്ടുംതന്നെ മെച്ചപ്പെട്ടവനല്ല. അവന് നിങ്ങളോട് അൽപ്പമെങ്കിലും ബഹുമാനം ഉണ്ടാകാൻ ഇടയുണ്ടോ? നിങ്ങൾ തമ്മിൽ യോജിപ്പുള്ള എന്തെങ്കിലും കാര്യങ്ങൾ ഈ ലോകത്ത് ഉണ്ടോ? ഉള്ളിൽ നിന്നെ പരിഹസിച്ചുചിരിച്ചു കൊണ്ട് വേണ്ടിവന്നാൽ അവൻ നിന്റെ വസ്തുക്കൾ മോഷ്ടിക്കും. അവന്റെ കയ്യിൽനിന്ന് അടികിട്ടിയില്ലെങ്കിൽ അതു നിന്റെ ഭാഗ്യം. ഒരുപക്ഷേ അവന്റെ കയ്യിൽനിന്ന് നിനക്ക് അടികിട്ടിയേക്കും. നിനക്കൊരു കാമുകൻ ഉണ്ടെങ്കിൽ അവനോട് നിന്നെ വിവാഹം കഴി

ക്കാൻ തയാറാണോ എന്ന് ചോദിച്ചുനോക്കണം. അവൻ നിന്റെ മുഖത്ത് തുപ്പുകയോ നിന്റെ കരണത്ത് അടിക്കുകയോ ചെയ്യാത്തപക്ഷം നിന്റെ മുഖത്തുനോക്കി പരിഹസിച്ച് ചിരിക്കുമെന്ന് ഉറപ്പാണ്. നിന്റെ ജീവിതം നശിപ്പിച്ചത് എന്തിനുവേണ്ടിയാണെന്നാണ് നിന്റെ ധാരണ. കുടിക്കാൻ കാപ്പിയും കഴിക്കാൻ ധാരാളം ഭക്ഷണവും കിട്ടാൻവേണ്ടി മാത്രമാണോ? ഒരു മാന്യയായ സ്ത്രീ ഈ ഭക്ഷണം അവരുടെ ചുണ്ടിൽ തൊടാൻ സമ്മതിക്കില്ല. നീ ഇവിടെ ഒരു കടക്കാരിയാണ്. പതിവുകാർ നിന്നെ വെറുക്കുന്നതുവരെ നീ കടക്കാരിയായി തുടരും. ആ സമയം വരാൻ വലിയ താമസം ഉണ്ടാവില്ല. ഒരിക്കലും നീ നിന്റെ യൗവ്വനത്തെ വിശ്വസിക്കരുത്. ഇതുപോലൊരു സ്ഥലത്ത് നിന്റെ യൗവ്വനത്തിന് വീശിയടിക്കുന്ന കാറ്റിനോളം ആയുസാണ് ഉള്ളത്. നീ അണഞ്ഞു പോകും. വെറുതെ അണയുകയല്ല. അണയുന്നതിനുമുൻപുതന്നെ കുറ്റപ്പെടുത്തലും ഭീഷണിയും തുടങ്ങിയിരിക്കും. നീ നിന്റെ ആത്മാവും യൗവനവും ആരോഗ്യവും അവർക്കുവേണ്ടി ഹോമിച്ചത് അറിഞ്ഞതായി പോലും അവർ ഭാവിക്കില്ല. പകരം നീ അവരെ നശിപ്പിച്ച് കുത്തുപാള എടുപ്പിച്ചെന്ന് അവർ പറയും. നിന്റെ പങ്കാളിയുടെ ഭാഗത്തുനിന്ന് ഒരു സഹായവും പ്രതീക്ഷിക്കേണ്ടതില്ല. അവരും നിന്റെ ഉടമസ്ഥയോടൊപ്പം നിന്ന് നിന്നെ ആക്രമിക്കും. കാരണം നിന്റെ പങ്കാളികളും ഇവിടുത്തെ അടിമകൾ തന്നെയാണ്. വളരെക്കാലം മുൻപുതന്നെ സ്വന്തം മനഃസാക്ഷിയും ദയയും അവർക്ക് കൈമോശം വന്നു കഴിഞ്ഞിരിക്കും. അവർ അഴുക്കിൽ മുങ്ങിക്കിടക്കുകയാണ്. അവരുടെ ശകാരവാക്കുകളേക്കാൾ വൃത്തികെട്ടതായി ഈ ലോകത്ത് യാതൊന്നുംതന്നെ ഇല്ല. ആരോഗ്യവും സൗന്ദര്യവും മോഹങ്ങളും യൗവനവും എല്ലാം അടിയറവു പറഞ്ഞിട്ട് ഇരുപത്തിരണ്ടാംവയസിൽ നീ ഒരു മുപ്പത്തഞ്ചുകാരിയായി മാറും. അപ്പോഴേക്കും രോഗിയായില്ലെങ്കിൽ നീ ഭാഗ്യവതിയാണ്. അങ്ങനെ ആകാതിരിക്കാൻ ദൈവത്തോട് പ്രാർഥിക്കാം. ഇവിടെനിന്ന് പുറത്താക്കപ്പെടുമ്പോൾ ഒരു വാക്ക് പറയാനുള്ള ധൈര്യം നിനക്ക് ഉണ്ടാവില്ല. എല്ലാം നിന്റെ മാത്രം കുറ്റം ആണെന്ന രീതിയിൽ നീ ഇവിടെനിന്ന് ഇറങ്ങി നടക്കും. ഇവിടെനിന്നും നീ മറ്റൊരു സ്ഥലത്തേക്ക് മാറും, അവിടെനിന്ന് മറ്റൊരിടത്തേക്ക്, പിന്നീട് അടുത്ത സ്ഥലത്തേക്ക്, അങ്ങനെ ഒടുവിൽ നീ ചന്തയിലെത്തും. അവിടുത്തെ രീതികൾ അസഹനീയമാണെന്ന് നിനക്ക് തോന്നുന്നില്ലേ? എപ്പോഴെങ്കിലും നീ അവിടെവരെ പോകണം. അപ്പോൾ അവിടം നിനക്ക് നേരിട്ടുകാണാം. ഒരിക്കൽ പുതുവർഷദിനത്തിൽ അവിടെനിന്നും പുറത്താക്കപ്പെട്ട ഒരു സ്ത്രീയെ ഞാൻ കാണാൻ ഇടയായി. അവൾ ബഹളം വച്ചതിനും കതകു തുറക്കാതിരുന്നതിനും ഉള്ള ശിക്ഷയായിരുന്നു അത്. രാവിലെ ഒൻപതു മണിക്കുതന്നെ അവൾ നന്നായി മദ്യപിച്ചിരുന്നു. അവളുടെ ശരീരത്തിൽ ഞാൻ ധാരാളം മുറിപ്പാടുകൾ കണ്ടു. ചോക്കുപോലെ വിളറിയ അവളുടെ കണ്ണുകൾക്കു

ചുറ്റും കറുപ്പുനിറം പടർന്നിരുന്നു. ഏതോ വണ്ടിക്കാരന്റെ ഇടികിട്ടിയിട്ട് അവളുടെ മൂക്കിൽനിന്ന് രക്തം ഒലിച്ചിറങ്ങിയിരുന്നു. കയ്യിൽ ഇരുന്ന കറുത്ത ഉണക്കമീൻ ചവിട്ടുപടികളിൽ ആഞ്ഞടിച്ചുകൊണ്ട് അവൾ സ്വന്തം വിധിയെ പഴിക്കുന്നത് ഞാൻ കേട്ടു. വണ്ടിക്കാരും മദ്യപിച്ച പട്ടാളക്കാരും കളിയാക്കിക്കൊണ്ട് അവൾക്കുചുറ്റും കൂട്ടംകൂടി നിന്നു. നീ എന്നെങ്കിലും അതുപോലെ ആയിത്തീരുമെന്ന് വിശ്വസിക്കുന്നുണ്ടോ? ഞാനും നീ അതുപോലെ ആകുമെന്ന് വിശ്വസിക്കാൻ ഇഷ്ടപ്പെടുന്നില്ല. പക്ഷേ അങ്ങനെ ആയിത്തീരില്ലെന്ന് എങ്ങനെ ഉറപ്പിക്കാൻ കഴിയും. ഒരുപക്ഷേ രണ്ടോ എട്ടോ കൊല്ലം മുൻപ് ഇവിടെ എത്തിയ ഒരു പെണ്ണിനെ ആയിരിക്കാം ഉണക്കമീനുമായി ഞാൻ അന്ന് ആ ചന്തയിൽ കണ്ടുമുട്ടിയത്. അന്ന് അവൾ ഒരു ശിശുവിനെപ്പോലെ നിഷ്കളങ്ക ആയിരുന്നിരിക്കാം. അന്ന് അവൾ എന്തുകേട്ടാലും ലജ്ജിക്കുന്ന, തിന്മകളെപ്പറ്റി അറിവില്ലാത്ത ഒരു പാവം പെൺകുട്ടി ആയിരുന്നിരിക്കാം. ഒരുപക്ഷേ അവൾ നിന്നെപ്പോലെ ഒരു ധാർഷ്ട്യക്കാരിയോ അല്ലെങ്കിൽ ഒരു തൊട്ടാവാടിയോ ആയിരുന്നിരിക്കാനും സാധ്യതയുണ്ട്. അവളെ സ്നേഹിക്കുകയും അവൾ സ്നേഹിക്കുകയും ചെയ്യുന്ന ഒരുവനിൽ നിന്നാണ് പൂർണ സന്തോഷം ഉരുത്തിരിയേണ്ടതെന്ന് അവൾക്ക് അറിവ് ഉണ്ടായിരിക്കാം. പക്ഷേ എവിടെയാണ് അവൾ അവസാനിച്ചതെന്ന് നീ കണ്ടല്ലോ? കുടിച്ച് ബോധംകെട്ട അവൾ വൃത്തികെട്ട ആ ചവിട്ടുപടികളിൽ മീനിനെ തല്ലിച്ചതച്ചതുകൊണ്ട് ഇനിയിപ്പോൾ നല്ല ദിവസങ്ങൾ തിരിച്ചുവന്നാൽ കൂടി ഒരു പ്രയോജനവും പ്രത്യേകിച്ച് ഉണ്ടാവാനില്ല. അവൾ സ്കൂളിൽ പോയിരുന്ന വർഷങ്ങൾ, അയൽവാസിയുടെ മകൻ വഴിവക്കിൽ അവളെ കാത്തുനിന്നിരുന്ന ദിവസങ്ങൾ, അവൻ അവളെ ജീവിതകാലം മുഴുവൻ സ്നേഹിക്കുമെന്നു പറഞ്ഞ നിമിഷങ്ങൾ, അവർ പരസ്പരം സ്നേഹം വാഗ്ദാനം ചെയ്ത ദിവസങ്ങൾ, വളരുമ്പോൾ അവർ വിവാഹം കഴിക്കുമെന്ന് ശപഥമെടുത്ത നാളുകൾ, ആ നിമിഷങ്ങൾക്കും ദിവസങ്ങൾക്കും ഇനിയിപ്പോൾ എന്ത് അർഥമാണ് ഉള്ളത്? നീ ഇവിടെ ഏതെങ്കിലും കുടുസുമുറിയിൽ ക്ഷയംപിടിച്ച് മരിക്കുകയാണെങ്കിൽ അതു നിന്റെ ഭാഗ്യമാണ്. ആശുപത്രിയിൽ കിടന്ന് മരിക്കണം എന്നല്ലേ നീ പറഞ്ഞത്? നിന്റെ ഉടമസ്ഥയ്ക്ക് നിന്നെക്കൊണ്ട് വീണ്ടും ആവശ്യങ്ങൾ ഉണ്ടെങ്കിൽ അവർ നിന്നെ അവിടെ കൊണ്ടുപോകും. ക്ഷയം ഒരു പ്രത്യേകതരം രോഗമാണ്. പനിപോലെയല്ല അവസാനനിമിഷംവരെ ആ രോഗിക്ക് പ്രതീക്ഷയോടെ ജീവിക്കാൻ കഴിയും. ഉടമസ്ഥയുടെ ഗുണത്തിനുവേണ്ടി രോഗം ബാധിച്ചു കഴിഞ്ഞും നിനക്ക് രോഗം ഇല്ലെന്നു പറയാം. വിഷമിക്കേണ്ട കാര്യമില്ല. ഞാൻ സത്യം പറഞ്ഞു എന്നുമാത്രം കരുതിയാൽ മതി. കടം വാങ്ങിയ പണം തിരിച്ചുകൊടുക്കാനുള്ളതു കൊണ്ട് ഒരക്ഷരം ഉരിയാടാൻ നിനക്ക് ധൈര്യം വരില്ല. നീ മരിക്കുമ്പോൾ അവർ നിന്നെ ഉപേക്ഷിച്ച് കടന്നുകളയും. കാരണം പിന്നീട് നിന്നെക്കൊണ്ട് അവർക്ക്

എന്ത് പ്രയോജനമാണ് ഉള്ളത്? പെട്ടെന്നു മരിച്ച് മുറി ഒഴിഞ്ഞു കൊടുക്കാത്തതിന് അവർ നിന്നെ ശകാരിക്കും. ഒരു ഗ്ലാസ് വെള്ളത്തിനുവേണ്ടി നീ യാചിക്കും. ശപിച്ചുകൊണ്ടായിരിക്കും അവർ നിനക്ക് വെള്ളം തരുന്നത്. അവർ പറയും "എന്നാണ് നീ കട്ടിൽ ഒഴിയുന്നത്? നിന്റെ ഞരക്കം കൊണ്ട് ഞങ്ങൾക്ക് ഉറങ്ങാൻ കഴിയുന്നില്ല. പതിവുകാർക്കും നിന്റെ ഞരക്കം ബുദ്ധിമുട്ട് ഉണ്ടാക്കുന്നുണ്ട്." ഞാൻ സത്യമാണ് പറയുന്നത്. എനിക്ക് ഇത്തരം സംസാരങ്ങൾ യാദൃച്ഛികമായി കേൾക്കാൻ ഇടവന്നിട്ടുണ്ട്. മരണം അടുക്കുമ്പോൾ നിലവറയുടെ നാറുന്ന മൂലയിലേക്ക് നിന്നെ തള്ളിമാറ്റും. അവിടുത്തെ ഈർപ്പത്തിലും ഇരുട്ടിലും ഒറ്റയ്ക്ക് കിടന്ന് നീ അപ്പോൾ എന്തായിരിക്കും ചിന്തിക്കുന്നത്? നീ മരിക്കുമ്പോൾ ഒരുപറ്റം അക്ഷമരായ അപരിചിതർ മുറുമുറുത്തുകൊണ്ട് ഒരു ഉന്തുവണ്ടിയിൽ കിടത്തി ധൃതിയിൽ ഉരുട്ടിക്കൊണ്ടുപോകും. നിനക്കുവേണ്ടി ആരും പ്രാർഥിക്കുകയില്ല. നിന്നെ ഓർത്ത് ആരും നെടുവീർപ്പ് ഇടില്ല. എല്ലാവർക്കും എത്രയും പെട്ടെന്ന് നീ കൺവെട്ടത്തു നിന്ന് പോകണം എന്ന ആഗ്രഹം മാത്രമേ ഉണ്ടായിരിക്കുകയുള്ളൂ. ഇന്ന് ആ പാവംപെണ്ണിന് വാങ്ങിയപോലെ ഒരുപെട്ടി അവർ നിനക്കുവേണ്ടിയും വാങ്ങും. ശവക്കുഴിക്കുള്ളിൽ ചേറും ചെളിയും ആയിരിക്കും. നിന്നെപ്പോലെ ഒരുവൾക്ക് ചടങ്ങുകൾ നടത്താൻ അവർ കാത്തുനിൽക്കില്ല. "അവളെ കുഴിക്ക് ഉള്ളിലേക്ക് ഇറക്കിക്കിടത്ത്. ഒരുകാര്യം കണ്ടോ? ഇവിടെപ്പോലും അവളുടെ കാലുകൾ മേലോട്ടാണ്. അവൾ അത്തരക്കാരി ആയിരുന്നു. കാലുകൾ മേലോട്ടുതന്നെ ആയിരിക്കും. വടം കുറച്ചുകൂടി ചെറുതാക്ക്. അൽപ്പംകൂടി ശ്രദ്ധിച്ചുചെയ്യ്. ഇപ്പോൾ കുഴപ്പം ഒന്നും ഇല്ല. എന്ത് കുഴപ്പം ഇല്ലെന്നാണ് പറയുന്നത്? എന്തുതന്നെ ആയാലും അവളും ഒരു മനുഷ്യജീവിയല്ലേ? ശരി ശരി മണ്ണിട്ടുമൂട്." നിന്നെപ്പറ്റി തർക്കിച്ച് സമയം കളയാൻപോലും അവർ തയാറാവില്ല. കറുത്ത കളിമണ്ണിട്ടുമൂടിയതിനുശേഷം അവർ അപ്പോൾതന്നെ മദ്യശാലയിലേക്ക് പോകും. അതോടെ നിന്നെപ്പറ്റിയുള്ള ഓർമകൾ അവസാനിക്കും. മറ്റു സ്ത്രീകൾക്ക് അവരുടെ ശവക്കുഴിയുടെ അടുത്ത് കുട്ടികൾ ഉണ്ടാവും ഭർത്താവുണ്ടാവും അച്ഛനുണ്ടാവും. പക്ഷേ നിനക്കുവേണ്ടി കണ്ണീരില്ല. നെടുവീർപ്പില്ല. പ്രാർഥനകൾ ഇല്ല. ഈ ഭൂമിയിൽ ജീവിക്കുന്ന ഒരു മനുഷ്യനും പിന്നീട് നിന്റെ ശവക്കുഴിയുടെ അടുത്ത് ഒരിക്കലും എത്തില്ല. നീ ഇവിടെ ജീവിച്ചിരുന്നതായി എന്നല്ല ജനിച്ചിരുന്നതായിപോലും തോന്നാത്ത തരത്തിൽ ഈ ഭൂമുഖത്തുനിന്നും നിന്റെ പേര് അപ്രത്യക്ഷമാകും. രാത്രിയിൽ മരിച്ചവർ ഉണരുന്ന സമയത്ത് ചെളിയിൽക്കിടന്ന് ശവപ്പെട്ടിയുടെ മൂടിയിൽ നിനക്ക് എത്രവേണമെങ്കിലും മുട്ടിവിളിക്കാം. 'നല്ല മനുഷ്യരല്ലേ എന്നെ ഒന്നു പുറത്തുകടത്തിവിട്. ഞാൻ ജീവിച്ചിരുന്നപ്പോൾ എനിക്ക് ജീവിക്കാൻ കഴിഞ്ഞില്ല. എന്റെ ജീവിതം അഴുക്കുചാലിലൂടെ താഴോട്ട് ഒഴുകിപ്പോയി. മാംസച്ചന്തയിലെ ഒരു മദ്യശാല

യിൽ എന്റെ ജീവിതം ഞാൻ വെറുതെ കുടിച്ചു തീർത്തുകള ഞ്ഞു. നല്ല മനുഷ്യരല്ലേ. എന്നെ ഒന്നുകൂടി ഈ ലോകത്ത് ജീവിക്കാൻ അനുവദി ക്കണം.'

അവളെ ഞാൻ വേദനിപ്പിക്കുകയാണെന്ന് ഒരു തോന്നൽ തുട ങ്ങിയിട്ട് വളരെ സമയം കഴിഞ്ഞിരുന്നു. കഴിയുന്നതുംവേഗം ഇതൊന്ന് അവസാനിപ്പിക്കണമെന്ന് ഞാൻ വിചാരിച്ചു.

എന്റെ സംസാരം കൃത്രിമമായിരുന്നു എന്ന് എനിക്ക് അറിയാം. അച്ചടിഭാഷയിൽതന്നെ ആയിരുന്നിരിക്കാം. ചുരുക്കത്തിൽ എനിക്ക് ഒരു അച്ചടിച്ച പുസ്തകംപോലെ സംസാരിക്കാനുള്ള കഴിവാണ് ഉള്ളത്. പക്ഷേ അതിനുള്ള പരിശ്രമത്തിനിടയിൽ എന്റെ ഞരമ്പുകൾ തകർന്നു. ഒരിക്കൽപ്പോലും ഇതുപോലുള്ള ഒരു നൈരാശ്യത്തിന് ഞാൻ അടിമ പ്പെട്ടിട്ടില്ല. അവൾ തലയണയിൽ മുഖം അമർത്തി കമഴ്ന്നാണ് കിട ന്നിരുന്നത്. കൈകൾ തലയ്ക്കു ചുറ്റുമായി പ്രയാസപ്പെട്ട് പിണച്ചു വച്ചി രുന്നു. അവളുടെ ഹൃദയം പൊട്ടിത്തെറിച്ചു. പനി ബാധിച്ചപോലെ അവ ളുടെ യൗവനംതുളുമ്പുന്ന ശരീരം വിറയ്ക്കുന്നുണ്ടായിരുന്നു. അവളുടെ നെഞ്ചിൽ വന്നുനിറഞ്ഞ തേങ്ങലുകൾ കണ്ണുനീരായി മാറി. അവിടെയുള്ള മറ്റേതെങ്കിലും മനുഷ്യജീവി തന്റെ കണ്ണുനീരും വേദനയും തിരിച്ചറിയും എന്ന ഭയത്തിൽ അവൾ തലയണയുടെ മറവിലേക്ക് മുഖം ഒളിപ്പിച്ചു കൊണ്ടിരുന്നു. അവളുടെ കയ്യിൽനിന്ന് രക്തം പൊടിയുന്നതു വരെ അവൾ ശക്തിയായി കടിച്ചുകൊണ്ടിരുന്നു. (ഇതു ഞാൻ പിന്നീട് കണ്ട താണ്). പിന്നിയിട്ടിരുന്ന മുടിയിൽ അവൾ നൈരാശ്യത്തോടെ പിടിച്ചു വലിച്ചു. പല്ലുകൾ കൂട്ടിപ്പിടിച്ച് ശ്വാസംഅടക്കി അവൾ കിടന്നു. ഞാൻ അവളെ സമാധാനിപ്പിക്കാൻ വേണ്ടി എന്തെങ്കിലും പറയാൻ ശ്രമിച്ചു കൊണ്ടിരുന്നു. പക്ഷേ അതിനുള്ള ധൈര്യം എനിക്ക് ഇല്ലെന്നു മനസി ലാക്കി ഞാൻ പെട്ടെന്നുതന്നെ അതിൽനിന്ന് പിൻതിരിഞ്ഞു. എന്റെ സാധ നങ്ങൾ പെറുക്കിയെടുത്ത് എത്രയുംവേഗം പുറത്തുകടക്കാനുള്ള ഉദ്ദേശ്യ ത്തോടെ ഞാൻ ചാടി എഴുന്നേറ്റു. കൂരിരുട്ട് ആയിരുന്നതുകൊണ്ട് എന്റെ ചലനങ്ങൾക്ക് വേഗത കുറവായിരുന്നു. പെട്ടെന്ന് എന്റെ കൈ ഒരു മെഴു കുതിരിയിൽ തട്ടി. സമീപത്ത് ഒരു തീപ്പെട്ടിയും ഉണ്ടായിരുന്നു. മുറിക്കു ള്ളിൽ വെളിച്ചം നിറഞ്ഞപ്പോൾ ശൂന്യതനിഴലിക്കുന്ന കണ്ണുകൾകൊണ്ട് ലിസ എന്നെത്തന്നെ നോക്കി ഇരിക്കുകയായിരുന്നു. ഞാൻ അവളുടെ അടുത്ത് ഇരുന്നു. ഞാൻ അവളുടെ കൈകളിൽ സ്പർശിച്ചു. പെട്ടെന്ന് അവൾ എന്നെ ആലിംഗനം ചെയ്യാൻവേണ്ടി കൈ കൾ ഉയർത്തി. പക്ഷേ അവൾക്ക് അതിനുള്ള ധൈര്യം ഉണ്ടായിരുന്നില്ല. നിശ്ശബ്ദയായി അവൾ തലതാഴ്ത്തി ഇരുന്നു.

ഞാൻ വീണ്ടും സംസാരിക്കാൻ തുടങ്ങി.

"ലിസ, നീ എന്നോട് ക്ഷമിക്കണം. ഞാൻ ഒന്നും ഉദ്ദേശിച്ചു പറഞ്ഞ തല്ല."

ഞാൻ സംസാരം തുടരേണ്ട എന്ന അർഥത്തിൽ അവൾ എന്റെ കൈകളിൽ ബലമായി അമർത്തി. ഞാൻ പറഞ്ഞു.

"ഇതാണ് എന്റെ അഡ്രസ് നീ വരണം"

"ഞാൻ വരും" തീരുമാനിച്ച മട്ടിലായിരുന്നു അവളുടെ ശബ്ദം. പക്ഷേ അവൾ മുഖം ഉയർത്തിയില്ല. ഞാൻ പോവുന്നു.

ഞാൻ എഴുന്നേറ്റപ്പോൾ അവളും എഴുന്നേറ്റ് കസേരയിൽ കിടന്നിരുന്ന ഷാൾ എടുത്ത് പുതച്ചു. ദുഃഖം തോന്നിയെങ്കിലും ഞാൻ പോകാനുള്ള തിടുക്കത്തിലായിരുന്നു.

വാതിലിന് അടുത്തെത്തിയപ്പോൾ എന്റെ കോട്ടിന്റെ കോളറിൽ കയറിപ്പിടിച്ചുകൊണ്ട് അവൾ പറഞ്ഞു.

"അൽപ്പസമയം കഴിഞ്ഞു പോയാൽ മതി." മെഴുകുതിരി താഴെവച്ച് അവൾ പെട്ടെന്നു തിരിഞ്ഞു നടന്നു. തീർച്ചയായും അവൾ എന്തോ ഓർത്തിട്ടാവണം തിരിച്ചുപോയത്. അല്ലെങ്കിൽ അകത്തുനിന്ന് എന്തോ എടുത്തുകൊണ്ടുവന്ന് എന്റെ മുന്നിൽ പ്രദർശിപ്പിക്കാനായിരിക്കും. തിരിച്ചു നടക്കുമ്പോൾ അവളുടെ മുഖത്ത് സന്തോഷം ഉണ്ടായിരുന്നതായി എനിക്കുതോന്നി. അപ്പോൾ അവളുടെ കണ്ണുകളിൽ കണ്ട തിളക്കത്തിന്റെ അർഥം എന്തായിരിക്കും. ഞാൻ കാത്തുനിന്നു. അവൾ പെട്ടെന്നുതന്നെ തിരിച്ചുവന്നു. അവളുടെ കണ്ണുകൾ എന്നോട് എന്തിനോ വേണ്ടി ക്ഷമായാചനം നടത്തുന്നതായി തോന്നി. ഇപ്പോൾ അവളുടെ മുഖത്തിന് നേരത്തേകണ്ട മുഖവുമായി യാതൊരു സാമ്യവും ഉണ്ടായിരുന്നില്ല. അവിശ്വാസം നിഴലിക്കുന്ന സൗഹൃദത്തിന്റെ കണികപോലും ഇല്ലാത്ത ഒരുമുഖം ആയിരുന്നു അവളുടേത്. ഇപ്പോൾ അവളുടെ മുഖത്ത് അവിശ്വാസത്തിനുപകരം വിശ്വാസത്തിന്റെ തിളക്കം ഉണ്ടായിരുന്നു. അവൾക്ക് എന്നോട് എന്തോ അപേക്ഷിക്കാൻ ഉണ്ടെന്നുതോന്നി. അവളുടെ കണ്ണുകളിൽ ഒട്ടുംതന്നെ അഹങ്കാരം ഇല്ലായിരുന്നു. സ്നേഹം ഉള്ളവരോട് കുട്ടികൾ എന്തെങ്കിലും ആവശ്യപ്പെടുമ്പോൾ അവരുടെ മുഖത്ത് ഒരു പ്രത്യേകഭാവം കാണാം. ഏതാണ്ട് അതുപോലെ ഒരു മുഖഭാവം ഞാൻ അപ്പോൾ അവളുടെ മുഖത്തുകണ്ടു. ജീവൻ തുടിക്കുന്ന സ്നേഹവും വെറുപ്പും പ്രതിഫലിപ്പി ക്കാൻ കഴിയുന്ന അവളുടെ കണ്ണുകൾക്ക് തവിട്ടുനിറമായിരുന്നു.

പറയാതെതന്നെ കാര്യങ്ങൾ മനസിലാക്കാൻ കഴിവുള്ള മറ്റൊരു തരം ജീവിയാണ് ഞാനെന്ന മട്ടിൽ ഒരു കടലാസുകഷണം അവൾ എന്റെ നേരെ നീട്ടി. അവളുടെ മുഖത്ത് ബാല്യത്തിന്റെ ഉല്ലാസം കാണാനുണ്ടായിരുന്നു. ഞാൻ കടലാസുകഷണത്തിന്റെ മടക്കുകൾ നിവർത്തി. ഏതോ ഒരു മെഡിക്കൽ വിദ്യാർഥിയുടെ കത്തായിരുന്നു അത്. ഭാഷയിൽ കൃത്രിമത്വം നിഴലിച്ചിരുന്നെങ്കിലും വളരെ മനോഹരമായ ഒരു പ്രേമപ്രഖ്യാപനമായിരുന്നു ആ കത്ത്. കത്തിലെ വരികൾ എനിക്ക് ഓർക്കാൻ കഴിയുന്നില്ലെങ്കിലും അതിൽ ഉൾക്കൊണ്ടിരുന്ന കാപട്യമില്ലാത്ത വികാ

രങ്ങളുടെ ആത്മാർഥത എന്റെ ഓർമയിൽനിന്ന് മാഞ്ഞിട്ടില്ല. കത്തു വായിച്ചുകഴിഞ്ഞപ്പോൾ ഞാൻ പറയാൻ പോകുന്നത് എന്തായിരിക്കും എന്ന് അറിയാനുള്ള ആകാംക്ഷയോടെ അവൾ എന്റെ മുഖത്തുതന്നെ നോക്കി നിൽക്കുകയായിരുന്നു. ബാലിശമായ ഒരു ജിജ്ഞാസ ഞാൻ അവളുടെ മുഖത്ത് കണ്ടു. സന്തോഷം തുളുമ്പുന്ന വളരെ കുറച്ചു വാക്കുകൾകൊണ്ട് ഒരു വിരുന്നിനുപോയിരുന്നതിന്റെ വിശേഷങ്ങൾ അവൾ പറഞ്ഞു. അങ്ങേയറ്റം നല്ലവരായ കുറേ മനുഷ്യരോടൊപ്പം ഒരു നൃത്തവിരുന്നിൽ അവൾ പങ്കെടുത്ത കാര്യം അവളുടെ വീട്ടുടമയ്ക്ക് അറിയില്ല. അവൾ ആ വീട്ടിൽ ആദ്യമായാണ് എത്തുന്നത്. അതുകൊണ്ട് അവർക്ക് അവളെപ്പറ്റി ഒന്നും അറിയില്ലായിരുന്നു. അവൾ ആ വീട്ടിലെ താമസത്തെപ്പറ്റി ഇതുവരെ തീരുമാനങ്ങൾ ഒന്നും എടുത്തിരുന്നില്ല. എന്നാൽ ഇപ്പോൾ കടംവീട്ടിക്കഴിഞ്ഞാൽ ഉടൻതന്നെ ആ വീട്ടിൽനിന്നും വിട്ടുപോവുന്ന കാര്യം അവൾ ഉറപ്പിച്ചു കഴിഞ്ഞിരുന്നു. എഴുത്ത് എഴുതിയ മെഡിക്കൽ വിദ്യാർഥി അന്നത്തെ വിരുന്നിൽ അവളോടൊപ്പം നൃത്തം ചെയ്തിരുന്നു. അന്നു വൈകുന്നേരം മുഴുവൻ അവൻ അവളോടു സംസാരിച്ചു. റിഗയിൽവച്ച് അവളെ കണ്ടിട്ടുള്ളകാര്യം അവൻ വിരുന്നിനിടയിൽ പറഞ്ഞു. അവർ ഒന്നിച്ച് കളിച്ചു നടന്നിട്ടുണ്ട്. പക്ഷേ അതു വളരെ വർഷങ്ങൾക്കു മുൻപുള്ള ഒരു ഓർമയാണ്. അവളുടെ അച്ഛനമ്മമാരെ അവന് പരിചയം ഉണ്ടായിരുന്നു. പക്ഷേ അവരെപ്പറ്റി അവന് കാര്യമായി ഒന്നും തന്നെ അറിയില്ലായിരുന്നു. ഒരു സംശയവും അവരെപ്പറ്റി അവനു തോന്നിയിരുന്നില്ല. അതിനടുത്ത ദിവസം (അതു മിനിഞ്ഞാന്നായിരുന്നു) അവളെ ആ വിരുന്നിനു ക്ഷണിച്ചുകൊണ്ടുപോയ സുഹൃത്തിന്റെ കൈവശമാണ് ഈ എഴുത്ത് അവൻ കൊടുത്തുവിട്ടത്.

കഥ പറഞ്ഞുകഴിഞ്ഞ് അവൾ നാണിച്ചു തലതാഴ്ത്തിനിന്നു.

ആ വിദ്യാർഥിയുടെ എഴുത്ത് ഒരു നിധിപോലെയാണ് അവൾ സൂക്ഷിച്ചിരുന്നത്. ആ നിധി എടുത്തുകൊണ്ടുവരാനാണ് അവൾ ഓടിപ്പോയത്. ഞാൻ പോകുന്നതിനുമുൻപ് താൻ ആത്മാർഥമായി സ്നേഹിക്കപ്പെടുന്നുണ്ടെന്ന് അവൾക്ക് എന്നെ ബോധ്യപ്പെടുത്തണ മായിരുന്നു. ആ എഴുത്തിന്റെ പിൻതുടർച്ചയായി ഒന്നും സംഭവിക്കില്ലെന്ന് ഏതാണ്ട് ഉറപ്പായിരുന്നെങ്കിലും അവൾ അതു കാര്യമാക്കിയില്ല. അവളുടെ സ്വകാര്യമായ അഹങ്കാരത്തിന്റെയും ന്യായീകരണത്തിന്റെയും തെളിവായി ജീവിതകാലം മുഴുവൻ അവൾ ആ എഴുത്ത് ഒരു നിധിപോലെ സൂക്ഷിക്കുമെന്ന് എനിക്ക് വിശ്വാസം തോന്നിയിരുന്നു. ഈ സമയത്ത് ആ എഴുത്ത് അവൾ എന്റെ മുന്നിൽകൊണ്ടുവന്നത് എന്റെ കണ്ണിൽ അവൾക്കുള്ള അംഗീകാരം ഒന്നുകൂടി ഉറപ്പിക്കാൻവേണ്ടി യാവണം. ഞാനും അവളെ മോശക്കാരിയായിക്കാണരുത് എന്ന് അറിയിക്കുകയായിരുന്നു അതിന്റെ ഉദ്ദേശ്യം. ഒന്നും പറയാതെ ഞാൻ അവളുടെ കൈപ്പത്തികളിൽ പിടിച്ച് അമർത്തി. എന്നിട്ട് ഞാൻ പുറത്തേക്കുനടന്നു.

വഴിയിൽ അപ്പോഴും മഞ്ഞുവീണുകൊണ്ടിരുന്നു. അതുവകവയ്ക്കാതെ ഞാൻ മുറിയിലേക്ക് തിരിച്ചുനടന്നുതുടങ്ങി. എനിക്ക് നല്ല ക്ഷീണം തോന്നി. ക്ഷീണത്തിനൊപ്പം എന്തോ ഒരു അനിശ്ചിതാവസ്ഥ ഞാൻ അനുഭവിച്ചു. പക്ഷേ ആ അനിശ്ചിതാവസ്ഥയ്ക്ക് ഇടയിലും സത്യത്തിന്റെ തിളക്കം തുടങ്ങിക്കഴിഞ്ഞിരുന്നു. വൃത്തികെട്ട സത്യത്തിന്റെ തിളക്കം.

എട്ട്

വളരെക്കാലം മുൻപുതന്നെ ഞാൻ ആ സത്യം അംഗീകരിച്ചിട്ടുണ്ട്. അതായത് കഴിഞ്ഞദിവസത്തെ സംഭവങ്ങളിലേക്കാണ് ഞാൻ അടുത്ത ദിവസം രാവിലെ ഉറക്കം ഉണരുന്നത്. ഇന്നലെ ഞാൻ അനുഭവിച്ച ദുരിതങ്ങളും ഭയവും ലിസയോട് എനിക്ക് തോന്നിയ ദൗർബല്യവും ഓർത്ത് ഞാൻ അത്ഭുതപ്പെട്ടു. ഞാൻ വിചാരിച്ചു 'സ്ത്രൈണമായ മാനസികചാഞ്ചല്യത്തിലേക്ക് ഒരുവൻ കടന്നുചെല്ലുന്ന അവസ്ഥയാണ് ഞാൻ ഇന്നലെ അനുഭവിച്ചത്. അവൾക്ക് എന്റെ അഡ്രസ് കൊടുക്കാൻ എന്തു വികാരമാണ് എന്നെ പ്രേരിപ്പിച്ചത്? അവൾ എന്നെ അന്വേഷിച്ച് വരുകയാണെങ്കിൽ എന്താണ് സംഭവിക്കാൻ പോകുന്നത്? എന്തായാലും അവൾ വരട്ടെ...... അതുകൊണ്ട് ഒരുപക്ഷേ ഒന്നും സംഭവിക്കാൻ ഇടയില്ല.' പക്ഷേ ഇപ്പോൾ പ്രാധാന്യം മറ്റൊരു കാര്യത്തിനാണ്. സ്വർക്കോവിന്റെയും സിമോനോവിന്റെയും കണ്ണിൽ എന്റെ മാനം നിലനിർത്താൻ ഉടൻതന്നെ എന്തെങ്കിലും ചെയ്യാൻ കഴിയണം. അതാണു പ്രധാനപ്പെട്ടകാര്യം. രാവിലത്തെ ഈ വെപ്രാളത്തിനടയിൽ ഞാൻ ലിസയെ മറന്നു. സിമോനോവിനോട് ഇന്നലെ വാങ്ങിയ കടം ഉടൻതന്നെ തിരിച്ചുകൊടുക്കണം. തൽക്കാലം ആന്റൺ ആന്റോനോവിച്ചിന്റെ കയ്യിൽനിന്ന് പതിനഞ്ച് റൂബിൾ കടം വാങ്ങാം എന്ന വളരെ പരിതാപകരമായ തീരുമാനത്തിലാണ് ഞാൻ എത്തിചേർന്നത്. രാവിലെ വളരെ സന്തോഷത്തിലായിരുന്നതുകൊണ്ട് ഞാൻ ചോദിക്കുന്നതിനു മുൻപുതന്നെ അയാൾ പണം തന്നു. എന്റെ സന്തോഷത്തിന് അതിരുകൾ ഇല്ലാതിരുന്നതുകൊണ്ട് ഞാൻ ഒന്നും ആലോചിക്കാതെ ഇന്നലെ നടന്ന കാര്യങ്ങൾ വിവരിച്ചു. ഹോട്ടൽ ഡി പാരീസിൽ തലേന്നുരാത്രിയിൽ ഞങ്ങൾ ഒരു സഹപാഠിക്ക് വിരുന്നു നൽകിയെന്നും, ഞങ്ങളുടെ ആ കൂട്ടുകാരൻ നല്ല കുടുംബത്തിൽനിന്ന് വരുന്നവനാണെന്നും, നല്ല സാമ്പത്തികനിലയും ജോലിയും ഉള്ളവനാണെന്നും, ഇതിനെല്ലാം പുറമേ ബുദ്ധിമാനും പല സ്ത്രീകളുമായും രഹസ്യമായ അടുപ്പം ഉള്ളവനാണെന്നും മറ്റും യാതൊരു ശ്രദ്ധയുമില്ലാതെ ഞാൻ പറഞ്ഞുകൊണ്ടിരുന്നു. "ഇന്നലെ ഞങ്ങൾ നന്നായി കുടിച്ചു. ആറുകുപ്പിയിലധികം ഞങ്ങൾ അകത്താക്കി. ഒന്ന് ആലോചിച്ചു നോക്കിയേ......" പണം കിട്ടിയ സന്തോഷത്തിൽ ഇന്നലത്തെ കാര്യങ്ങൾ ഞാൻ വെറുതെ വിവരിച്ചുകൊണ്ടിരുന്നു.

തിരിച്ച് മുറിയിൽ വന്നപ്പോൾ തന്നെ ഞാൻ സിമോനോവിനുള്ള എഴുത്ത് എഴുതാൻ തുടങ്ങി.

എന്റെ എഴുത്തിന്റെ മാന്യതയിലും നന്മയിലും ഇന്നേദിവസംവരെ എനിക്ക് എന്നോടുതന്നെ ആരാധനയാണ്. വാക്കുകൾ കരുതലോടെ ഉപയോഗിച്ച് ഇന്നലത്തെ എല്ലാ കുഴപ്പങ്ങളുടേയും ചുമതല ഞാൻ സ്വയം ഏറ്റെടുത്തു. "ക്ഷമ ചോദിക്കാൻ എന്നെ അനുവദിക്കുമെങ്കിൽ......" എന്നാണ് ഞാൻ എഴുത്ത് ആരംഭിച്ചത്. എനിക്ക് മദ്യപിച്ച് തീരെ ശീലമില്ലാത്തതാണ് കുഴപ്പങ്ങൾക്കു കാരണമെന്ന് ഞാൻ എഴുത്തിൽ എഴുതി. അഞ്ചുമണിമുതൽ ആറുമണിവരെ അവരെ പ്രതീക്ഷിച്ച് ഞാൻ ഹോട്ടൽ ഡി പാരീസിൽ ഇരുന്നസമയത്തു കുടിച്ച ആദ്യത്തെ ഗ്ലാസുകൊണ്ടുതന്നെ ഞാൻ ലഹരിയിലായിക്കഴിഞ്ഞിരുന്നെന്ന് ഞാൻ സിമോനോവിന് എഴുതി. സിമോനോവിനോട് ഞാൻ പ്രത്യേകം ക്ഷമ ചോദിച്ചു. മറ്റുള്ളവരോട് പ്രത്യേകിച്ച് സ്വർക്കോവിനോട് എന്റെ ക്ഷമാപണം അറിയിക്കണമെന്നും ഞാൻ എഴുത്തിൽ അഭ്യർഥിച്ചു. സ്വർക്കോവിനെ കളിയാക്കിയതിന്റെ ഒരു അവ്യക്തമായ ഓർമ എന്റെ മനസിൽ ഉണ്ടായിരുന്നു. തലവേദന ഇല്ലാതിരുന്നെങ്കിൽ അവരെ എല്ലാവരേയും ഞാൻ നേരിട്ടുപോയി കാണുമായിരുന്നെന്നും ഞാൻ കൂട്ടിച്ചേർത്തു. ഇതിനെല്ലാം ഉപരിയായി എനിക്ക് എന്നെപ്പറ്റിതന്നെ അവജ്ഞതോന്നുന്നുണ്ടായിരുന്നു. എന്റെ വിശദീകരണങ്ങളേക്കാൾ എഴുത്തിലെ വരികളുടെ സാധാരണത്വം എനിക്ക് കൂടുതൽ ഇഷ്ടപ്പെട്ടു. ഇന്നലത്തെ വൃത്തികേടുകളെ ദൂരെ മാറിനിന്ന് നോക്കുന്ന മറ്റൊരാളുടെ കാഴ്ചപ്പാടിലൂടെയാണ് ഞാൻ എഴുത്തിൽ വിശദീകരിച്ചത്.

'എന്റെ എഴുത്തിൽ കുലീനമായ ഒരു തമാശയുണ്ടോ?' എഴുത്ത് വീണ്ടും വായിച്ചുനോക്കിയതിനുശേഷം ഞാൻ ആലോചിച്ചുകൊണ്ടിരുന്നു. ഇങ്ങനെ എഴുതാൻ കഴിയുന്നത് ഞാൻ ബുദ്ധിമാനായതുകൊണ്ടല്ലേ? എനിക്ക് പഠിക്കാൻ കഴിഞ്ഞതും അതിന് ഒരു കാരണമായിട്ടുണ്ട്. ഇങ്ങനെ വൃത്തികെട്ട ഒരു സന്ദർഭത്തിൽനിന്ന് തലവലിച്ചൂരാൻ മറ്റുള്ളവർക്ക് കഴിഞ്ഞെന്നുവരില്ല. പക്ഷേ ഞാൻ നമ്മുടെ കാലത്തെ വിദ്യാഭ്യാസമുള്ള ഒരു പക്വമതിയായതുകൊണ്ട് ഇത്തരം കുരുക്കിൽനിന്ന് രക്ഷപ്പെട്ട് ജീവിതം തുടരാൻ പ്രാപ്തനായിരിക്കുന്നു. ഒരുപക്ഷേ ഇന്നലെ നടന്നതിന് എല്ലാം കാരണം മദ്യം ആയിരിക്കാം. അല്ല. എല്ലാം മദ്യം കാരണമല്ല. അഞ്ചുമണിക്കും ആറുമണിക്കും ഇടയ്ക്ക് അവരെ പ്രതീക്ഷിച്ചിരുന്ന സമയത്തൊന്നും ഞാൻ വോഡ്ക തൊട്ടിട്ടില്ല. സിമോനോവിനോട് ഞാൻ കള്ളം പറഞ്ഞതാണ്. ഒരു നാണംകെട്ട കള്ളം. എന്നിട്ടും എനിക്കതിൽ നാണക്കേടു തോന്നിയില്ല.

'ഓ, അത് എന്തെങ്കിലുമാകട്ടെ. ഞാൻ അതിൽനിന്ന് തലയൂരി എന്നതാണ് പ്രധാനകാര്യം.'

ഞാൻ ആറുറൂബിൾ എഴുത്തിനൊപ്പംവച്ച് കവർ ഒട്ടിച്ചു. അപ്പൊലോണിനോട് ആ എഴുത്ത് സിമോനോവിന് എത്തിച്ചുകൊടുക്കാൻ ചട്ടം

കെട്ടി. എഴുത്തിനുള്ളിൽ പണം ഉണ്ട് എന്നറിഞ്ഞപ്പോൾ അപ്പൊലോൺ ബഹുമാനത്തോടെ എഴുത്ത് കൊണ്ടുപോകാമെന്ന് സമ്മതിച്ചു.

വൈകുന്നേരം ഞാൻ നടക്കാനിറങ്ങി. എന്റെ തലവേദന അപ്പോഴും വിട്ടുമാറിയിരുന്നില്ല. പിന്നീട് സന്ധ്യയോടെ അതുകൂടി. സന്ധ്യ ഇരുളാൻ തുടങ്ങിയപ്പോൾ എന്റെ ചിന്തകൾ മാറിത്തുടങ്ങി. എന്റെ മനസിന്റെ ആഴങ്ങളിൽ നശിക്കാൻ കൂട്ടാക്കാത്ത എന്തോ ഉണ്ടായിരുന്നു. തീവ്രമായ മനോവേദനയായി അതു പ്രത്യക്ഷപ്പെടാൻ തുടങ്ങി. തിരക്കുള്ള കച്ചവടകേന്ദ്രങ്ങളിലൂടെ ഞാൻ അലഞ്ഞുനടന്നു. ഈ വഴികളിലൂടെ സന്ധ്യക്ക് അലഞ്ഞുതിരിയാൻ എനിക്ക് പ്രത്യേക താൽപ്പര്യം എന്നും ഉണ്ടായിരുന്നു. സന്ധ്യാസമയത്താണ് ഏറ്റവും കൂടുതൽ തൊഴിലാളികളും ഫാക്ടറിജോലിക്കാരും അവരവരുടെ വേവലാതികളുമായി ഈ വഴികളിലൂടെ അവരുടെ വീടുകളിലേക്ക് മടങ്ങുന്നത്. യാത്രക്കിടയിലെ അവരുടെ മനസുതുറന്നുള്ള സംസാരമാണ് എന്നെ ഈ തെരുവുകളിലേക്ക് ആകർഷിച്ചത്. പക്ഷേ ഈ പ്രാവശ്യം തെരുവിലെ തിരക്ക് എന്റെ ഞരമ്പുകളെ കൂടുതൽ ക്ഷോഭിപ്പിച്ചു. എന്റെ ഉള്ളിൽ നിരന്തരമായി എന്തോ തിളച്ചുമറിഞ്ഞു. ആകെ തളർന്ന അവസ്ഥയിലാണ് ഞാൻ മുറിയിൽ തിരിച്ചെത്തിയത്. മനസിനുള്ളിൽ എന്തോ കുറ്റകൃത്യം നടന്നതുപോലെ ഒരു തോന്നലിന് ഞാൻ അടിമപ്പെട്ടിരുന്നു.

ലിസ ഒരിക്കലും വരാൻപോകുന്നില്ല എന്ന ചിന്ത വൈകുന്നേരം മുതൽ എന്റെ മനസിൽനിന്ന് വിട്ടുമാറിയിരുന്നില്ല. തലേന്നത്തെ ഓർമകളിൽ എന്നെ ഏറ്റവും അധികം പീഡിപ്പിച്ചുകൊണ്ടിരുന്നത് ലിസയെപ്പറ്റിയുള്ള ഓർമകളായിരുന്നു. എനിക്ക് അതു വളരെ വിചിത്രമായിതോന്നി. വൈകുന്നേരത്തോടെ ബാക്കി എല്ലാ കാര്യങ്ങളും എനിക്ക് മറക്കാൻ കഴിഞ്ഞിരുന്നു. സിമോനോവിന് എഴുത്ത് എഴുതിയതിൽ എനിക്ക് പരിപൂർണ സംതൃപ്തി തോന്നി. ഇതിനിടയിലും ലിസയെപ്പറ്റിയുള്ള ചിന്ത എന്നെ നിരന്തരമായി ശല്യപ്പെടുത്തിക്കൊണ്ടി രുന്നു. 'അവൾ വരുകയാണെങ്കിൽ?' എന്ന വിചാരം ഒരിക്കലും മനസിൽനിന്ന് ഒഴിഞ്ഞില്ല. അവൾ വരട്ടെ. അതിൽ എന്തു കുഴപ്പം. പക്ഷേ എന്റെ ജീവിതസാഹചര്യങ്ങൾ അവൾ കാണുന്നത് മോശമാണ്. ഇന്നലെ അവളുടെ മുന്നിൽ ഒരു നായകനായിട്ടാണ് ഞാൻ വിലസിയത്. കാര്യങ്ങൾ ഈ നിലയിൽവരെ എത്തിച്ചത് സത്യത്തിൽ മണ്ടത്തരമായി പ്പോയി. ദാരിദ്ര്യംപിടിച്ച ഒരു ഫ്ളാറ്റിലായിരുന്നു എന്റെ താമസം. ഇവിടെ വന്നാൽ പഞ്ഞി പുറത്തുചാടിയ എന്റെ സോഫ അവൾ കാണും. ശരീരം മൂടാൻ കഴിയാത്ത എന്റെ വസ്ത്രം അവൾ കാണും. മുറി മുഴുവൻ കീറിപ്പറിഞ്ഞ പഴംതുണികളാണ്. അതും അവൾ കാണാതിരിക്കില്ല. ഇതിനെല്ലാം ഉപരി അപ്പലോണിനെ അവൾ കാണും. എന്നോടു പകതീർക്കാൻവേണ്ടി അവൻ അവളോട് അപമര്യാദയായി പെരുമാറും. പതിവുപോലെ ഇതിനും ആ തെണ്ടിക്ക് ഞാൻ പണംകൊടുക്കേണ്ടിവരും. എന്റെ ഉടുപ്പിലെ തുന്നലുകൾ

മറച്ചുപിടിച്ചുകൊണ്ട് ഞാൻ പുഞ്ചിരിക്കും. അവൾ വന്നതിൽ സന്തോഷം അഭിനയിക്കും. എനിക്ക് അറപ്പുതോന്നുന്നു. അതുമാത്രമല്ല ഇതിലും മോശപ്പെട്ട ഒരുകാര്യം കൂടിയുണ്ട്. ഇതിലും വളരെ താഴ്ന്ന നിലവാരത്തിലുള്ളത്. അതായത് ആത്മാർഥതയില്ലാത്ത കള്ളത്തരത്തിന്റെ മുഖംമൂടി ഞാൻ വീണ്ടും എടുത്ത് അണിയും.

എന്റെ ആലോചന ഇത്രത്തോളം എത്തിയപ്പോൾ ഞാൻ പൊട്ടിത്തെറിച്ചു. 'എന്തു കള്ളത്തരം? അതിൽ എന്തു കള്ളത്തരമാണ് ഉള്ളത്? ഞാൻ ഇന്നലെ പറഞ്ഞതെല്ലാം ആത്മാർഥതയോടെ പറഞ്ഞതാ ണ്. മനസിനുള്ളിലെ വൈകാരികചലനങ്ങൾ ഞാൻ അപ്പോൾ അറിഞ്ഞിരുന്നു. അവളുടെ ഏറ്റവും ഉത്തമമായ ഭാവങ്ങളെ ഉണർത്തണമെന്നു മാത്രമായിരുന്നു എന്റെ ആഗ്രഹം. ഞാൻ അവളെ കരയിച്ചെങ്കിൽ അതൊരു നല്ല കാര്യമാണ്.'

പക്ഷേ എനിക്ക് എന്റെ മനസിനെ സാന്ത്വനപ്പെടുത്താൻ കഴിഞ്ഞില്ല.

രാത്രി ഒൻപതുമണികഴിഞ്ഞിട്ടും ലിസയെപ്പറ്റിയുള്ള ചിന്തയിലായിരുന്നു ഞാൻ. ആ സമയത്ത് അവൾ വരാൻ യാതൊരു സാധ്യതയും ഇല്ലെന്ന് എനിക്ക് അറിയാമായിരുന്നു. ഇന്നലത്തെ ജീവിതത്തിൽനിന്ന് ഒരുനിമിഷം വ്യക്തതയോടെ എന്റെ മുന്നിൽ തെളിഞ്ഞുവന്നു. തീപ്പെട്ടിക്കൊള്ളിയുടെ വെളിച്ചത്തിൽ രക്തസാക്ഷിയുടേതുപോലെ വിളറിവികൃതമായ അവളുടെ മുഖം കാണാൻ ഇടയായ നിമിഷം. ആ നിമിഷത്തിൽ അവളുടെ ചിരി എന്തുമാത്രം അനുകമ്പാർഹം ആയിരുന്നു? എന്തുമാത്രം അസ്വാഭാവികമായിരുന്നു? ആ നിമിഷത്തിൽ അവളുടെ മുഖത്തുകണ്ട അനുകമ്പാർഹമായ ചിരിയുമായി പതിനഞ്ചു വർഷങ്ങൾക്കു ശേഷവും എന്റെ സങ്കൽപ്പത്തിൽ ഞാൻ ലിസയെ കണ്ടുകൊണ്ടിരിക്കുമെന്ന് അന്ന് എനിക്ക് അറിയില്ലായിരുന്നു.

അടുത്തദിവസം നടന്നതെല്ലാം ലഹരികയറിയ ഞരമ്പുകൾ സൃഷ്ടിച്ച അസംബന്ധങ്ങളായി കാണാൻ വീണ്ടും ഞാൻ തയാറായിരുന്നു. ഈ കാര്യം എന്റെ ബലഹീനതയായി അംഗീകരിക്കാൻ ഞാൻ ഒരുക്കമായിരുന്നു. ചില സമയങ്ങളിൽ എന്റെ ഈ ബലഹീനതയെ ഞാൻ ഭയപ്പെട്ടിട്ടുണ്ട്. 'എല്ലാ കാര്യങ്ങളും ഞാൻ പെരുപ്പിച്ച് പറയും. അത് എന്റെ ഒരു ബലഹീനതതന്നെയാണ്.' ഞാൻ പലതവണ എന്നോടുതന്നെ ഈ കാര്യം പറഞ്ഞിട്ടുണ്ട്. എന്തുതന്നെ ആയാലും എന്റെ ഉള്ളിൽ നടന്നുകൊണ്ടിരുന്ന സംവാദം 'ലിസ വരാൻ ഇനിയും സാധ്യതയുണ്ട്' എന്ന ഒഴിവുകഴിവിലായിരിക്കും അവസാനിക്കുന്നത്. ഇടയ്ക്കൊക്കെ ഞാൻ ഭ്രാന്തമായ വെപ്രാളത്തിന് അടിമപ്പെടുന്നതിൽ എനിക്ക് വലിയ വിഷമം തോന്നി. 'അവൾവരും അവൾ തീർച്ചയായും വരും.' മുറിക്കുള്ളിൽ വെപ്രാളപ്പെട്ട് നടക്കുന്നതിനിടയിൽ ഞാൻ പറഞ്ഞുകൊണ്ടിരിക്കും 'ഇന്നുവന്നില്ലെങ്കിൽ നാളെ അവൾ തീർച്ചയാ യുംവരും. വന്ന് എന്നെ

കണ്ടുപിടിക്കും.' നശിച്ച കാവ്യാത്മകമായ പ്രേമത്തിന്റെ ഫലം അതു തന്നെയാണ്. ഈ വികാരജീവികളുടെ അധമത്വവും മണ്ടത്തരങ്ങളും സങ്കുചിതത്വവും വിവരിക്കാതിരിക്കുന്നതാണ് നല്ലത്. അവൾക്ക് കാര്യങ്ങൾ എങ്ങനെയാണ് മനസിലാവാതെ വരുന്നത്? തീർച്ചയായും അവൾക്ക് എല്ലാം മനസിലായിട്ടുണ്ടാവണം. പക്ഷേ ഇവിടെ എത്തുമ്പോൾ ഞാൻ ഏറ്റവും വലിയ ചിന്താക്കുഴപ്പത്തിൽപ്പെട്ടു പോകുന്നു.

ചിലപ്പോൾ നേരിട്ടുപോയി ലിസയെ കണ്ടാലെന്തെന്ന് എനിക്കു തോന്നും. അവളോട് എല്ലാം തുറന്നു പറഞ്ഞതിനുശേഷം എന്നെ കാണാൻ വരരുതെന്ന് അപേക്ഷിക്കാമെന്ന് ഞാൻ വിചാരിക്കും. ഈ ചിന്താപ്രവാഹത്തിനിടയിൽ പെട്ടെന്നു ഞാൻ ക്ഷുഭിതനാകും. ആ നാശംപിടിച്ച ലിസ ഇപ്പോൾ ഇവിടെ വന്നിരുന്നെങ്കിൽ ഞാൻ അവളെ അവഹേളിച്ച് ചീത്തവിളിച്ച് ഓടിക്കുമായിരുന്നു. ഒരുപക്ഷേ ഞാൻ അവൾക്ക് അടികൊടുക്കാനും സാധ്യതയുണ്ട്.

ഒരുദിവസം കടന്നുപോയി. പിന്നീട് രണ്ടുദിവസം അതിനുശേഷം മൂന്നുദിവസം അവൾ വന്നില്ല. ഈ സമയംകൊണ്ട് എന്റെ മനസ്സ് കൂടുതൽ ശാന്തമായി. പ്രത്യേകിച്ചും ഒൻപതുമണി കഴിയുമ്പോൾ എന്റെ മനസിലെ ഭാരം കുറഞ്ഞു. സാന്ത്വനം നൽകുന്ന സ്വപ്നങ്ങൾപോലും ഞാൻ കണ്ടുതുടങ്ങി. ഒരു ഉദാഹരണം പറയാം എന്നെ വന്നു കണ്ടതിനു പകരമായി ഞാൻ ലിസയെ ആ വീട്ടിൽ നിന്നും രക്ഷപ്പെടുത്തി. എന്നോടു സംസാരിച്ചതിനു പകരം ഞാൻ അവളെ പഠിപ്പിച്ച് നല്ല നിലയിൽ എത്തിച്ചു. ഒടുവിൽ അവൾ എന്നെ സ്നേഹിക്കുന്നത് എന്റെ ശ്രദ്ധയിൽപ്പെട്ടു. അവളുടെ സ്നേഹം എനിക്ക് മനസിലായിട്ടില്ലയെന്നമട്ടിൽ ഞാൻ അഭിനയിച്ചു (ഞാൻ എന്തിനാണ് അങ്ങനെ ചെയ്തതെന്ന് എനിക്ക് അറിയില്ല. ഒരുപക്ഷേ കാര്യങ്ങൾക്ക് ഒരു ആഡംബരഭാവം നൽകാൻവേണ്ടി ആയിരിക്കും). ഒടുവിൽ സുന്ദരിയായ അവൾ ഏങ്ങലടിച്ചു കരഞ്ഞുകൊണ്ട് എന്റെ കാലിൽ കെട്ടിപ്പിടിച്ച് ഞാൻ അവളുടെ രക്ഷകനാണെന്നും ഈ ലോകത്ത് എന്തിനേക്കാളും കൂടുതൽ അവൾ എന്നെ സ്നേഹിക്കുന്നുണ്ടെന്നും പ്രഖ്യാപിക്കും. അപ്പോൾ ഞാൻ പറയും "ലിസ, നിന്റെ സ്നേഹം ഞാൻ ശ്രദ്ധിച്ചിട്ടില്ലെന്ന് നീ വിശ്വസിക്കുന്നുണ്ടോ? ഞാൻ അത് എന്നേ ഊഹിച്ചുകഴിഞ്ഞു. അങ്ങോട്ടുകയറി ആദ്യം ഇടപെടാൻ എനിക്ക് ധൈര്യം ഉണ്ടായിരുന്നില്ല. നിന്റെ മുകളിൽ എനിക്ക് സ്വാധീനം ഉള്ളതുകൊണ്ട് നന്ദിപ്രകടിപ്പിക്കാ നായി നീ എന്റെ പ്രേമം ബോധപൂർവം അംഗീകരിക്കുമെന്ന് ഞാൻ ഭയന്നു. ഇല്ലാത്ത ഒരു വികാരം ബലമായി സൃഷ്ടിക്കാനുള്ള ശ്രമം നീ നടത്തിയേക്കുമെന്ന് എനിക്ക് ഒരു തോന്നൽ ഉണ്ടായി. അത് ഒരുതരം സ്വേച്ഛാധിപത്യമാണ്. മറ്റുള്ളവരുടെ വികാരങ്ങൾ അപ്പോൾ മാനിക്കപ്പെടുന്നില്ല. എനിക്ക് അതിൽ തീരെ താൽപ്പര്യമില്ല."

"പക്ഷേ ഇപ്പോൾ നീ എന്റേതാണ്. സുന്ദരിയും നിഷ്കളങ്കയുമായ നീ എന്റെ മാത്രം സൃഷ്ടിയാണ്. നീ എന്റെ സുന്ദരിയായ ഭാര്യയാണ്."

"ധീരയായി സ്വതന്ത്രയായി കടന്നുവരു-
എന്റേയും എന്റെ വീടിന്റേയും ഉമസ്ഥയാകൂ."

അതിനുശേഷം ഞാനും ലിസയും വിദേശയാത്രകളും മറ്റും നടത്തി സന്തോഷമായി ജീവിക്കും. ചുരുക്കത്തിൽ എന്റെ സ്വപ്നം ഏറ്റവും താഴ്ന്ന നിലവാരത്തിലുള്ള ഒരു പൈങ്കിളി സ്വപ്നമായി അധഃപതിക്കും. ആ അധഃപതനത്തിന്റെ ആത്മനിന്ദയിൽ ഒടുവിൽ ഞാൻ സ്വപ്നം അവസാനിപ്പിക്കും.

എന്റെ ചിന്ത മറ്റൊരു വഴിക്ക് തിരിഞ്ഞു. 'അവർ അവളെ ഇവിടെ വരാൻ അനുവദിക്കില്ല. പുറത്തുപോകാൻതന്നെ അവർ അവളെ അനു വദിക്കാൻ സാധ്യത കുറവാണ്. പ്രത്യേകിച്ചും വൈകുന്നേരങ്ങളിൽ (അവൾ വൈകിട്ട് ഏഴുമണിക്ക് ആയിരിക്കും എന്നെ കാണാൻ വരുന്ന തെന്ന ഒരു ഉറച്ച വിശ്വാസം എന്തുകൊണ്ടാ ണെന്ന് അറിയില്ല എനിക്ക് ഉണ്ടായിരുന്നു). അവൾക്ക് ആ വീട്ടിൽ കുറച്ചൊക്കെ സ്വാതന്ത്ര്യം ഉണ്ടെന്നും പൂർണമായി അവരുടെ അധീനത യിൽ അല്ലെന്നും അവൾ പറഞ്ഞിരുന്നു. അത് എന്തെങ്കിലുമാകട്ടെ. അവൾ വരും. അവൾ തീർച്ച യായും വരും. അവൾ വരാതിരിക്കില്ല.

ആ സമയം അപ്പൊലോണിന്റെ മുരട്ടുസ്വഭാവം കാരണം എന്റെ ശ്രദ്ധ അങ്ങോട്ടുതിരിഞ്ഞത് ഭാഗ്യമായി എന്നുതന്നെ പറയാം. അവൻ എന്റെ ക്ഷമയുടെ നെല്ലിപ്പലകവരെ ഇളക്കിക്കഴിഞ്ഞിരുന്നു. അവൻ എന്റെ ആരാച്ചാരാണ്. എനിക്ക് ചുമക്കാൻ കിട്ടിയ കുരിശ്. പല വർഷ ങ്ങളായി ഞങ്ങൾ തുടർച്ചയായി ഏറ്റുമുട്ടിക്കൊണ്ടിരിക്കുകയാണ്. അവനെ എനിക്ക് വെറുപ്പാണ്. എന്റെ ദൈവമേ! അവനെ ഞാൻ എന്തു മാത്രം വെറുക്കുന്നു. എന്റെ ജീവിതത്തിൽ ഇതുവരെ ആരേയും ഞാൻ ഇത്രമാത്രം വെറുത്തിട്ടില്ല. വൃദ്ധനായിക്കഴിഞ്ഞിരുന്നെങ്കിലും അവൻ തണ്ടനായിരുന്നു. തുന്നൽപ്പണിയിൽ അവന് അൽപ്പം വൈദഗ്ധ്യം ഉണ്ടായിരുന്നു. തന്നേക്കാൾ എളിയവരോട് ദയാപൂർവം പെരുമാറുന്നതു പോലെയായിരുന്നു അവൻ എന്നോട് ഇടപെട്ടിരുന്നത്. എല്ലാവരോടും അവൻ അങ്ങനെയായിരുന്നു പെരുമാറുന്നത്. പരിപൂർണ പണ്ഡിത നാണു താൻ എന്നായിരുന്നു അവന്റെ ഭാവം. എന്റെ ജീവിതത്തിൽ ഇത്രയും വലിയ പണ്ഡിതനാണെന്ന ഭാവമുള്ള മറ്റൊരു മനുഷ്യനെ ഞാൻ കണ്ടിട്ടില്ല. അഹങ്കാരത്തിന്റെ കാര്യത്തിൽ അവന്റെ അടുത്തെ ങ്കിലും എത്തണമെന്നുണ്ടെങ്കിൽ കുറഞ്ഞപക്ഷം നിങ്ങൾ മാസിഡോണ യിലെ അലക്സാണ്ടർ എങ്കിലും ആയിരിക്കണം. അവൻ ആത്മലഹരിയി ലായിരുന്നു. മറ്റുള്ളവരുടെ സമയം മഴുവൻ അവൻ നഷ്ടപ്പെടുത്തി. എന്നോട് അവൻ സ്വേച്ഛാധിപത്യം കാണിച്ചു. വളരെ ചുരുക്കം സന്ദർഭങ്ങളിൽ മാത്രം അവൻ എന്നോട് സംസാരിച്ചു. എപ്പോഴെങ്കിലും അവൻ എന്നെ നോക്കി എന്നു വിചാരിക്കുക. അവന്റെ നോട്ടം രാജകീയ അഹന്തയോടുകൂടി എന്നെ പരിഹസിക്കുന്ന തരത്തിൽ ആയിരിക്കും.

അതോടെ എനിക്ക് ഭ്രാന്ത് ഇളകും. എനിക്ക് എന്തോ വലിയ സഹായം ചെയ്യുന്നതുപോലെയാണ് അവന്റെ ജോലികൾ അവൻ ചെയ്തുതീർത്തിരുന്നത്. സത്യത്തിൽ എനിക്കായി അവൻ ഒരുകാര്യവും ചെയ്തുതന്നിരുന്നില്ല. ചെയ്തുതരാൻ അവൻ ഒട്ടും തയ്യാറുമായിരുന്നില്ല. ഈ ഭൂമിയിലെ എറ്റവും വലിയ വിഡ്ഢിയായാണ് അവൻ എന്നെ കരുതിയിരുന്നത് എന്ന കാര്യത്തിൽ ഒരു സംശയവും വേണ്ട. അവനു ശമ്പളം കിട്ടുന്നതുകൊണ്ട് മാത്രം അവൻ എന്നെ അവന്റെ യജമാനനായി നിലനിർത്തിയിരിക്കുകയായിരുന്നു. പ്രതിമാസം കൊടുക്കുന്ന ഏഴു റൂബിളിന് പകരം എനിക്കുവേണ്ടി ഒന്നുംതന്നെ ചെയ്യാൻ അവൻ തയാറായിരുന്നില്ല. അവനോടുള്ള വെറുപ്പ് കൂടിയിട്ട് ചിലപ്പോൾ അവൻ നടന്നുപോകുന്നതു കണ്ടാൽപ്പോലും ഞാൻ പൊട്ടിത്തെറിച്ചു. പക്ഷേ എനിക്ക് ഏറ്റവും വെറുപ്പ് വ്യക്തതയില്ലാത്ത അവന്റെ സംസാരമായിരുന്നു. അവന്റെ നാക്കിന് സാധാരണയിൽ കവിഞ്ഞ് നീളം ഉണ്ടായിരുന്നെന്ന് തോന്നുന്നു. അതുകൊണ്ട് അവന്റെ സംസാരം വ്യക്തമായിരുന്നില്ല. സംസാരത്തിൽ വ്യക്തത കുറവായത് അവനെ വളരെ വ്യത്യസ്തനാക്കുന്നതായി കരുതി അതിലും അവൻ അഹങ്കരിച്ചിരുന്നതായി തോന്നി. കൈകൾ പുറകിൽ കെട്ടി തറയിൽ നോക്കിനിന്ന് അളന്നുമുറിച്ചാണ് അവൻ സംസാരിച്ചിരു ന്നത്. അവന്റെ മുറിയിലിരുന്ന് സങ്കീർത്തനപുസ്തകം വായിക്കാൻ തുടങ്ങുമ്പോൾ അവന്റെ ശബ്ദം എന്നെ ഭ്രാന്തുപിടിപ്പിക്കും. ആ വായന ഒന്നു നിർത്താൻവേണ്ടി ഞാൻ പല യുദ്ധങ്ങളും നടത്തിനോക്കി. മടുപ്പിക്കുന്ന ശബ്ദത്തിൽ വൈകിട്ട് സങ്കീർത്തനം വായിക്കുന്നതിലുള്ള അവന്റെ താൽപ്പര്യം ചിന്തിക്കാൻ കഴിയുന്നതിനും അപ്പുറത്താണ്. അവന്റെ സങ്കീർത്തനം വായനകേട്ടാൽ അവന്റെ മുന്നിൽ ഒരു ശവശരീരം കിടക്കുന്നുണ്ടെന്നുതോന്നും. അവന്റെ വായന ഒടുവിൽ അവനെ അവിടെതന്നെയാണ് എത്തിച്ചത്. ഇപ്പോൾ മരിച്ചവരുടെ അടുത്തിരുന്ന് സങ്കീർത്തനം വായിക്കുന്നതാണ് അവന്റെ സ്ഥിരം ജോലി. കൂടാതെ വീട്ടിലെ എലിശല്യം ഇല്ലാതാക്കാൻ അവന്റെ സങ്കീർത്തനം വായന പലരും ഇപ്പോൾ പ്രയോജനപ്പെടുത്തുന്നുണ്ട്. ദുർമന്ത്രവാദം നടക്കുന്ന സ്ഥലങ്ങളിലും അവന്റെ സങ്കീർത്തനം വായനയ്ക്ക് ഉപയോഗം ഉണ്ട്. അവന്റെ അസ്തിത്വംപോലും എന്നോടുള്ള രാസസങ്കലനത്തിലൂടെ ആണെന്ന് തോന്നിയതുകൊണ്ടാവണം അന്നൊന്നും അവനെ പറഞ്ഞുവിടാൻ എനിക്ക് കഴിഞ്ഞില്ല. കൂടാതെ എന്തുകാരണത്തിന്റെ പുറത്തായാലും വിട്ടുപോവാൻ അവനും തയാറായിരിന്നില്ല. എന്റെ ഫ്ളാറ്റ് എന്റെ സ്വന്തം ആയിരുന്നു. എന്റെ പുറംതോട്. പുറം ലോകത്തുനിന്നും ഞാൻ ഒളിച്ചിരിക്കുന്ന എന്റെ കൂട്. എന്തുകൊണ്ടോ അപ്പൊലോൺ ആ ഫ്ളാറ്റിന്റെ സ്വന്തക്കാരനാണെന്ന് തോന്നി. കഴിഞ്ഞ ഏഴുവർഷങ്ങളായി അവനെ അവിടെനിന്ന് പുറത്താക്കാൻ എനിക്ക് കഴിഞ്ഞിട്ടില്ല.

അപ്പൊലോണിന്റെ ശമ്പളം രണ്ടുമൂന്നു ദിവസം താമസിപ്പിക്കണമെന്ന് ഞാൻ വിചാരിക്കാറുണ്ട്. പക്ഷേ അതു ഞാൻ വിചാരിച്ചാലും നടക്കാത്ത കാര്യമായിരുന്നു. എന്താണു സംഭവിക്കുന്നതെന്ന് തിരിച്ചറിയാൻ കഴിയാത്ത ഒരു അവസ്ഥയിൽ അവൻ എന്നെ കൊണ്ടെത്തിക്കും. പക്ഷേ ഈ തവണ അവന്റെ ശമ്പളം എന്തെങ്കിലും കാരണം പറഞ്ഞ് രണ്ടാഴ്ച താമസിപ്പിക്കണമെന്ന് എനിക്കുതോന്നി. എനിക്ക് അവനോടുള്ള വെറുപ്പ് കൂടിയിട്ടുണ്ടായിരുന്നു. ശമ്പളം താമസിപ്പിക്കുന്ന കാര്യം ഞാൻ ആലോചിച്ചു തുടങ്ങിയിട്ട് വളരെക്കാലം കഴിഞ്ഞിരുന്നു. ഏതാണ്ട് രണ്ടുവർഷം. എന്റെ അടുത്ത് അവന് അങ്ങനെ ആളാകാൻ കഴിയില്ലെന്നും ഞാൻ വിചാരിച്ചാൽ അവന്റെ ശമ്പളം കൊടുക്കാതിരി ക്കാൻ കഴിയുമെന്നും അവനെ ഒന്ന് ബോധ്യപ്പെടുത്തുക മാത്രമായിരുന്നു എന്റെ ഉദ്ദേശ്യം. ഈ കാര്യം അവനോട് പറയാതിരിക്കാൻ ഞാൻ തീരുമാനിച്ചു. നിശ്ശബ്ദതയിലൂടെ അവന്റെ അഹങ്കാരത്തിനുമേൽ ഞാൻ വിജയം നേടിക്കഴിഞ്ഞ് അവൻതന്നെ ശമ്പളത്തെപ്പറ്റി ആദ്യം സംസാരിച്ചു തുടങ്ങട്ടെ. അപ്പോൾ ഏഴുറൂബിൾ ഞാൻ മേശതുറന്ന് പുറത്തേക്കെടുക്കും. ഞാൻ ബോധപൂർവം ശമ്പളം കൊടുക്കാതിരുന്നതാണെന്ന് അങ്ങനെ അവൻ മനസിലാക്കും. ഞാൻ കൊടുക്കില്ല. ഈ തവണ അവന് ശമ്പളം കൊടുക്കാൻ എനിക്ക് തോന്നാത്തതു കൊണ്ട് ഞാൻ കൊടുക്കില്ല. അവന്റെ യജമാനൻ എന്ന നിലയിൽ എന്റെ തീരുമാനം അതാണ്. അവൻ ഒരു മണ്ടനും എന്നോട് ബഹുമാനം കാണിക്കാത്തവനും ആയതുകൊണ്ടാണ് ഞാൻ ഇങ്ങനെ തീരുമാനിച്ചത്. അവൻ മര്യാദയ്ക്ക് എന്നോടു ചോദിക്കുകയാണെങ്കിൽ ഞാൻ തീരുമാനം മാറ്റി അവന്റെ ശമ്പളം കൊടുത്തെന്നുവരും. അല്ലെങ്കിൽ അവൻ രണ്ടാഴ്ച കാത്തിരിക്കട്ടെ. അല്ലെങ്കിൽ മൂന്നാഴ്ചയോ ഒരുമാസമോ കാത്തിരിക്കട്ടെ.

ഞാൻ ഭയങ്കര കോപത്തിൽ ആയിരുന്നെങ്കിലും ജയിച്ചത് അവൻ ആയിരുന്നു. നാലുദിവസം ഞാൻ ഈ കാര്യം മിണ്ടിയില്ല. അവൻ മുൻകാലങ്ങളിലെപ്പോലെതന്നെ തുടക്കം ഇട്ടു. (ഇത്തരം സന്ദർഭങ്ങൾ മുൻപും ഉണ്ടായിട്ടുണ്ട്. അന്നൊക്കെ അവൻ ഈ രീതിയിൽ തന്നെ ശ്രമിച്ചിട്ടുണ്ട്. ഞാൻ ഒരു കാര്യം പറയാം. ഇങ്ങനെയൊക്കെ സംഭവിക്കുമെന്ന് എനിക്ക് നേരത്തേതന്നെ അറിവുള്ളതാണ്. അവന്റെ കള്ളത്തരങ്ങളൊക്കെ എനിക്ക് മനഃപാഠമാണ്). പലതവണ മിനിട്ടുകളോളം അവൻ എന്നെ തുറിച്ചുനോക്കാൻ തുടങ്ങി. ഞങ്ങൾ മുഖത്തോടുമുഖം കാണുമ്പോഴൊക്കെ അവൻ അത് ആവർത്തിച്ചു. എന്നിട്ടും ഞാൻ അവന്റെ നോട്ടം കണ്ടില്ലെന്ന് നടിക്കുകയാണെങ്കിൽ കൂടുതൽ രൂക്ഷമായ പീഡനമുറകളിലേക്ക് അവൻ കടക്കും. ഒരു കാരണവുമില്ലാതെ പെട്ടെന്ന് എന്റെ മുറിയിലേക്ക് അവൻ ശബ്ദം ഉണ്ടാക്കാതെ ഒഴുകി എത്തും. ഞാൻ മുറിക്കുള്ളിൽ എന്തെങ്കിലും ചെയ്യുന്നുണ്ടാവും. അല്ലെങ്കിൽ വായിക്കുകയായിരിക്കും. വാതിലിനടുത്ത് ഒന്നുംപറയാതെ അവൻ എന്നെത്തന്നെ

നോക്കി നിൽക്കും. അവന്റെ നോട്ടത്തിൽ നേരത്തേതിലും രൂക്ഷമായ വെറുപ്പ് ഉണ്ടായിരിക്കും. ഞാൻ എന്തുവേണം എന്ന് ചോദിച്ചാൽ അവൻ ഒരു മറുപടിയും പറയില്ല. കുറച്ചുസമയംകൂടി എന്നെ രൂക്ഷമായി നോക്കിയതിനുശേഷം അവന്റെ മുറിയിലേക്ക് പിൻവാങ്ങും. രണ്ടുമണിക്കൂറിനുശേഷം എന്റെ മുന്നിൽ അവൻ വീണ്ടും പ്രത്യക്ഷപ്പെടും. എന്റെ ഉള്ളിലെ ദേഷ്യം കാരണം ഈ തവണ ഞാൻ അവനോട് എന്തു വേണമെന്ന് ചോദിക്കില്ല. പകരം ഞാനും രൂക്ഷമായി അധികാരത്തോടെ അവനെ നോക്കും. കുറച്ചുസമയം ഞങ്ങൾ പരസ്പരം അങ്ങനെ നോക്കിക്കൊണ്ടു നിൽക്കും. ഒടുവിൽ സാവധാനം അഹംഭാവത്തോടെ അവൻ തിരിച്ചുപോകും. വീണ്ടും രണ്ടു മണിക്കൂർ നേരത്തേക്ക് അവൻ അപ്രത്യക്ഷനാകും.

ഇതും പരാജയപ്പെടുകയാണെങ്കിൽ പിന്നീട് എന്നെ രൂക്ഷമായി നോക്കുന്നതിനിടയിൽ അവൻ ദീർഘനിശ്വാസം വിട്ടുതുടങ്ങും. അവന്റെ ഓരോ ദീർഘനിശ്വാസവും എന്റെ ദുഷ്ടവിചാരത്തിന്റെ ആഴം അളക്കുന്നതുപോലെ തോന്നും. ഒടുവിൽ എപ്പോഴും അവനു തന്നെയാണ് വിജയം. ഞാൻ ദേഷ്യംകൊണ്ട് അലറിവിളിക്കും. പക്ഷേ ഈ ബഹളത്തിനിടയിൽ തർക്കവിഷയത്തിൽ അവനു വഴങ്ങിക്കൊടുക്കാൻ ഞാൻ നിർബന്ധിതനാകും.

ഈ പ്രാവശ്യം രൂക്ഷ നോട്ടങ്ങളുടെ യുദ്ധതന്ത്രം ആരംഭിച്ചപ്പോൾ തന്നെ എന്റെ നിയന്ത്രണം വിട്ടു. നോട്ടംമാത്രം ആയിരുന്നില്ല അതിനു കാരണം. മറ്റു പലതും എന്നെ ശല്യപ്പെടുത്തുന്നുണ്ടായിരുന്നു.

ഭ്രാന്തുപിടിച്ചപോലെ ഞാൻ അലറി. "അവിടെ നിൽക്ക്" ഒരു കൈ പിന്നിൽ പിടിച്ചുകൊണ്ട് അപ്പൊലോൺ അവന്റെ മുറിയിലേക്ക് സാവധാനം നടക്കാൻ തുടങ്ങി.

"അവിടെ നിൽക്കാൻ. നിന്നോട് തിരിച്ചുവരാനാണ് ഞാൻ പറയുന്നത്. മനസിലായില്ലേ? തിരിച്ചുവരാൻ." എന്റെ അലർച്ച വളരെ അസ്വാഭാവികമായി തോന്നിയതുകൊണ്ടാവണം അവൻ അൽപ്പം അത്ഭുതത്തോടെ തിരിഞ്ഞുനോക്കി. ഒരക്ഷരംപോലും അവൻ സംസാരിച്ചില്ല. അവൻ മിണ്ടാതെ നിൽക്കുന്നതു കണ്ടപ്പോൾ എനിക്ക് വീണ്ടും ഭ്രാന്തുപിടിക്കുന്നതുപോലെ തോന്നി.

"എന്റെ അനുവാദം ഇല്ലാതെ ഇവിടെ കടന്നുവന്ന് എന്റെ നേരെ കണ്ണുരുട്ടാൻ നിനക്ക് എങ്ങനെ ധൈര്യം വന്നു? പറയെടാ."

നിശ്ശബ്ദനായി അരമിനിട്ടുകൂടി എന്നെ നോക്കിനിന്നതിനുശേഷം വീണ്ടും അവൻ തിരിച്ചുപോകാൻ തുടങ്ങി.

ഞാൻ ഓടി അവന്റെ അടുത്തെത്തി. "പറയെടാ. നീ എന്തിനാണ് എന്നെ തുറിച്ചുനോക്കുന്നത്?"

അൽപ്പസമയത്തെ നിശ്ശബ്ദതക്കുശേഷം തലതിരിച്ച് വലത്തോട്ടും ഇടത്തോട്ടും നോക്കുന്നതിനിടയിൽ അവൻ പറഞ്ഞു.

“നിങ്ങൾക്ക് ഇപ്പോൾ എന്നെക്കൊണ്ട് എന്തെങ്കിലും ആവശ്യം കാണും എന്ന് വിചാരിച്ചു. അതാണല്ലോ എന്റെ ജോലി.”

ദേഷ്യം കൊണ്ട് വിറച്ചുകൊണ്ട് ഞാൻ ഉച്ചത്തിൽ അലറി.

“അതല്ല ഞാൻ ചോദിച്ചത്. നീ എന്തിന് ഇവിടെ വന്നു എന്നാണ് ചോദിച്ചത്. ഞാൻ നിന്റെ ശമ്പളം തന്നില്ല. ശരിതന്നെ. പക്ഷേ അതു ചോദിച്ചുപോയാൽ നിന്റെ കഴുത്ത് ഉളുക്കില്ലല്ലോ? നിന്റെ തണ്ടുകാരണം നിനക്ക് ശമ്പളം ചോദിക്കാൻവയ്യ. അതുകൊണ്ട് നിന്റെ വൃത്തികെട്ട നോട്ടവുമായി എന്നെ ഉപദ്രവിക്കാൻ ഇറങ്ങിയിരിക്കുകയാണ്. നീ ഒരു ഉപദ്രവകാരിയാണ്.”

അവൻ വീണ്ടും ഒന്നും പറയാതെ തിരിഞ്ഞുനടക്കാൻ തുടങ്ങുകയായിരുന്നു. പക്ഷേ ഞാൻ അവനെ പിടിച്ചുനിർത്തി.

മേശവലിപ്പിൽനിന്നും പണം പുറത്തെടുത്തുകൊണ്ട് ഞാൻ പറഞ്ഞു.

“ഇതാ പണം. ഏഴു റൂബിൾ ഇവിടെത്തന്നെയുണ്ട്. പക്ഷേ നിനക്കത് കിട്ടില്ല. നീ മര്യാദയ്ക്കുവന്ന് മാപ്പുപറയാതെ ഇതു നിനക്കു കിട്ടുമെന്ന് വിചാരിക്കണ്ട. ഞാൻ പറയുന്നത് നിനക്ക് മനസിലായല്ലോ.”

ഒട്ടും പ്രതീക്ഷിക്കാത്ത ആത്മവിശ്വാസത്തോടെ അവൻ പറഞ്ഞു “അതു നടക്കില്ല.”

“നടക്കും” ഞാൻ അലറി “എന്റെ വാക്കിനു വിലയു ണ്ടെങ്കിൽ ഞാൻ അതു നടത്തും. നടത്തിയിരിക്കും.”

ഞാൻ അലറിയതൊന്നും അറിഞ്ഞിട്ടില്ല എന്ന മട്ടിൽ അവൻ പറഞ്ഞു. “ഞാൻ നിങ്ങളോട് മാപ്പു പറയേണ്ട കാര്യം ഒന്നും സംഭവിച്ചിട്ടില്ല. നിങ്ങൾ എന്നെ ഉപദ്രവകാരി എന്നു വിളിച്ച സ്ഥിതിക്ക് എനിക്ക് വേണമെങ്കിൽ പോലീസ് സ്റ്റേഷനിൽപ്പോയി നിങ്ങൾക്ക് എതിരെ പരാതി കൊടുക്കാം.

ഞാൻ കുരച്ചു. “എങ്കിൽപ്പോയി കേസുകൊടുക്കെടാ. ഈ സെക്കന്റിൽ ഇവിടെനിന്ന് പോകണം. എന്നാലും നീ ഉപദ്രവകാരി തന്നെയാണ്. ഉപദ്രവകാരി. വെറും ഉപദ്രവകാരി.”

എന്നെ ഒന്നുനോക്കിയിട്ട് അവൻ തിരിഞ്ഞുനടന്നു. ഞാൻ ശബ്ദം ഉണ്ടാക്കിക്കൊണ്ടിരുന്നത് ഒന്നും അവൻ ശ്രദ്ധിച്ചില്ല. പോകുന്നവഴിക്ക് അവൻ എന്റെ നേരെ ഒന്ന് തിരിഞ്ഞുനോക്കിയതുപോലും ഇല്ല. സ്വന്തം മുറിയിലേക്ക് അവൻ ഒഴുകി പോകുകയാണെന്ന് തോന്നി.

“ലിസ ഉണ്ടായിരുന്നെങ്കിൽ ഇങ്ങനെയൊന്നും സംഭവിക്കുമായിരുന്നില്ല.” ഞാൻ സ്വയം പറഞ്ഞു. അൽപ്പസമയം കഴിഞ്ഞ് ഞാൻ അപ്പൊലോണിന്റെ മുറി ലക്ഷ്യമാക്കി നടന്നു.

“അപ്പൊലോൺ” എനിക്ക് ദേഷ്യം വരുന്നുണ്ടായിരുന്നെങ്കിലും അതു മറച്ചുവച്ച് സമാധാനത്തോടെ ഞാൻ പറഞ്ഞു. “നീ സമയം കളയാതെ പൊലീസുകാരെ അന്വേഷിച്ചുപോടാ.”

അപ്പോഴേക്കും കണ്ണാടിവച്ച് തന്റെ തയ്യൽപ്പണിയിൽ മാത്രം ശ്രദ്ധിച്ചുകൊണ്ട് അവൻ മേശയ്ക്ക് അരികിൽ ഇരുന്നുകഴിഞ്ഞിരുന്നു. എങ്കിലും ഞാൻ ആജ്ഞാപിച്ചു "നീ ഇപ്പോൾ പോകണം. ഈ നിമിഷം നീ ഇവിടെനിന്ന് പോകണം. പോയില്ലെങ്കിൽ എന്താണ് സംഭവിക്കുന്നതെന്ന് ആലോചിക്കാനുള്ള സമയംപോലും നിനക്ക് കിട്ടില്ല."

എന്റെ ആജ്ഞകേട്ട് അവൻ പൊട്ടിച്ചിരിച്ചു. അവൻ തയ്യൽ നിർത്തുകയോ തല ഉയർത്തുകയോ ചെയ്യാതെ അവ്യക്തമായി പിറുപിറുത്തു.

"വട്ടുപിടിച്ചെന്നുതോന്നുന്നു. പൊലീസുകാരനെ വിളിച്ചുകൊണ്ടു വന്ന് എന്നെ ഒന്ന് പൊലീസ് സ്റ്റേഷനിലേക്ക് അറസ്റ്റുചെയ്ത് കൊണ്ടു പോകണേ എന്ന് ആരെങ്കിലും ആവശ്യപ്പെടുമോ? എന്നെ പേടിപ്പിക്കാനാണെങ്കിൽ വെറുതെ അതിനു മെനക്കെടാതിരിക്കുന്നതാണ് ബുദ്ധി. അതുകൊണ്ട് ഒരു പ്രയോജനവും ഉണ്ടാവാൻ പോകുന്നില്ല."

അവന്റെ തോളിൽ കടന്നുപിടിച്ചുകൊണ്ട് ഞാൻ അലറി. "പോടാ" ആ നിമിഷം ഞാൻ അവനെ അടിക്കാൻ പോവുകയാണെന്നുപോലും എനിക്കുതോന്നി. പക്ഷേ അതേനിമിഷത്തിൽതന്നെ മുറിയുടെ പുറത്തു നിന്നുള്ള കതക് ആരോ വലിച്ചുതുറക്കുന്നത് ഈ ബഹളത്തിനിടയിൽ എനിക്ക് ശ്രദ്ധിക്കാൻ കഴിഞ്ഞില്ല. ഒരു രൂപം സാവധാനം മുറിക്കുള്ളിൽ കടന്ന് അത്ഭുതത്തോടെ ഞങ്ങളെ നോക്കിനിൽക്കുന്നുണ്ടായിരുന്നു. ഞാൻ ചുറ്റുപാടും നോക്കി. പെട്ടെന്നുതന്നെ നാണക്കേടോടെ ഞാൻ എന്റെ മുറിയിലേക്ക് തിരിച്ച് ഓടി. രണ്ടുകയ്യും മുടിയിൽ കുത്തിപ്പിടിച്ച് എന്തുചെയ്യണമെന്ന് അറിയാതെ ഞാൻ ഭിത്തിയിൽചാരി നിന്നുപോയി.

രണ്ടുമിനിട്ടുകഴിഞ്ഞപ്പോൾ അപ്പൊലോണിന്റെ അടക്കിയ ശബ്ദം ഞാൻ കേട്ടു "ആരോ കാണാൻ വന്നിട്ടുണ്ട്."

പിന്നീട് അവൻ ഒരുവശത്തേക്ക് മാറിനിന്ന് ലിസയെ മുറിക്കുള്ളിലേക്ക് കടത്തിവിട്ടു. അതിനുശേഷം അവിടെനിന്ന് തിരിച്ചുപോകാതെ വെറുപ്പോടെ ഞങ്ങളെ ശ്രദ്ധിക്കാൻ തുടങ്ങി. "പുറത്തുപോടാ" ഞാൻ ആജ്ഞാപിച്ചു. ആ നിമിഷത്തിൽ എന്റെ ക്ലോക്ക് എല്ലാ ശക്തിയും സംഭരിച്ച് ഏഴുതവണ ശബ്ദം ഉണ്ടാക്കി.

ഒൻപത്

"ധീരയായി സ്വതന്ത്രയായി കടന്നുവരൂ
എന്റേയും എന്റെ വീടിന്റേയും ഉടമസ്ഥയാകൂ."

നാണക്കേടുകൊണ്ട് ആശയക്കുഴപ്പത്തിൽപ്പെട്ട് തകർന്നുപോയ ഞാൻ പരുങ്ങലോടെ അവളെ നോക്കിചിരിച്ചു. അൽപ്പസമയം മുൻപ് വിഷാദത്തിന് അടിമപ്പെട്ടിരുന്നപ്പോൾ എന്റെ കീറിപ്പറിഞ്ഞ വസ്ത്രങ്ങളുടെ അരികുകൾ ഞാൻ പിടിച്ചുവലിച്ചുകൊണ്ടിരുന്നു. അവളുടെ മുന്നിലും ഞാൻ അത് ആവർത്തിച്ചു. ഞങ്ങളോടൊപ്പം രണ്ടുമിനിട്ട് നേരം

അപ്പൊലോൺ മുറിയിൽ ഉണ്ടായിരുന്നു. അതിനുശേഷം അവൻ പുറത്തേക്ക് പോയിക്കഴിഞ്ഞിട്ടും എനിക്ക് ആശ്വാസം തോന്നിയില്ല. ലിസ പെട്ടെന്ന് ആശയക്കുഴപ്പത്തിലായത് എന്നെ സംബന്ധിച്ചിടത്തോളം അതിനേക്കാൾ ബുദ്ധിമുട്ടായി മാറി. തീർച്ചയായും എന്റെ അവസ്ഥ നേരിൽ കണ്ടതാണ് അവളുടെ ഭാവമാറ്റത്തിന് കാരണം എന്ന് എനിക്ക് ഉറപ്പുണ്ട്.

ഒരു കസേരവലിച്ച് മേശയ്ക്ക് അടുത്തായി ഇട്ടുകൊടുത്തിട്ട് ഞാൻ പറഞ്ഞു "ഇരിക്കൂ" അതിനുശേഷം ഞാൻ സോഫയിൽ ഇരുന്നു. അവൾ അനുസരണയോടെ കസേരയിൽ ഇരുന്നു. എന്നിൽനിന്ന് അവൾ എന്തോ പ്രതീക്ഷിക്കുന്നതുപോലെ തോന്നി. അതിൽ എനിക്ക് അമർഷം തോന്നിയെങ്കിലും ഞാൻ സ്വയം നിയന്ത്രിച്ചു.

സംസാരം ഇങ്ങനെയല്ല തുടങ്ങേണ്ടത് എന്ന ബോധത്തോടുകൂടി തന്നെ ഞാൻ ആരംഭിച്ചു. "ലിസ, നീ വളരെ വിചിത്രമായ ചുറ്റുപാടിലാണ് എന്നെ കാണാൻ ഇടയായത്."

അവൾ പറഞ്ഞു.

"ഇല്ല. അങ്ങനെയൊന്നുമില്ല."

അവളുടെ മുഖം വിവർണമാകുന്നതുകണ്ട് ഞാൻ ഉറക്കെ പറഞ്ഞു: "എന്റെ ദാരിദ്ര്യത്തെപറ്റി എനിക്ക് നാണക്കേട് തോന്നുന്നില്ല. മറിച്ച് അതിൽ എനിക്ക് അഭിമാനമാണ് ഉള്ളത്. ഞാൻ ദരിദ്രനാണെങ്കിലും വിശാലമനസ്കനാണ്. ഒരുവന് ഒരേസമയം ദരിദ്രനും വിശാലമനസ്കനുമായി ജീവിക്കാൻ കഴിയും. എന്തായാലും ഒരു ചായ എടുക്കാം."

"വേണ്ട" അവൾ പറഞ്ഞു.

"ഒരുനിമിഷം, ഞാൻ ഇപ്പോൾ വരാം." ഞാൻ ചാടിഎഴുന്നേറ്റ് അപ്പൊലോണിന്റെ അടുത്തേക്ക് ഓടി. അവനെ പറഞ്ഞുവിട്ടതിന് എന്തെങ്കിലും ഒരുകാരണം എനിക്ക് അവനോട് പറയണമായിരുന്നു. വളരെ നേരമായി കയ്യിൽ സൂക്ഷിച്ചിരുന്ന ഏഴുറൂബിൾ താഴെ വച്ചുകൊണ്ട് ഞാൻ പുലമ്പി:

"അപ്പൊലോൺ നിന്റെ ശമ്പളം ഞാൻ ഇവിടെ വച്ചിട്ടുണ്ട്. പകരം നീ ഒരു കാര്യം ചെയ്യണം. കടയിൽനിന്ന് കുറച്ച് ബിസ്കറ്റും ചായയും വാങ്ങിക്കൊണ്ടുവരണം. നീ പറ്റില്ലെന്നു പറഞ്ഞാൽ എനിക്ക് അതു പ്രയാസം ഉണ്ടാക്കും. അവളെപ്പറ്റി നിനക്ക് ഒന്നും അറിയില്ല. ഒരുപക്ഷേ നീ എന്തെങ്കിലും ഊഹിച്ചിട്ടുണ്ടാവാം. പക്ഷേ നിനക്ക് അവളെ അറിയില്ല."

അപ്പൊലോൺ കണ്ണാടി എടുത്തുവച്ച് തയ്യൽ തുടങ്ങിക്കഴിഞ്ഞിരുന്നു. ആദ്യം അവൻ സൂചി താഴെ വയ്ക്കാതെ പണം ഇരുന്ന ഭാഗത്തേക്ക് നോക്കി ഇരുന്നു. പിന്നീട് എന്നെ ഗൗനിക്കാതെ സൂചിയിൽ നൂലുകോർക്കാൻ തുടങ്ങി. മൂന്നുമിനിട്ട് നെപ്പോളിയന്റെ നിൽപ്പുപോലെ ഞാൻ അവന്റെ മുന്നിൽ കയ്യും കെട്ടിനിന്നു. എന്റെ നെറ്റിവിയർക്കുന്നത് ഞാൻ അറിയുന്നുണ്ടായിരുന്നു. ദൈവത്തിനു നന്ദി. അവന് എന്നെപ്പറ്റി വിഷമം

തോന്നിയിരിക്കണം. നൂലു താഴെവച്ച് അവൻ സാവധാനം എഴുന്നേറ്റു. മേശയുടെ അടുത്തുനിന്നും സാവധാനം നടന്നുവന്ന് പണം എണ്ണിനോക്കിയതിനുശേഷം സാവധാനം മുറിയിൽ നിന്ന് പുറത്തേക്ക് പോയി. പോകുന്നപോക്കിൽ ഒരു പ്രത്യേകനോട്ടത്തിലൂടെ അവൻ എന്നോടു ചോദിച്ചു:

"നിങ്ങളുടെ എല്ലാ കാര്യങ്ങളും ഞാൻ ശരിയാക്കി ത്തരണമെന്നാണോ നിങ്ങൾ വിചാരിക്കുന്നത്?"

തിരിച്ച് ലിസയുടെ അടുത്തേക്ക് നടക്കുമ്പോൾ അതേവേഷത്തിൽ തോന്നുന്നവഴിക്ക് ഓടിപ്പോയാലെന്തെന്ന് ഞാൻ ആലോചിച്ചു.

വീണ്ടും ഞാൻ അവളുടെ മുന്നിൽ വന്ന് കസേരയിൽ ഇരുന്നു. അവൾ ആകാംക്ഷയോടെ എന്നെ നോക്കി. കുറച്ചുസമയം ഞങ്ങൾ ഒന്നും സംസാരിച്ചിട്ടില്ല.

"ഞാൻ അവനെ കൊല്ലും" മുഷ്ടിചുരുട്ടി മേശപ്പുറത്ത് ഇടിച്ചുകൊണ്ട് ഞാൻ പൊട്ടിത്തെറിച്ചു. ഇടിയുടെ ആഘാതത്തിൽ മഷിക്കുപ്പിയിൽനിന്ന് മേശപ്പുറം മുഴുവൻ മഷി തെറിച്ചുവീണു. അവൾ അമ്പരപ്പോടെ ചോദിച്ചു.

"നിങ്ങൾ എന്താണീ പറയുന്നത്?"

"ഞാൻ അവനെ കൊല്ലും, ഞാൻ അവനെ കൊല്ലും" വീണ്ടും വീണ്ടും ഞാൻ വിളിച്ചു കൂവിക്കൊണ്ടിരുന്നു. എങ്കിലും എന്റെ ദേഷ്യം മണ്ടത്തരത്തിന്റെ പാരമ്യതയാണെന്ന് ഞാൻ തിരിച്ചറിയുന്നുണ്ടായിരുന്നു. ഞാൻ പറഞ്ഞു.

"ലിസ നിനക്ക് അവനെ അറിയില്ല. ആ ആരാച്ചാരെ.... അവൻ എന്നെ ഇട്ടു കഷ്ടപ്പെടുത്തുകയാണ്. ഇപ്പോൾ ഞാൻ അവനെ ബിസ്കറ്റു വാങ്ങാൻ പുറത്ത് പറഞ്ഞുവിട്ടിരിക്കുകയാണ്. അവൻ...."

ഇതോടെ ഞാൻ പൊട്ടിക്കരഞ്ഞുപോയി. നാണക്കേടു തോന്നിയെങ്കിലും തേങ്ങൽ അടക്കാൻ എനിക്കു കഴിഞ്ഞില്ല.

അവൾ ആകെ ഭയന്നുപോയിരുന്നു.

"എന്താണു കാര്യം? എന്തു കാര്യമായാലും പറയൂ?" എന്റെ ചുറ്റും വട്ടമിട്ടുനടന്നുകൊണ്ട് അവൾ പറഞ്ഞു. ഞാൻ പറഞ്ഞു:

"വെള്ളം വേണം. കുടിക്കാൻ അൽപ്പം വെള്ളം അതാ അവിടെയുണ്ട്." താഴ്ന്ന ശബ്ദത്തിൽ ഞാൻ ഞരങ്ങുന്നുണ്ടായിരുന്നു. വെള്ളം അത്യാവശ്യമില്ലെന്നും ഞരങ്ങേണ്ട അവസ്ഥയില്ലെന്നും എനിക്ക് വ്യക്തമായി അറിയാമായിരുന്നു. എന്റെ മാന്യത സംരക്ഷിക്കാനായി ഞാൻ അഭിനയിക്കുകയായിരുന്നു.

നിസ്സഹായയായി എന്റെ മുഖത്തുതന്നെ നോക്കിക്കൊണ്ട് അവൾ എനിക്ക് വെള്ളം തന്നു. ആ നിമിഷത്തിലാണ് അപ്പൊലോൺ ചായയുമായി കടന്നുവന്നത്. ലിസ അപ്പൊലോണിനെ ഞെട്ടലോടെ നോക്കി. അവൻ ഞങ്ങളെ ശ്രദ്ധിക്കാതെ പുറത്തേക്ക് നടന്നു.

അവൾ ചിന്തിച്ചുകൊണ്ടിരുന്നത് എന്തെന്ന് അറിയാനുള്ള വ്യഗ്രതയോടെ ഞാൻ ചോദിച്ചു. "ലിസ, നിനക്ക് എന്നോട് അവജ്ഞയുണ്ടോ?"

എന്റെ ചോദ്യംകേട്ട് അവൾ അമ്പരന്നുപോയി. അതുകൊണ്ടായിരിക്കും അവൾക്ക് അതിനു മറുപടി പറയാൻ കഴിയാതെ പോയത്.

ഞാൻ ദേഷ്യത്തിൽ പറഞ്ഞു "ചായ കുടിക്ക്" എന്റെ ദേഷ്യം എന്നോടുതന്നെ ആയിരുന്നു. അതു പിന്നീട് അവളോടായി മാറി. അവളോടുള്ള ദേഷ്യംകൊണ്ട് എന്റെ മനസ്സ് പെട്ടെന്നു തിളച്ചുമറിയാൻ തുടങ്ങി. അവളെ കൊന്നുകളയാമെന്നുവരെ ഞാൻ ചിന്തിച്ചു. അവളോടുള്ള പ്രതികാരമായി തിരിച്ചുപോകുന്നതുവരെ ഒരുവാക്കു പോലും സംസാരിക്കില്ലെന്ന് ഞാൻ ശപഥമെടുത്തു. എന്റെ ആലോചന അവളെക്കുറിച്ചു മാത്രമായിരുന്നു. 'അവളാണ് ഇതിനെല്ലാം കാരണം.'

ഞങ്ങൾ നിശ്ശബ്ദരായിരിക്കാൻ തുടങ്ങിയിട്ട് അഞ്ചുമിനിട്ട് കഴിഞ്ഞിരുന്നു. ചായ മേശപ്പുറത്ത് അപ്പൊലോൺ കൊണ്ടുവച്ചതു പോലെ ഇരിപ്പുണ്ടായിരുന്നു. ഞങ്ങൾ രണ്ടുപേരും അതിൽ തൊട്ടില്ല. അവളുടെ അപ്പോഴത്തെ അവസ്ഥ കൂടുതൽ അസഹനീയമാക്കാൻ വേണ്ടി ചായ കുടിക്കുന്നില്ലെന്ന് ഞാൻ തീരുമാനിച്ചു. പലവട്ടം ദുഃഖം കലർന്ന പരിഭ്രമത്തോടെ അവൾ എന്നെ നോക്കി. പാറപോലെ നിശ്ശബ്ദനായി നിന്ന് ഞാനും വേദന അനുഭവിക്കുക ആയിരുന്നു. ആരും പുറത്തുപറയാൻ നാണിക്കുന്ന തരത്തിലുള്ള നീചമനോഭാവമാണ് എന്റെ കോപത്തിനു കാരണമെന്ന് എനിക്ക് പൂർണ്ണബോധ്യം ഉണ്ടായിരുന്നെങ്കിലും അതു നിയന്ത്രിക്കാൻ എനിക്കു കഴിഞ്ഞില്ല.

ഒടുവിൽ നിശ്ശബ്ദത അവസാനിപ്പിച്ചുകൊണ്ട് അവൾ പറഞ്ഞു:

"എനിക്ക് എന്നന്നേക്കുമായി അവിടെനിന്ന് രക്ഷപ്പെടണം." പാവം! എന്റെ വീടിന്റെ തികച്ചും മോശപ്പെട്ട സാഹചര്യത്തിൽ അവൾ പറഞ്ഞ കാര്യം ഒരു ചർച്ചയ്ക്ക് ഒട്ടും യോജിച്ചതായിരുന്നില്ല. അവളുടെ ഒരു പ്രയോജനവുമില്ലാത്ത ആത്മാർഥത എന്റെ മനസിനെ വേദനിപ്പിച്ചു. പക്ഷേ എന്റെ മനസിന്റെ തന്നെ ഏതോ ഒരുഭാഗം അവളോടു തോന്നിയ അനുകമ്പയെ തടഞ്ഞുനിർത്തി. അഞ്ചുമിനിട്ടുകൾ വീണ്ടും കടന്നുപോയി.

പോകാൻ എഴുന്നേൽക്കുന്നതിനിടയിൽ ഭയത്തോടെ വളരെ താഴ്ന്ന സ്വരത്തിൽ അവൾ പറഞ്ഞു. "ഞാൻ നിങ്ങളെ ഉപദ്രവിക്കുക യാണോ?"

എന്റെ വിശ്വസ്തതയ്ക്കു നേരിടേണ്ടിവന്ന ആദ്യത്തെ മിന്നൽപ്പിണർ ആയിരുന്നു ആ ചോദ്യം. അതോടെ എന്റെ കോപം ഇരട്ടിയായി.

"നീ എന്തിനാണ് ഇവിടെ വന്നത്? കഴിയുമെങ്കിൽ അതു പറയൂ. നീ വന്നത് എന്തിനാണെന്ന് ഞാൻ പറയാം. ഞാൻ നിന്നോട് ദയയും അനുകമ്പയും കാണിച്ചതുകൊണ്ടാണ് നീ ഇപ്പോൾ ഇവിടെ വന്നിരിക്കുന്നത്. നിന്റെ മനസ്സ് ഇപ്പോൾ കൂടുതൽ സ്ത്രൈണമായിട്ടുണ്ട്. വീണ്ടും അനുകമ്പ കലർന്ന വാക്കുകൾ കേൾക്കാൻ നീ ആഗ്രഹിക്കുന്നു. ഞാൻ

നിന്നോട് ഒരുകാര്യം വ്യക്തമാക്കാം. അന്നു ഞാൻ സത്യത്തിൽ നിന്നെ നോക്കി ചിരിക്കുകയായിരുന്നു. ഇപ്പോഴും ഞാൻ നിന്നെ നോക്കി ചിരിക്കുന്നു. നിന്റെ ശബ്ദം എന്തുകൊണ്ട് ഇടറിപ്പോകുന്നു? എനിക്കു മുൻപ് അന്ന് അവിടെ വന്നിരുന്നവർ ഞങ്ങൾ ഒന്നിച്ചു പങ്കെടുത്ത അത്താഴവിരുന്നിന്റെ സമയത്ത് എന്നെ പരിഹസിച്ചിരുന്നു. അവരുടെ കൂട്ടത്തിൽ ഉണ്ടായിരുന്ന ഒരു സൈനിക ഓഫീസർക്ക് അടികൊടുക്കാൻ വേണ്ടിയാണ് അന്ന് ഞാൻ അവിടെ വന്നത്. പക്ഷേ എനിക്ക് അതിന് കഴിഞ്ഞില്ല. അവർ അവിടെ ഉണ്ടായിരുന്നില്ല. അതിനുപകരം എന്റെ മനസ്സമാധാനത്തിനുവേണ്ടി എനിക്ക് ആരെയെങ്കിലും പരിഹസിക്കണമായിരുന്നു. അപ്പോഴാണ് നീ മുറിയിലേക്ക് കടന്നുവന്നത്. എന്റെ ദേഷ്യം ഞാൻ നിന്റെ പുറത്ത് തീർത്തു. ഞാൻ നാണംകെട്ടതിനുപകരം എനിക്ക് ആരെയെങ്കിലും നാണംകെടുത്തണമായിരുന്നു. എന്നെ അവർ ഒരു തെണ്ടിയെപ്പോലെയാണ് കണക്കാക്കിയത്. എന്റെ ശക്തി ആരോടെങ്കിലും എനിക്ക് പ്രകടിപ്പിക്കണമായിരുന്നു. അതാണ് അന്ന് സംഭവിച്ചത്. ഞാൻ നിന്നെ രക്ഷിക്കാൻ വന്നവനാണെന്ന് നീ വിചാരിച്ചു. ശരിയല്ലേ?"

അവൾ ചിന്താക്കുഴപ്പത്തിൽ ആയിരിക്കുമെന്നും ഞാൻ പറയുന്നതൊന്നും മനസിലാവുന്നുണ്ടാവില്ലെന്നും എനിക്ക് ബോധ്യമു ണ്ടായിരുന്നു. എങ്കിലും പറയുന്നതിന്റെ സാരാംശം അവൾക്ക് പിടികിട്ടു മെന്ന് എനിക്ക് ഉറപ്പുതോന്നിയിരുന്നു.

ഒരു കടലാസുകഷണംപോലെ അവൾ വിളറിവെളുത്തു. ദുഃഖം കൊണ്ട് വികൃതമായ ചുണ്ടുകൾകൊണ്ട് എന്തോ പറയാൻ ശ്രമിച്ചു. പക്ഷേ ഒന്നുംപറയാൻ കഴിയാത്ത തലയ്ക്ക് കോടാലികൊണ്ട് അടികിട്ടിയതുപോലെ അവൾ കസേരയിലേക്ക് വീണു. പിന്നീട് ഭയന്നു വിറച്ച് വാപൊളിച്ച് തുറിച്ചകണ്ണുകളുമായി ഞാൻ പറയുന്നതും ശ്രദ്ധിച്ച് അവൾ കസേരയിൽ ചാരിക്കിടന്നു. അവൾ തകർന്നുകഴിഞ്ഞിരുന്നു. എന്റെ കോപം അവളെ തകർത്തുകളഞ്ഞു.

ഓടുന്ന വേഗതയിൽ ഞാൻ അവളുടെ മുന്നിലൂടെ നടന്നുകൊണ്ടിരുന്നു. ഞാൻ ചോദിച്ചു:

"നിന്നെ രക്ഷപ്പെടുത്തണമെന്നോ? എന്തിൽ നിന്നാണ് നിന്നെ രക്ഷിക്കേണ്ടത്? എന്റെ അവസ്ഥ ഒരുപക്ഷേ നിന്നെ ക്കാൾ മോശമാണ്. നിന്റെ അടുത്ത് പ്രസംഗം തുടങ്ങിയപ്പോൾ നീ എന്തുകൊണ്ട് എന്റെ മുഖത്തു നോക്കി ചോദിച്ചില്ല 'നിങ്ങൾ എന്തിനാണ് ഇവിടെ വന്നിരിക്കുന്നത്? നിങ്ങളുടെ ഉദ്ദേശ്യം ഞങ്ങളെ സദാചാരം പഠിപ്പിക്കുകയാണെന്ന് തോന്നുന്നു.' ആ സമയത്ത് എനിക്ക് വേണ്ടത് അധികാരം ആയിരുന്നു. ആ സമയത്ത് ഞാൻ ആഗ്രഹിച്ചത് നിന്റെ കണ്ണുനീർ ആയിരുന്നു. നീ അപമാനിത ആകുന്നതായിരുന്നു. അതായിരുന്നു അപ്പോൾ ഞാൻ മോഹിച്ചിരുന്നത്. അതു തുടർന്നുകൊണ്ടുപോകാൻ എനിക്കു കഴിഞ്ഞില്ല. ഞാൻ ഭയന്നു പോയി. അതിനു ശേഷം എന്റെ മേൽവിലാസം നിന്റെ കയ്യിൽ ഏൽപ്പി

ക്കുന്നതരത്തിൽ ഞാൻ വിഡ്ഢിയായിപ്പോയതിന്റെ കാരണം ദൈവത്തിനു മാത്രമേ അറിയൂ. പിന്നീട് തിരിച്ചു ഞാൻ വീട്ടിൽ എത്തുന്നതുവരെ നിന്റെ കയ്യിൽ മേൽവിലാസം തന്ന വിഡ്ഢിത്തം ഓർത്ത് എന്നെ ശപിക്കുകയായിരുന്നു. ഞാൻ നിന്നോട് അന്നു പറഞ്ഞതെല്ലാം കള്ളം ആയിരുന്നു. വാക്കുകൾ കൃത്യമായി പ്രയോഗിച്ച് സ്വയം സന്തോഷിക്കണം എന്നു മാത്രമായിരുന്നു എന്റെ ഉദ്ദേശ്യം. എന്റെ തലയിൽ കുറേ പുതിയസ്വപ്നങ്ങൾ കൂടി ജനിക്കാൻ ഇടയാവും എന്ന സന്തോഷമായിരുന്നു. പക്ഷേ യഥാർഥ ജീവി തത്തിൽ ഞാൻ ഇപ്പോൾ ആഗ്രഹിക്കുന്നത് എന്താണെന്ന് നിനക്ക് അറിയാമോ? നീ അപ്രത്യക്ഷയാകണം എന്നതാണ് എന്റെ മോഹം. അതെ അതുതന്നെ. എനിക്ക് സ്വസ്ഥത വേണം. എല്ലാ ഉപദ്രവങ്ങളിൽ നിന്നും ഒഴിവാകാൻ വേണ്ടി ഈ ഭൂമിയെ വേണ്ടിവന്നാൽ ഒരു കോപ്പക്കിന് വിൽക്കാൻ ഞാൻ ഒരുക്കമാണ്. എന്റെ ചായ എനിക്കു ലഭിക്കുമെങ്കിൽ ഈ ലോകം അപ്രത്യക്ഷമായിക്കൊള്ളട്ടെ. ഞാൻ പറഞ്ഞതിന്റെ അർഥം ഈ ലോകം അപ്രത്യക്ഷമായാലും എന്റെ ചായകുടി മുടങ്ങാതിരുന്നാൽ മതി എന്നാണ്. നിനക്ക് മനസിലാവുന്നുണ്ടോ? ഒരു കാര്യം എനിക്ക് അറിയാം ഞാൻ ഒരു കള്ളനും തെമ്മാടിയും തണ്ടനും മഹാമടിയനുമാണ്. കഴിഞ്ഞ മൂന്നുദിവസമായി ഞാൻ നീ വരുമെന്ന് ഭയന്ന് കഴിഞ്ഞുകൂടുക യായിരുന്നു. ഈ മൂന്നുദിവസവും എന്നെ ഏറ്റവും അധികം ബുദ്ധിമുട്ടിച്ചിരുന്ന കാര്യം എന്താണെന്ന് നിനക്ക് അറിയാമോ? നിന്റെ മുന്നിൽ വലിയ നായകവേഷംകെട്ടി അഭിനയിച്ചതിനുശേഷം നീ ഇവിടെ വരുമ്പോൾ എന്റെ മുഷിഞ്ഞുനാറിയ പട്ടിണികയറിയ ചുറ്റുപാടുകൾ കാണാൻ ഇടവരും എന്ന ചിന്തയായിരുന്നു. എന്റെ ദാരിദ്ര്യത്തിൽ എനിക്ക് നാണക്കേടില്ലെന്ന് ഞാൻ ഇപ്പോൾ പറഞ്ഞുനിർത്തിയതേയുള്ളു. സത്യം പറഞ്ഞാൽ എനിക്ക് അതിൽ നാണക്കേടു മാത്രമാണ് ഉള്ളത്. മറ്റ് എന്തിനേക്കാളും എനിക്ക് നാണക്കേടു തോന്നുന്നത് എന്റെ ദാരിദ്ര്യത്തിലാണ്. മറ്റ് എന്തിനേക്കാളും ഞാൻ ദാരിദ്ര്യത്തെ ഭയക്കുന്നുണ്ട്. ദാരിദ്ര്യം എന്റെ തൊലി ഉരിച്ചുകളഞ്ഞതായി എനിക്കു തോന്നുന്നു. ദാരിദ്ര്യത്തിന്റെ ഈ സാഹചര്യം എനിക്ക് വേദന മാത്രമാണ് തരുന്നത്. അപ്പൊലോണിന്റെ അടുത്തേക്ക് ഈ നാണംകെട്ട നാറിയ വേഷത്തിൽ ഞാൻ പാഞ്ഞുപോകുന്നത് നീ കണ്ടുകഴിഞ്ഞു. നിന്റെ രക്ഷകൻ ജോലിക്കാരനു നേരെ ഒരു വെറും സങ്കരജീവിയെപ്പോലെ പറന്ന് അടുക്കുന്നതും അതുകണ്ട് ജോലിക്കാരൻ ചിരിക്കുന്നതും നീ കണ്ടുകഴിഞ്ഞു. അപമാനിക്കപ്പെട്ട ഒരു വൃദ്ധയെപ്പോലെ എനിക്ക് എന്റെ കണ്ണുനീർ തടഞ്ഞുനിർത്താൻ കഴിയുന്നില്ല. ഞാൻ നിന്നോട് ഒരിക്കലും ക്ഷമിക്കില്ല. ഇപ്പോൾ ഈ നിമിഷത്തിൽ എനിക്ക് നിന്നോട് കുറ്റം ഏറ്റുപറയേണ്ടി വന്നിരിക്കുന്നതുകൊണ്ട് ഞാൻ നിന്നോട് പൊറുക്കില്ല. നീ വന്നതു കൊണ്ട് എല്ലാകാര്യങ്ങൾക്കും നീ തന്നെ മറുപടി പറയണം. ഞാൻ ഒരു നീചനായതിനും ലോകത്തിലെ എല്ലാ അസൂയാലുക്കളായ

പുഴുക്കളേക്കാളും വൃത്തികെട്ട, വെറുക്കപ്പെടുന്ന, മഠയനായ പുഴു ആയ തിനും നീ തന്നെ മറുപടി പറയണം. നിനക്ക് ഞാൻ പറയുന്നതിൽ ഒരു വാക്കു പോലും മനസിലാകുന്നില്ലെങ്കിൽ എനിക്ക് എന്തുചെയ്യാൻ കഴിയും. നീ ഇപ്പോൾ ഇവിടെനിന്ന് പോയാലും ഇല്ലെങ്കിലും എനിക്ക് പ്രത്യേകിച്ച് ഒന്നും സംഭവിക്കുകയില്ല. ഇവിടെ വന്ന് ഞാൻ പറയുന്ന കാര്യങ്ങൾ എല്ലാം കേട്ടിരിക്കുന്നതിൽ എനിക്ക് നിന്നോട്എന്തുമാത്രം വെറുപ്പ് തോന്നുന്നുണ്ടെന്ന് നിനക്ക് മനസിലാകുന്നുണ്ടോ? ഒരു മനുഷ്യൻ ജീവിതകാലത്ത് അങ്ങേയറ്റം ഒരുതവണ ആയിരിക്കും ഇങ്ങനെയൊക്കെ സംസാരിക്കുന്നത്. അയാൾക്ക് വിഭ്രാന്തി അനുഭവപ്പെടുന്ന നിമിഷങ്ങളി ലായിരിക്കും അതു സംഭവിക്കുന്നത്. ഇതിൽക്കൂടുതൽ നിനക്ക് എന്താണ് വേണ്ടത്? എന്നെ പീഡിപ്പിച്ചുകൊണ്ട് പുറത്തുപോകാതെ നീ ഇപ്പോഴും ഇവിടെ തന്നെ ഇരിക്കുന്നത് എന്തിനാണ്?"

ഈ സമയത്ത് വളരെ വിചിത്രമായ ചിലത് സംഭവിച്ചു. എന്റെ സ്വപ് നങ്ങളെ പിന്നീട് ചിന്തയിലേക്ക് ആനയിക്കുന്നതും ഒരു പുസ്തക ത്തിൽ എഴുതുന്നതുപോലെ അതിനെപ്പറ്റി ചിന്തിക്കുന്നതും സങ്കൽപ്പിക്കു ന്നതും എനിക്ക് പരിചിതമായ സംഗതികൾ ആയിരുന്നു. ഇത്തരം വിചിത്രമായ ചുറ്റുപാടുകൾ ആദ്യമൊന്നും എനിക്ക് മനസിലാക്കാൻ കഴിയുമായിരു ന്നില്ല. പക്ഷേ സംഭവിച്ചത് ഇങ്ങനെയായിരുന്നു. ഞാൻ ലിസയെ ചീത്ത വിളിക്കുകയും പരിഹസിക്കുകയും ചെയ്തപ്പോൾ ഞാൻ വിചാരിച്ചതിലും വളരെ കൂടുതൽ കാര്യങ്ങൾ അവൾക്ക് മനസിലാക്കാൻ കഴിഞ്ഞു. സത്യസന്ധമായ പ്രണയത്തിൽ ഉൾപ്പെട്ടുപോയ ഒരു സ്ത്രീക്ക് എളു പ്പത്തിൽ മനസിലാക്കാൻ കഴിയുന്ന പലതും എന്റെ സംസാരത്തിനി ട യിൽ ഒളിച്ചിരുന്നിട്ടുണ്ടാവണം. അതെല്ലാംതന്നെ അവൾ എളുപ്പത്തിൽ മനസിലാക്കുകയും ചെയ്തു. എനിക്ക് വല്ലാത്ത വിഷമം തോന്നി. ദേഷ്യവും ഭയവും പെട്ടെന്ന് അവളുടെ മുഖത്തുനിന്ന് അപ്രത്യക്ഷമായി. പകരം അവിടെ ദുഃഖം കലർന്ന ഒരു സംഭ്രമം നിഴലിച്ചു. ഞാൻ തെമ്മാ ടിയെന്നും നീചനെന്നും സ്വയം വിശേഷിപ്പിച്ചപ്പോൾ എന്റെ കണ്ണുകൾ നിറഞ്ഞിരുന്നു. അവളുടെ മുഖത്ത് ഒരു അപസ്മാരരോഗിയെ പ്പോലെ ഞരമ്പുകൾ അപ്പോൾ കോച്ചിവലിഞ്ഞിരുന്നു. അവൾ എഴുന്നേറ്റുവന്ന് എന്റെ സംസാരം അവസാനിപ്പിക്കാൻ ശ്രമിച്ചു. എന്തായാലും എന്റെ സംസാരം അവസാനിക്കാറായപ്പോൾ ഞാൻ ചോദിച്ചു— "നീ എന്തിന് ഇവിടെ വന്നു? എന്താണു നീ ഇവിടെനിന്നു പോകാത്തത്?" എന്ന ചോദ്യങ്ങളൊന്നും അവൾ കാര്യമാക്കിയിരുന്നില്ല. വളരെ ദുഃഖത്തോ ടെയാണ് ഞാൻ സംസാരിച്ചിരുന്നതെന്നു സത്യം മാത്രമാണ് അവൾ കണക്കിലെടുത്തത്. അവളുടെ സ്ഥാനം എന്നെക്കാൾ വളരെ താഴെയാ ണെന്ന് ആ പാവം വിശ്വസിച്ചിരുന്നു. അതുകൊണ്ട് അപമാനിക്കപ്പെ ട്ടതായി അവൾക്ക് തോന്നിയില്ല. എന്നോട് അവൾക്ക് നീരസവും ഉണ്ടാ യില്ല. തടയാൻ കഴിയാത്ത ഏതോ ഉൾപ്രേരണകൊണ്ട് അവൾ കസേ

രയിൽനിന്ന് എഴുന്നേറ്റ് എന്റെ അടുത്തുവരാൻ സാഹസപ്പെട്ടെങ്കിലും അവൾക്ക് അതിനുള്ള ധൈര്യം ഉണ്ടായിരുന്നില്ല. ഒടുവിൽ അവൾ എന്നെ നോക്കി പുണരാനെന്നപോലെ കൈകൾ ഉയർത്തി. എന്റെ ഉള്ളിലും ചലനങ്ങൾ ഉണ്ടായി. പിന്നീട് ഓടിവന്ന് എന്റെ കഴുത്തിൽ കൈകൾ വരിഞ്ഞുചുറ്റിക്കൊണ്ട് പൊട്ടിക്കരഞ്ഞു. എനിക്കും എന്റെ നിയന്ത്രണം വിട്ടുപോയി. മുൻപ് ഒരിക്കലും സംഭവിക്കാത്തപോലെ ഞാൻ തേങ്ങി പ്പോയി.

"എനിക്ക് നല്ലവനാവാൻ കഴിയില്ല." വാക്കുകളെ പുറത്തേക്ക് കൊണ്ടുവരാൻ പാടുപെട്ടുകൊണ്ട് ഞാൻ പറഞ്ഞു. പിന്നീട് സോഫയിൽ ഞാൻ കമഴ്ന്നുകിടന്നു. കാൽമണിക്കൂറോളം എനിക്ക് തേങ്ങൽ അട ക്കാൻ കഴിഞ്ഞില്ല. അവൾ എന്നോടുചേർന്നിരുന്ന് എന്നെ വാരിപ്പു ണർന്നു.

പക്ഷേ ഉന്മാദം സ്ഥിരമായി നിലനിൽക്കാറില്ല. വിലകുറഞ്ഞ തുകൽ തലയണയിൽ മുഖം ഒളിപ്പിച്ച് ഞാൻ സോഫയിൽ കമഴ്ന്നുകിടന്നു. അവിടെ കിടന്നുകൊണ്ട് മുഖം ഉയർത്തി ലിസയുടെ കണ്ണുകളിലേക്ക് നോക്കുന്നത് അവലക്ഷണമാണെന്ന ഒരു തോന്നൽ എന്നെ പിടികൂടി. ആ തോന്നൽ വളരെ ദൂരെനിന്ന് ഘട്ടംഘട്ടമായി എന്റെ അടുത്ത് എത്തു ന്നതുപോലെയാണ് എനിക്ക് അനുഭവപ്പെട്ടത്. എന്റെ സമ്മതമില്ലാതെ ആ തോന്നലിന് ഞാൻ അടിമപ്പെടുകയായിരുന്നു. ലിസയുടെ കണ്ണുകളി ലേക്ക് നോക്കുന്നതിൽ എനിക്കു നാണ ക്കേടുതോന്നുന്നത് എന്തിനാണ്? എനിക്ക് അറിയില്ല. പക്ഷേ എനിക്ക് നാണക്കേട് തോന്നി എന്നതാണ് സത്യം. എന്റെ തളർന്ന മനസിൽ ഞങ്ങളുടെ വേഷങ്ങൾ ഇപ്പോൾ പരസ് പരം മാറിയിരിക്കുന്നതായി എനിക്ക് അനുഭവപ്പെട്ടു. അവൾ ഇപ്പോൾ നായികയായി മാറിയിരിക്കുന്നു. എന്റെ അവസ്ഥ നാലുദിവസം മുൻപുള്ള രാത്രിയിലെ അവളുടെ അവസ്ഥയ്ക്ക് തുല്യമായിരുന്നു. വിലയിടിഞ്ഞ ആകെ തകർന്ന അധഃപതിച്ച ഒരു ജന്മം. ദൈവമേ! അന്നു രാത്രിയിൽ പ്പോലും എനിക്ക് അവളോട് അസൂയ തോന്നിയിരുന്നോ? എന്തോ അറി യില്ല.

എനിക്ക് അറിയില്ല. എനിക്ക് ആ കാര്യം വ്യക്തമാകുന്നില്ല. നിശ്ച യമായും അന്നു രാത്രിയിൽ എനിക്ക് ആ കാര്യത്തിൽ ഇപ്പോഴുള്ള വ്യക്ത തപോലും ഉണ്ടായിരുന്നില്ല. ആരുടെ എങ്കിലും മുകളിൽ അധികാരമി ല്ലാതെ എനിക്ക് ജീവിക്കാൻ കഴിയില്ല. എന്തായാലും അതിനെപ്പറ്റിയുള്ള ചർച്ചകൊണ്ട് ഒന്നും വ്യക്തമാകാൻ പോകുന്നില്ല. അതുകൊണ്ട് ആ ചർച്ച തുടരുന്നതിൽ അർഥമില്ല.

ഒടുവിൽ മുഖം ഉയർത്താനുള്ള എന്റെ വൈഷമ്യം മറികടന്ന് സാവധാനം ഞാൻ തല ഉയർത്തി നോക്കി. എന്നെങ്കിലും മുഖം ഉയർ ത്താതിരിക്കാൻ എനിക്ക് കഴിയില്ലല്ലൊ. അവളുടെ മുഖത്തു നോക്കാൻ എനിക്ക് നാണക്കേടായിരുന്നു. പെട്ടെന്ന് എന്റെ മനസിൽ വളരെ വ്യത്യ

സ്തമായ ഒരു വികാരത്തിന്റെ തീപ്പൊരി വീണു. അതു കത്തിപ്പടരാൻ പിന്നെ ഒരു താമസവും വന്നില്ല. അവകാശവും ഉടമസ്ഥതയും ഇട കലർന്ന ഒരു പ്രത്യേകതരം തോന്നലായിരുന്നു അത്. എന്റെ കണ്ണുകൾ അവളോടുള്ള അഭിനിവേശംകൊണ്ട് തിളങ്ങി. ഞാൻ അവളുടെ കൈപ്പ ത്തിയിൽ ശക്തിയായി അമർത്തുന്നുണ്ടായിരുന്നു. ഈ നിമിഷത്തിൽ ഞാൻ അവളെ എത്രമാത്രം വെറുക്കുന്നെന്നോ എത്രമാത്രം ഇഷ്ടപ്പെ ടുന്നെന്നോ വ്യക്തമായിരുന്നില്ല. ഒരു വികാരം മറ്റൊന്നിന് കൂടുതൽ ശക്തിപകർന്നു. ഏതാണ്ട് പ്രതികാരം ചെയ്യുന്ന തരത്തിലുള്ള ഒരു അവസ്ഥ. തുടക്കത്തിൽ നിമിഷനേരത്തേക്ക് അവൾ ഒന്ന് പരിഭ്രമിച്ചു. അല്ലെങ്കിൽ ഭയന്നു. അടുത്തനിമിഷം തീവ്രതയോടെ ഉന്മാദത്തോടെ അവൾ എന്നെ ആലിംഗനം ചെയ്തു.

പത്ത്

കാൽമണിക്കൂർ കഴിഞ്ഞപ്പോൾ ഞാൻ മുറിക്കുള്ളിൽത്തന്നെ അക്ഷമയോടെ അമിതവേഗത്തിൽ നടക്കാൻ തുടങ്ങി. നിമിഷങ്ങളുടെ ഇടവേളയ്ക്കുശേഷം ഞാൻ സ്ക്രീനുകളുടെ അടുത്തെത്തി. അവയുടെ വിടവിലൂടെ ലിസയെ ഉളിഞ്ഞുനോക്കിക്കൊണ്ടിരുന്നു. അവൾ കിടക്ക യിലേക്ക് തലവച്ച് തറയിൽ ഇരിക്കുകയായിരുന്നു. ഒരുപക്ഷേ അവൾ കരയുകയായിരുന്നിരിക്കണം. അതുതന്നെയാണ് എന്നെ ശല്യപ്പെടുത്തി ക്കൊണ്ടിരുന്നത്. ഇപ്പോൾ അവൾക്ക് എല്ലാം അറിയാം. ഒടുവിൽ ഞാൻ അവളെ ശരിക്കും അപമാനിച്ചു. പക്ഷേ........ ആ കഥ പറയുന്നതിൽ അർഥമില്ല. എന്റെ വികാരാവേശം സത്യത്തിൽ പ്രതികാരമായിരുന്നെന്ന് അവൾ തിരിച്ചറിഞ്ഞുകഴിഞ്ഞു. അവളെ സംബന്ധിച്ചിടത്തോളം ഒരു പുതിയ അവഹേളനം. കാരണങ്ങളോ ലക്ഷ്യങ്ങളോ ഇല്ലാത്ത എന്റെ ദേഷ്യം അവളോടുള്ള ശത്രുതയും വെറുപ്പുമായി രൂപാന്തരപ്പെടുകയാ യിരുന്നു. അവൾ എല്ലാം വേർതിരിച്ച് മനസിലാക്കിയിട്ടുണ്ടെന്ന് ഞാൻ വിശ്വസിക്കുന്നില്ല. പക്ഷേ ഞാൻ ഒരു നീചനാണെന്നും സ്നേഹിക്കാൻ പറ്റിയവനല്ലെന്നും അവൾക്ക് മനസിലായിട്ടുണ്ട്.

ഇതെല്ലാം തന്നെ അവിശ്വസനീയമാണെന്ന് പറയുമെന്ന് എനിക്ക് അറിയാം. എന്നെപ്പോലെ വികാരരഹിതനും മര്യാദകെട്ടവനും ആകാൻ സാധിക്കും എന്ന് പറയുന്നത് അവിശ്വസനീയമാണ്. ഒരുപക്ഷേ അവ ളോട് പ്രേമം തോന്നിയില്ല എന്നുപറയുന്നതും അവിശ്വസനീയമാണ്. കുറ ഞ്ഞപക്ഷം അവളുടെ പ്രേമത്തിന് വിലകൽപ്പിക്കില്ല എന്നുപറയു ന്നത് തികച്ചും അവിശ്വസനീയമാണ്. പക്ഷേ എന്തുകൊണ്ടാണ് ഇതെല്ലാം അവിശ്വസനീയമാകുന്നത്? തുടക്കത്തിൽ തന്നെ പറയാൻ കഴിയുന്ന കാര്യം എനിക്ക് പ്രേമിക്കാൻ കഴിയില്ല എന്ന സത്യമാണ്. എന്നെ സംബന്ധിച്ചിടത്തോളം പ്രേമിക്കുന്നതിന്റെ അർഥം എന്റെ സ്വേച്ഛാ

ധിപത്യം നടപ്പാക്കുക എന്നതാണ്. എനിക്ക് മറ്റൊരു തരത്തിലുള്ള പ്രേമവും സങ്കൽപ്പിക്കാൻപോലും കഴിയുന്നില്ല. പ്രേമിക്കുന്നതിന്റെ അർഥം പ്രേമഭാജനം കാമുകനോ കാമുകിക്കോ സ്വേച്ഛാധിപത്യം അനുവദിച്ചു കൊടുക്കുകയാണെന്നുപോലും ഞാൻ ചിലപ്പോൾ ചിന്തിച്ചു പോയിട്ടുണ്ട്. വെറുപ്പിൽ തുടങ്ങി ധാർമികമായ കീഴടക്കലിൽ അവസാനിക്കുകയും പിന്നീട് കീഴടക്കിയ ഇര എന്തുചെയ്യണമെന്ന് അറിയാത്ത അവസ്ഥയിൽ എത്തിച്ചേരുകയും ചെയ്യുന്ന ഒരു പോരാട്ടമായാണ് എന്റെ ഏകാന്തസ്വപ്നങ്ങളിൽപോലും ഞാൻ പ്രേമത്തെ കണ്ടിരുന്നത്. അവൾ എന്നെ തേടിവന്നത് അനുകമ്പാർഹമായ വാക്കുകൾ കേൾക്കാൻ വേണ്ടിയാണെന്നു പറഞ്ഞ് ഞാൻ അവളെ ചീത്തവിളിച്ചതുകൊണ്ട് യഥാർഥ ജീവിതം എനിക്ക് അപരിചിതമാണെന്നും ഞാൻ ധാർമികമായി അധഃപതിച്ചു കഴിഞ്ഞിട്ടുണ്ടെന്നും വിശ്വസിക്കുന്നത് തെറ്റാണ്. അത്തരം വാക്കുകൾ കേൾക്കാൻ വേണ്ടിയല്ല അവൾ വന്നതെന്ന് എനിക്ക് ഊഹിക്കാൻ കഴിഞ്ഞില്ല. അവൾ വന്നത് എന്നോടുള്ള പ്രേമം കൊണ്ടായിരുന്നു. ഒരു സ്ത്രീയെ സംബന്ധിച്ചിടത്തോളം പ്രേമം അവളുടെ അധഃപതനത്തിൽ നിന്നുള്ള മോചനമാണ്. അവൾക്ക് പ്രേമം ഉയിർത്തെഴുന്നേൽപ്പും നവീകരണവുമാണ്. അവളുടെ പ്രേമത്തിൽ ഇതെല്ലാം അന്തർഭവിച്ചിരിക്കുന്നു. പ്രേമത്തെ മറ്റൊരു രീതിയിലും അവൾക്ക് ഉൾക്കൊള്ളാൻ കഴിയില്ല. ഇടയ്ക്കിടയ്ക്ക് സ്ക്രീനിലെ വിടവിലൂടെ അവളെ ഉളിഞ്ഞുനോക്കിക്കൊണ്ട് ചുറ്റിത്തിരിയുന്നതിനിടയിൽ എനിക്ക് അവളോടു തോന്നിയിരുന്ന വെറുപ്പ് ഇല്ലാതായി. അവൾ മുറിക്കുള്ളിൽ നിന്ന് പുറത്തുപോയിട്ടില്ല എന്ന സത്യം അസഹനീയമായ ഒരു ഭാരമാണെന്ന് എനിക്കു തോന്നിത്തുടങ്ങി. അവൾ അവിടംവിട്ട് പോകണമെന്ന് ഞാൻ ആഗ്രഹി ച്ചു. എന്റെ ഒളിത്താവളത്തിൽ എനിക്കുമാത്രമായി "അന്ത്യവിശ്രമം" കൊള്ളണമായിരുന്നു. എനിക്ക് യഥാർഥ ജീവിതവുമായി പൊരുത്തപ്പെടാൻ ഒട്ടും കഴിവില്ലാതായിക്കഴിഞ്ഞിരുന്നു. യഥാർഥ ജീവിതം എന്നെ ശ്വാസംമുട്ടിച്ചു.

സമയം കടന്നുപോയി. എന്നിട്ടും അവൾ എഴുന്നേറ്റില്ല. അവളെപ്പറ്റി അവൾതന്നെ മറന്നുപോയിരിക്കണം. അവളെ ഉണർത്താൻവേണ്ടി ഞാൻ സ്ക്രീനിൽ പതുക്കെ മുട്ടിവിളിച്ചു. അവൾ ഞെട്ടിയുണർന്ന് അവിടെനിന്ന് ഓടിപ്പോകാൻ പോവുന്നതുപോലെ ഷാളും തൊപ്പിയും കോട്ടും തപ്പിയെടുത്തു. രണ്ടുമിനിട്ടുകഴിഞ്ഞ് അവൾ പുറത്തുവന്നു. വളരെ പാടുപെട്ടാണ് അവൾ എന്റെ മുഖത്തു നോക്കിയത്. ഞാൻ മാന്യതയ്ക്കുവേണ്ടി എന്റെ മുഖത്ത് ഒരു ചിരിവരുത്തി. പിന്നീട് ഞാൻ അവളുടെ നോട്ടത്തിൽ നിന്നും രക്ഷപ്പെട്ടു.

വാതിലിന് അടുത്തേക്ക് നടക്കുന്നതിനിടയിൽ അവൾ എന്നോടു വിടപറഞ്ഞു. ഞാൻ ഓടി അവളുടെ അടുത്തുചെന്നു. അവളുടെ കൈപ്പത്തി വിടർത്തി എന്തോ തിരുകിയതിനുശേഷം വിരലുകൾ മടക്കി. പിന്നീട് മുറിക്കുള്ളിൽ തന്നെ ഏറ്റവും അകലത്തിലേക്ക് ഞാൻ നടന്നു

നീങ്ങി. കുറഞ്ഞപക്ഷം അവൾ പോകുന്നത് കാണാതിരിക്കാൻ എനിക്കു കഴിയും എന്ന ചിന്തയായിരുന്നു എന്നെ അതിനു പ്രേരിപ്പിച്ചത്. മുൻ കൂട്ടിചിന്തിക്കാതെ ആലോചനയില്ലാതെയാണ് ഞാൻ അങ്ങനെ പ്രവർത്തിച്ചതെന്ന് കള്ളം പറയാൻ കഴിഞ്ഞിരുന്നെങ്കിൽ എന്ന് ഞാൻ ഇപ്പോൾ ആഗ്രഹിച്ചുപോകുന്നു. പക്ഷേ ഞാൻ കള്ളം പറയില്ല. അതുകൊണ്ട് അവളുടെ കൈപ്പത്തി ബലമായി തുറന്ന് കൈക്കുള്ളിൽ എന്തോ വച്ചുകൊടുത്തശേഷം വിരലുകൾ മടക്കുകയായിരുന്നു എന്ന് ഞാൻ തുറന്നുസമ്മതിക്കുന്നു. അവൾ സ്ക്രീനിന്റെ മറവിൽ ഇരിക്കുമ്പോൾ ഞാൻ മുറിക്കുള്ളിൽ ചുറ്റിനടക്കുകയായിരുന്നു. അപ്പോഴാണ് ഈ ആശയം എന്റെ മനസിൽ ഉദിച്ചത്. ഈ ആശയം എന്റെ ഹൃദയത്തിലല്ല തിന്മ നിറഞ്ഞ തലയിലാണ് ഉദിച്ചതെന്ന് എനിക്ക് ഉറപ്പിച്ചു പറയാൻ കഴിയും. പക്ഷേ ഈ ആശയം അങ്ങേയറ്റം കൃത്രിമവും ബുദ്ധിശൂന്യവും കൗശലം നിറഞ്ഞതും അപ്രായോഗികവും ആയിരുന്നു. ഒരു മിനിട്ട് നേരത്തേക്കു പോലും അതു സഹിക്കാൻ എനിക്കു കഴിഞ്ഞില്ല. അതുകൊണ്ടാണ് ഞാൻ മുറിയുടെ മൂലയിലേക്ക് പിൻവാങ്ങിയത്. പിന്നീട് ഒന്നും ആലോചിക്കാതെ ഞാൻ ലിസയുടെ പിറകേ ഓടി. പുറത്തെ കതകിനു പുറത്തെത്തിയപ്പോൾ ഞാൻ ചുറ്റും ശ്രദ്ധിച്ചു.

കോവണിപ്പടികളുടെ ഭാഗത്തേക്കു നോക്കി ധൈര്യക്കുറവുകൊണ്ട് അടഞ്ഞുപോയ ശബ്ദത്തിൽ ഞാൻ വിളിച്ചു:

"ലിസാ, ലിസ."

മറുപടി ഉണ്ടായില്ല. പക്ഷേ ഏറ്റവും താഴത്തെ പടികളിൽ അവളുടെ കാലൊച്ച കേട്ടതായി എനിക്കുതോന്നി.

ഞാൻ കൂടുതൽ ഉച്ചത്തിൽ വിളിച്ചു "ലിസാ." വീണ്ടും മറുപടി ഉണ്ടായില്ല. പക്ഷേ ആ സമയത്ത് തെരുവിലേക്കുള്ള ഇറക്കമുള്ള കതകുകൾ തുറക്കുന്നതിന്റേയും അടയ്ക്കുന്നതിന്റേയും ഞരക്കം ഞാൻ കേട്ടു. ആ ശബ്ദം കോവണിപ്പടികളിൽത്തട്ടി പ്രതിധ്വനിച്ചു.

അവൾ പോയി. ഒന്നും തീരുമാനിക്കാൻ കഴിയാതെ ഞാൻ മുറിയിലേക്ക് തിരിച്ചുപോന്നു. എനിക്ക് വല്ലാത്ത വല്ലായ്മ തോന്നി.

മേശയ്ക്ക് അരികിലായി അവൾ ഇരുന്നിരുന്ന കസേരയുടെ ഓരം ചേർന്ന് ഞാൻ വെറുതെ നോക്കിക്കൊണ്ടുനിന്നു. ഒരു മിനിട്ടിനുശേഷം എന്റെ മുന്നിൽ കിടന്നിരുന്ന മേശയുടെ അടുത്തേക്ക് ഞാൻ പെട്ടെന്നു നടന്നു. കുറച്ചുനിമിഷങ്ങൾക്കു മുൻപ് ഞാൻ അവളുടെ കയ്യിൽ തിരുകിക്കൊടുത്ത അഞ്ചുറൂബിളിന്റെ നോട്ട് ആ മേശപ്പുറത്ത് ചുരുണ്ടുകൂടിക്കിടന്നിരുന്നു. അതേ നോട്ടുതന്നെ ആയിരുന്നു അവിടെ കിടന്നിരുന്നത്. വേറൊരു അഞ്ചുറൂബിൾ നോട്ട് അപ്പോൾ വീട്ടിൽ ഉണ്ടായിരുന്നില്ല. ഞാൻ മുറിയുടെ മൂലയിലേക്ക് തിരിച്ചുനടന്നപ്പോൾ അവൾ അത് മേശപ്പുറത്തേക്ക് വലിച്ചെറിഞ്ഞിട്ടുണ്ടാവണം.

ഇനി എന്ത്? ഇതു ഞാൻ പ്രതീക്ഷിക്കേണ്ടതായിരുന്നു. ഇല്ല. ഞാനിതു തീരെ പ്രതീക്ഷിച്ചില്ല. കാരണം എനിക്ക് അത്രമാത്രം അഹം

ഭാവം ഉണ്ടായിരുന്നു. മറ്റുള്ളവരെപ്പറ്റി എനിക്ക് ഒരു ബഹുമാനവും ഉണ്ടാ യിരുന്നില്ല. അതുകൊണ്ട് അവൾ ഇങ്ങനെ പെരുമാറുമെന്ന് എനിക്ക് ആലോചിക്കാൻ കഴിഞ്ഞില്ല. പെട്ടെന്ന് കോട്ടുവലിച്ചെടുത്തിട്ട് മറ്റൊന്നും ആലോചിക്കാതെ ഭ്രാന്തമായ തിടുക്കത്തോടെ അവളെ കണ്ടെത്താൻ വേണ്ടി ഞാൻ വീണ്ടും മുറിയിൽനിന്നും ഇറങ്ങി ഓടി. ഞാൻ തെരുവി ലേക്ക് ഓടി ഇറങ്ങുമ്പോൾ അവൾ അറുനൂറ് അടി ദൂരെ എത്താനുള്ള സമയംപോലും ആയിരുന്നില്ല.

തെരുവ് ശൂന്യമായിരുന്നു. മൃദുലമായ ഒരു വെള്ളവിരിപ്പുവിരിച്ചതു പോലെ തെരുവിലും നടപ്പാതയിലും കട്ടിയിൽ മഞ്ഞുവീണുകിടന്നിരുന്നു. വഴിയാത്രക്കാർ ആരും ഉണ്ടായിരുന്നില്ല. ഒരു ശബ്ദംപോലും കേൾക്കാൻ കഴിഞ്ഞില്ല. തെരുവുവിളക്കുകൾ വെറുതെ മ്ലാനതയോടെ തിളങ്ങുന്നു ണ്ടായിരുന്നു.

ഞാൻ കുറച്ചുദൂരം ഓടി അടുത്ത കവലയിൽ എത്തിനിന്നു. അവൾ ഏതുവഴിക്കായിരിക്കും പോയിരിക്കുന്നത്? ഞാൻ എന്തിനാണ് അവളുടെ പിറകേ കിടന്ന് ഓടുന്നത്?

എന്തിന്? അവളുടെ മുന്നിൽ കമഴ്ന്നുവീണ് പശ്ചാത്താപത്തോടെ ഏങ്ങലടിക്കാനാണോ? അതോ അവളുടെ പാദങ്ങളിൽ ചുംബിച്ച് ക്ഷമ യാചിക്കാനോ? എന്റെ ആഗ്രഹം സത്യത്തിൽ അതായിരുന്നു. എന്റെ ഹൃദയം തകർന്നുകഴിഞ്ഞിരുന്നു. ആ നിമിഷത്തെക്കുറിച്ച് താൽപ്പര്യക്കു റവോടെ എന്നെങ്കിലും എനിക്ക് ഓർമിക്കാൻ കഴിയുമോ? ഒരുപക്ഷേ അവളുടെ പാദങ്ങളിൽ ഇന്നു ചുംബിച്ചാൽ നാളെമുതൽ എനിക്ക് അവളെ വെറുത്തുതുടങ്ങാൻ കഴിയില്ലേ? കൂടാതെ അതുകൊണ്ട് അവൾക്ക് സന്തോഷംനൽകാനും എനിക്ക് കഴിയില്ലേ? നൂറാമത്തെ പ്രാവശ്യമാണെ ങ്കിലും അതുകൊണ്ട് എന്റെ യഥാർഥ വില വീണ്ടും എനിക്ക് തിരിച്ചറി യാൻ കഴിയില്ലേ? അങ്ങനെ അവളെ പീഡിപ്പിക്കുന്നതിന് അന്ത്യംകുറി ക്കാനും എനിക്ക് സാധിക്കില്ലേ?

മഞ്ഞുവീഴ്ച വകവയ്ക്കാതെ മങ്ങിയ ഇരുട്ടിൽ നോക്കിനിന്ന് അതി നെപ്പറ്റി ആലോചിച്ചുകൊണ്ടിരുന്നു.

പിന്നീട് വീട്ടിൽ തിരിച്ചെത്തി ഭ്രമിപ്പിക്കുന്ന സങ്കൽപ്പങ്ങളിലൂടെ എന്റെ മനസിന്റെ തീക്ഷ്ണവേദന കുറയ്ക്കാൻ ശ്രമിക്കുന്നതിനിടയിൽ ഞാൻ ആലോചിച്ചു. അവളുടെ അഹംഭാവത്തിനേറ്റ ഒരിക്കലും ഉണ ങ്ങാത്ത ഒരു മുറിവുമായി ഇവിടെനിന്ന് തിരിച്ചുപോകുന്നത് അവൾക്ക് കൂടുതൽ നല്ലതല്ലേ? അപമാനം എന്തായാലും മനസിനെ നിർമലമാക്കും. വീണ്ടും ഞാൻ അവളെ കണ്ടിരുന്നെങ്കിൽ ഞാൻ അവളുടെ മനസിലെ കൂടുതൽ ദുഷിപ്പിക്കുമായിരുന്നു. അവളുടെ ഹൃദയത്തെ വിരൂപമാക്കു മായിരുന്നു. പക്ഷേ ഇപ്പോൾ കിട്ടിയ അവഹേളനം അവൾ ഒരിക്കലും മറക്കുകയില്ല. അവളുടെ മനസിനെ അഴുക്ക് എത്രതന്നെ എതിർത്താലും അവൾക്കുകിട്ടിയ അവഹേളനം അവളുടെ മനസിനെ ഉൽക്കൃഷ്ടതയി

ലേക്ക് ഉയർത്തും. നിർമലമാക്കും. എന്നോടുള്ള വെറുപ്പിലൂടെ സഞ്ചരിച്ച് ഒടുവിൽ അവൾ എനിക്ക് മാപ്പു നൽകിയെന്നും വരാം. പക്ഷേ ഇതെല്ലാം അവളുടെ ജീവിതം എളുപ്പമാക്കാൻ ഉപകരിക്കുമോ?

സത്യത്തിൽ എന്റെ സ്വന്തം പ്രയോജനത്തിനുവേണ്ടി ഇവിടെ ഞാൻ ഒരു കഴമ്പില്ലാത്ത ചോദ്യം ചോദിക്കുന്നു. വിലകുറഞ്ഞ ആനന്ദമാണോ അതോ ഉത്തുംഗമായ ക്ലേശമാണോ കൂടുതൽ അഭികാമ്യം?

അന്നുവൈകിട്ട് മനോവേദനകൊണ്ട് പകുതിമരിച്ച അവസ്ഥയിൽ ഇരിക്കുമ്പോൾ ഇത്രയധികം വേദനയും പശ്ചാത്താപവും ഒരിക്കൽ പോലും ഞാൻ അനുഭവിച്ചിട്ടില്ലെന്ന് തോന്നി. എന്റെ മുറിയിൽനിന്ന് അവളുടെ പിറകേ ഓടുമ്പോൾ പകുതിവഴിയിൽവച്ച് തിരിച്ചുവീട്ടിലേക്ക് മടങ്ങുമെന്ന് ചെറിയ തോതിലെങ്കിലും സംശയം എന്റെ മനസിൽ ഉണ്ടായിരുന്നോ? ലിസയെ പിന്നീട് ഞാൻ കണ്ടിട്ടില്ല. അവൾക്ക് പിന്നീട് എന്തു സംഭവിച്ചെന്ന് എനിക്ക് കേട്ടുകേൾവിപോലും ഇല്ല. അവഹേളനവും വെറുപ്പും നൽകുന്ന പ്രയോജനങ്ങളെപ്പറ്റിയുള്ള ചിന്തയുമായി ഞാൻ വളരെക്കാലം പിന്നീട് സ്വസ്ഥമായി കഴിഞ്ഞുകൂടി എന്ന് ഞാൻ ഇവിടെ കൂട്ടിച്ചേർക്കുന്നു. എന്നാൽ ഈ കാലത്ത് തീവ്രവേദനകൊണ്ട് അസുഖം പിടിപെട്ട് ഞാൻ ഒരുപക്ഷേ കിടപ്പിലാകുമായിരുന്നു എന്ന സത്യം ഞാൻ മറച്ചുവയ്ക്കുന്നില്ല.

ഇന്നും വർഷങ്ങൾക്കുശേഷം ഈ കാര്യങ്ങളെല്ലാം എന്നിലേക്ക് തിരിച്ചെത്തുന്നത് വളരെ അധികം മലിനമായ അവസ്ഥയിൽ തന്നെയാണ്. മോശം കാര്യങ്ങൾ എന്ന് ഞാൻ ഓർക്കുന്ന പലതും ഉണ്ട്. പക്ഷേ എനിക്ക് എന്റെ കുറിപ്പുകൾ അവസാനിപ്പിക്കണം. അതൊക്കെ എഴുതാൻ തുടങ്ങിയത് തെറ്റായിപ്പോയി എന്ന് എനിക്ക് തോന്നുന്നു. കുറഞ്ഞപക്ഷം ഈ 'മഞ്ഞു വീഴ്ചയുടെ കഥ' എഴുതുന്ന സമയത്തു മുഴുവൻ എനിക്ക് നാണക്കേടുതോന്നിയിരുന്നു. അതുകൊണ്ട് ഇത് ഇനിയും ഒരു സാഹിത്യരചനയല്ല. എന്നാൽ ഇത് ശിക്ഷാപരമായ ഒരു തിരുത്തലാണ്. ധാർമികമായി ജീർണിച്ച് ജീവിക്കുന്ന ശീലം നഷ്ടമായി ജീവിതം തന്നെ എനിക്ക് ഇല്ലാതായതിന്റെ സുദീർഘമായ കഥ തീർച്ചയായും താൽപ്പര്യം ജനിപ്പിക്കുന്ന ഒന്നല്ല. ഒരു നോവലിന് ഒരു നായകൻ വേണം. പക്ഷേ ഇവിടെ നായകന്റെ സ്വഭാവത്തിൽ വില്ലന്റെ എല്ലാ സവിശേഷതകളും ബോധപൂർവം ഉൾക്കൊള്ളിച്ചിരിക്കുന്നു. മൊത്തത്തിൽ ഒരു മോശം തോന്നലാണ് ഇത് ഉണ്ടാക്കുന്നത്. നമുക്ക് എല്ലാവർക്കും ജീവിക്കുന്ന ശീലം ഇല്ലാതായിരിക്കുന്നതുകൊണ്ട് കുറവും കൂടുതലുമായി നമ്മൾ എല്ലാംതന്നെ അശക്തരായി മാറിയിട്ടുണ്ട്. ജീവിതത്തെ സംബന്ധിച്ച് നമുക്കുള്ള പരിചയക്കുറവ് കാരണം പലപ്പോഴും യഥാർഥജീവിതത്തെ നമ്മൾ വെറുക്കും. അതുകൊണ്ട് യഥാർഥജീവിതത്തെക്കുറിച്ചുള്ള ഓർമപ്പെടുത്തലുകൾ നമുക്ക് സഹിക്കാൻ കഴിഞ്ഞെന്നുവരില്ല. യഥാർഥജീവിതം അടിമപ്പണിക്കു തുല്യമായ ഒരു അധ്വാനമാണെന്നു തോന്നുന്ന അവ

സ്ഥയിൽ നാം എത്തിച്ചേർന്നുകഴിഞ്ഞിരിക്കുന്നു. പിന്നീട് നമ്മൾ ചില പ്പോൾ എന്തിനാണ് കുത്തിക്കുറിക്കുന്നത്? എന്തിനാണ് കരയുന്നത്? എന്തിനാണ് അപേക്ഷിക്കുന്നത്? നമുക്ക് നമ്മളെതന്നെ അറിയില്ല. നമ്മുടെ വിഡ്ഢിത്തം കലർന്ന വ്യാമോഹങ്ങളെക്കൂടി താലോലിക്കുകയാ ണെങ്കിൽ നമ്മുടെ അവസ്ഥ ഇതിലും പരിതാപകരമാവും. ഉദാഹരണ ത്തിന് ഒരുകാര്യം പരിശ്രമിച്ചു നോക്കാം. നമ്മുടെ കൂട്ടത്തിൽ ആരുടെ എങ്കിലും കൈകളിൽനിന്ന് എല്ലാ കെട്ടുകളും അഴിച്ചുമാറ്റുക. നൽകാ വുന്ന സ്വാതന്ത്ര്യം മുഴുവൻ നൽകുക. എല്ലാ ബന്ധങ്ങളും ശിഥിലമാ ക്കുക. നമ്മൾ എന്തുചെയ്യും? ഉടൻതന്നെ നമ്മളെ അച്ചടക്കത്തിനു വിധേ യനാക്കണമെന്നു പറഞ്ഞ് കെഞ്ചാൻ തുടങ്ങും. ഇതുപറഞ്ഞതിന് നിങ്ങൾക്ക് എന്നോട് ദേഷ്യം തോന്നുന്നുണ്ടെന്ന് എനിക്ക് അറിയാം. എനിക്ക് എതിരായി നിങ്ങൾ ബഹളംകൂട്ടും. പാദങ്ങൾകൊണ്ട് നിങ്ങൾ എന്നെ അമർത്തിച്ചവിട്ടും. 'നിങ്ങൾ പറയുന്നത് നിങ്ങളുടെ കാര്യമാണ്. നിങ്ങളുടെ ഒളിത്താവളത്തിലെ നിങ്ങളുടെ ദുരിതങ്ങളെപ്പറ്റിയാണ്. ഞങ്ങ ളെപ്പറ്റി പറയാൻ നിങ്ങൾ ധൈര്യം കാണിക്കരുത്.' മാന്യന്മാർ എന്നോട് ക്ഷമിക്കണം. പൊതുവായി പറഞ്ഞ് ഞാൻ എന്നെ രക്ഷപ്പെടുത്താൻ ശ്രമിക്കുകയായിരുന്നില്ല. വ്യക്തിപരമായി പറഞ്ഞാൽ എന്റെ ജീവിതം കൊണ്ട് എനിക്ക് എത്തിച്ചേരാൻകഴിഞ്ഞ യുക്തിക്കുനിരക്കുന്ന ഒരു തീരുമാനം അഭിവ്യഞ്ജിപ്പിക്കുക മാത്രമാണ് ചെയ്തത്. പക്ഷേ നിങ്ങൾക്ക് ഭീരുത്വം കാരണം ഈ തീരുമാനം പകുതിവഴിയിൽ ഉപേ ക്ഷിക്കേണ്ടിവന്നു. നിങ്ങളുടെ ഭീരുത്വത്തെ നിങ്ങൾ സാമാന്യബുദ്ധിയായി തെറ്റിദ്ധരിച്ചു. ആത്മവഞ്ചനയിൽ നിങ്ങൾ സ്വയം അഭയം കണ്ടെത്തി. ഒരുപക്ഷേ അതുകൊണ്ട് ഞാൻ നിങ്ങളേക്കാൾ ചുറുചുറുക്കുള്ളവനായി മാറിയിരിക്കാം. കൂടുതൽ കട്ടിയായി തോന്നുന്നുണ്ടോ? ഇന്നത്തെ കാലത്ത് യഥാർഥജീവിതം എവിടെ ഉണ്ട് എന്നുപോലും നമുക്ക് അറി യില്ല. നമ്മുടെ പുസ്തകങ്ങൾ ഇല്ലാതെ നമ്മെ സ്വതന്ത്രരാക്കിയാൽ അപ്പോൾത്തന്നെ നാം കുഴപ്പത്തിൽ അകപ്പെട്ട് നമുക്ക് നമ്മുടെ വഴി തെറ്റുമെന്ന് ഉറപ്പാണ്. ആരോടൊപ്പം നിൽക്കണമെന്നോ ആരോടു കൂറു കാണിക്കണമെന്നോ നമുക്ക് അറിയാൻ കഴിയില്ല. ആരെ സ്നേഹിക്ക ണമെന്നോ ആരെ വെറുക്കണമെന്നോ നമുക്ക് മനസിലാക്കാൻ കഴിയില്ല. രക്തവും മാംസവും സ്വന്തമായുള്ള ഒരു മനുഷ്യജീവിയായിരിക്കാൻ പോലും നമുക്ക് ബുദ്ധിമുട്ടുതോന്നും. അത്തരം ഒരു മനുഷ്യജീവിയായ തിൽ നമുക്ക് നാണക്കേട് തോന്നും. മുൻകാലങ്ങളിൽ നിന്ന് വ്യത്യസ്ത നായ സാമാന്യവൽക്കരിക്കപ്പെട്ട മറ്റൊരുതരം മനുഷ്യനാകാൻ നമ്മൾ പ്രയത്നിച്ചുകൊണ്ടിരിക്കും. നമ്മൾ മരിച്ചായിരിക്കും ജനിക്കുന്നത്. അല്ലെ ങ്കിലും ജീവനുള്ള അച്ഛനമ്മമാരുടെ മക്കളാകുന്നത് വളരെക്കാലം മുൻ പുതന്നെ നമ്മൾ അവസാനിപ്പിച്ചിരിക്കുന്നു. നമ്മുടെ അവസ്ഥയിൽ നാം ഇപ്പോൾ കൂടുതൽ കൂടുതൽ സംതൃപ്തി കണ്ടെത്തിയിരിക്കുന്നു. അതി

നുള്ള ഒരു വാസന നമ്മൾ ആർജിച്ചുകൊണ്ടിരിക്കുകയാണ്. താമസിയാതെ ഒരു ആശയത്തിൽനിന്ന് ജനിക്കാനുള്ള വഴി നമ്മൾ കണ്ടെത്തും. പക്ഷേ ഇത്രയും മതി. ഒളിത്താവളത്തിൽനിന്ന് ഞാൻ ഇനിയും കൂടുതൽ എഴുതുന്നില്ല.

ഇത് ഈ എഴുത്തുകാരന്റെ വിരോധാഭാസക്കുറിപ്പുകളുടെ അവസാനമല്ല. അയാൾക്ക് എഴുത്ത് മുന്നോട്ടുകൊണ്ടുപോകാൻ കഴിയുന്നില്ല. പക്ഷേ എഴുത്ത് അവസാനിപ്പിക്കാൻ പറ്റിയ ഒരിടത്ത് എത്തിയിരിക്കുന്നതായി ഇപ്പോൾ നമുക്കും തോന്നുന്നുണ്ട്.

9788126206346

FCW - #0145 - 061026 - C0 - 216/140/8 - PB - 9788126206346 - Gloss Lamination